ನಾನೂಂದ್ರೆ ನಂಗಿಷ್ಟ !

dmhegdeji@gmail.com

ಡಿ. ಎಂ. ಹೆಗಡೆ

ಶ್ರೀ ದತ್ತಾತ್ರೇಯ ಮಹಾಬಲೇಶ್ವರ ಹೆಗಡೆ ಅವರು ಉತ್ತರಕನ್ನಡದ ಸಿದ್ದಾಪುರ ತಾಲೂಕಿನ ಹಿರೇಕೈ ಗ್ರಾಮದ ಪಟೇಲ್ ದಿ. ಶ್ರೀ ಅನಂತ ರಾಮಚಂದ್ರ ಹೆಗಡೆಯವರ ಎರಡನೆಯ ಪುತ್ರ ದಿ. ಶ್ರೀ ಮಹಾಬಲೇಶ್ವರ ಹೆಗಡೆ ಮತ್ತು ಶ್ರೀಮತಿ ಇಂದಿರಾ ಹೆಗಡೆಯವರ ಹಿರಿಯ ಮಗ. ಯಲ್ಲಾಪುರದಲ್ಲಿ ಪ್ರಾಥಮಿಕ ಹಾಗೂ ಪ್ರೌಢಶಿಕ್ಷಣವನ್ನು, ಧಾರವಾಡದ ಪ್ರಸಿದ್ಧ ಕರ್ನಾಟಕ ಕಾಲೇಜಿನಿಂದ ಅರ್ಥಶಾಸ್ತ್ರದಲ್ಲಿ ಪದವಿಯನ್ನು, ಧಾರವಾಡದ ವಿಶ್ವವಿದ್ಯಾಲಯ ಕಾನೂನು ಮಹಾ ವಿದ್ಯಾಲಯದಿಂದ ಕಾನೂನು ಪದವಿಯನ್ನು ಪಡೆದುಕೊಂಡ ಹೆಗಡೆಯವರು ದಶಕಕ್ಕಿಂತಲೂ ಹೆಚ್ಚು ಕಾಲ ಕರ್ನಾಟಕ ಹೈಕೋರ್ಟಿನಲ್ಲಿ ವಕಾಲತ್ತನ್ನು ನಡೆಸಿದವರು. ಎಂ. ದತ್ತಾತ್ರೇಯ ಹೆಸರಿನಲ್ಲಿ ಇವರು ಬರೆದ ಮೂರುಸಾವಿರಕ್ಕಿಂತಲೂ ಹೆಚ್ಚು ವ್ಯಂಗ್ಯಚಿತ್ರಗಳು ಕನ್ನಡ ಪತ್ರಿಕೆಗಳಲ್ಲಿ ಪ್ರಕಟವಾಗಿವೆ.

ಶ್ರೀ ಡಿ. ಎಂ. ಹೆಗಡೆ ಅವರು ಸಮರ್ಥ ಸಂಮೋಹನ ತಜ್ಞರು, ಆಕುಪ್ರೆಶರ್, ಆಕುಪಂಚರ್ ಪರಿಣಿತರು. ಆತ್ಮಚಿಕಿತ್ಸಕರು, ಆಪ್ತಸಮಾಲೋಚಕರು, ಲೇಖಕರು, ಮೀಡಿಯೇಟರ್, ಮೋಟಿವೇಟರ್, ಸಂಘಟಕರು ಮತ್ತು ಸಮಾಜ ಸೇವಕರು. ಸಾಹಿತ್ಯ ಮತ್ತು ಸಾಂಸ್ಕೃತಿಕವಾಗಿಯೂ ಕ್ರಿಯಾಶೀಲ ವ್ಯಕ್ತಿ. ಅವರು ಕಳೆದ ಕೆಲವು ವರ್ಷಗಳಿಂದ ಆರೋಗ್ಯ ಹೋಲಿಸ್ಟಿಕ್ ಹೆಲ್ತ್‌ಕೇರ್ ಮೂಲಕ ಜನಸೇವೆಗಾಗಿ ತಮ್ಮನ್ನು ಸಂಪೂರ್ಣವಾಗಿ ಅರ್ಪಿಸಿಕೊಂಡಿದ್ದಾರೆ.

ಶ್ರೀ ಡಿ. ಎಂ. ಹೆಗಡೆಯವರ ನಿಸ್ವಾರ್ಥ ಸೇವೆಯನ್ನು ಗುರುತಿಸಿದ ರಾಜ್ಯ ಸರಕಾರವು ಪ್ರತಿಷ್ಠಿತ "ಕರ್ನಾಟಕ ರಾಜ್ಯ ಎನ್ನೆಸ್ಸೆಸ್ ಪ್ರಶಸ್ತಿ"ಯನ್ನು ಹಾಗೂ ಪ್ರತಿಷ್ಠಿತ "ಕರ್ನಾಟಕ ರಾಜ್ಯ ಯುವ ಪ್ರಶಸ್ತಿ"ಯನ್ನು ಕೊಟ್ಟು ಗೌರವಿಸಿದೆ. ಬೆಂಗಳೂರಿನ ಆರ್ಯಭಟ ಸಂಸ್ಥೆಯು "ಆರ್ಯಭಟ ಪ್ರಶಸ್ತಿ"ಯನ್ನು ಕೊಟ್ಟು ಸನ್ಮಾನಿಸಿದೆ. ರಾಜ್ಯದ ಹಲವಾರು ಸಂಘಟನೆಗಳು ಅವರನ್ನು ಸನ್ಮಾನಿಸಿವೆ.

ನಾನೊಂದ್ರೆ ನಂಗಿಷ್ಟ !

ಡಿ. ಎಂ. ಹೆಗಡೆ

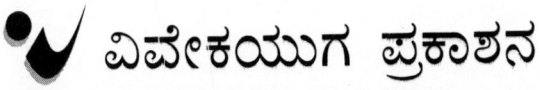

ವಿವೇಕಯುಗ ಪ್ರಕಾಶನ

ನಂ.740, 60 ಅಡಿ ರಸ್ತೆ, ನಾರಾಯಣ ನಗರ 1ನೇ ಬ್ಲಾಕ್,
ದೊಡ್ಡಕಲ್ಲಸಂದ್ರ, ಕನಕಪುರ ಮುಖ್ಯ ರಸ್ತೆ, ಬೆಂಗಳೂರು - 560062
ಫೋನ್: 9481405184 / 9480797559 ಇಮೇಲ್: viyubooks@gmail.com

NAANUNDRE NANGISTA

A Collection of Wellness Articles Written by D. M. HEGDE

Published by: VIVEKAYUGA Prakashana
No. 740, 60Ft Road, Narayananagar 1st Block,
Doddakallasandra, Kanakapura Main Road
Bengaluru – 560 062
Cellphone: 9481405184 / 9480797559
holisticarogya@gmail.com, viyubooks@gmail.com

© Prajavani

First Impression	:	Nov 2018
Copies	:	2000
Size	:	Demy 1/8
Pages	:	XXIV + 144 = 168
Price	:	₹ 180/-
Paper Used	:	80 GSM NS Maplitho
Cover - Page Design	:	CreativeSoft Dinesh Narkodu 8762366620
Sketches	:	Sri. G. S. Naganath
Photographs	:	Sri. Girish Hegde, Mrs. Jayashree, Mrs. Niveditha & Sri. D. M. Hegde
Printed At	:	
Publishers	:	ವಿವೇಕಯುಗ ಪ್ರಕಾಶನ

ನಂ.740, 60 ಅಡಿ ರಸ್ತೆ, ನಾರಾಯಣ ನಗರ 1ನೇ ಬ್ಲಾಕ್,
ದೊಡ್ಡಕಲ್ಲಸಂದ್ರ, ಕನಕಪುರ ಮುಖ್ಯ ರಸ್ತೆ, ಬೆಂಗಳೂರು – 560062
ಫೋನ್: 9481405184 / 9480797559   ಇಮೇಲ್: viyubooks@gmail.com

ಲೋಕೋಪಕಾರದ ಕೃತಿ

ಮೈಸೂರಿನಲ್ಲಿ ಪ್ರೊ.ಎಂ.ಎಸ್.ವೇಣುಗೋಪಾಲ್ ಎಂಬ ಕಾನೂನು ಪ್ರಾಧ್ಯಾಪಕರಿದ್ದಾರೆ. ಅವರು ಹುಟ್ಟು ಅಂಧರು. ಅವರಿಗೆ ನೆನಪಿನ ಶಕ್ತಿ ಜಾಸ್ತಿ. ಎಂದೋ ಮಾತನಾಡಿದ ವ್ಯಕ್ತಿಯ ಮಾತನ್ನು ಕೇಳಿದ ತಕ್ಷಣವೇ ಅವರು ಇವರು ಇವರೇ ಎಂದು ಗುರುತಿಸಿಬಿಡುತ್ತಾರೆ. ಅವರು ನಮ್ಮ ನಿಮ್ಮ ಹಾಗೆ ಅಲ್ಲ. ಬರೋಬ್ಬರಿ ಎಂಟು ಪದವಿ ಪಡೆದುಕೊಂಡಿದ್ದಾರೆ. ಕಣ್ಣು ಕಾಣದೇ ಇದ್ದರೂ ಇದೆಲ್ಲ ಹೇಗೆ ಸಾಧ್ಯವಾಯಿತು? ಎಂದು ಕೇಳಿದರೆ 'ನನ್ನ ಕಿವಿಗೂ ನಿಮ್ಮ ಕಿವಿಗೂ ವ್ಯತ್ಯಾಸ ಇದೆ. ನಿಮ್ಮ ಕಿವಿ ಬರೀ ಕೇಳಿಸಿಕೊಳ್ಳುತ್ತದೆ. ಆದರೆ ನನ್ನ ಕಿವಿ ಕೇಳಿಸಿಕೊಳ್ಳುತ್ತದೆ. ರೆಕಾರ್ಡ್ ಮಾಡಿಕೊಳ್ಳುತ್ತದೆ ಮತ್ತು ನೆನಪಿಟ್ಟುಕೊಳ್ಳುತ್ತದೆ' ಎಂದು ಅವರು ಉತ್ತರಿಸುತ್ತಾರೆ. ಹುಟ್ಟಿದಾಗಿನಿಂದ ಎಷ್ಟೆಲ್ಲ ವಿಷಯಗಳನ್ನು ನೀವು ಕೇಳಿಸಿಕೊಂಡಿಲ್ಲ. ಅದನ್ನೆಲ್ಲಾ ನೆನಪಿಟ್ಟುಕೊಳ್ಳುವುದಕ್ಕೆ ಹೇಗೆ ಸಾಧ್ಯ? ಎಂದು ಮರು ಪ್ರಶ್ನೆ ಮಾಡಿದರೆ 'ನಾನು ಆಗಾಗ, ನನ್ನ ಮನಸ್ಸಿನಿಂದ ಬೇಡವಾಗಿದ್ದನ್ನೆಲ್ಲಾ ಡಿಲೀಟ್ ಮಾಡುತ್ತೇನೆ' ಎಂದು ಹೇಳುತ್ತಾರೆ. ನಮ್ಮ ಬದುಕಿನಲ್ಲಿ ಶೇಖರಿಸುವುದು ಎಷ್ಟು ಮುಖ್ಯವೋ ಅಷ್ಟೇ ಮುಖ್ಯ ಖಾಲಿ ಮಾಡುವುದೂ ಕೂಡ. ಶ್ರೀ ಡಿ.ಎಂ. ಹೆಗಡೆ ಅವರೂ ಕೂಡ ಡಿಲೀಟ್ ಮಾಡುವ ಲೇಖನದಿಂದಲೇ ಈ ಪುಸ್ತಕವನ್ನು ಆರಂಭಿಸಿದ್ದು ಸೂಕ್ತವೂ ಹೌದು. ಅಗತ್ಯವೂ ಹೌದು.

ಶ್ರೀ ಡಿ.ಎಂ.ಹೆಗಡೆ ಕೂಡ ಒಂದು ಕಾಲದಲ್ಲಿ ಮನಸ್ಸಿನಲ್ಲಿ ಬೇಕಾದ್ದು ಬೇಡವಾಗಿದ್ದು ಎಲ್ಲವನ್ನೂ ಸಂಗ್ರಹಿಸಿ ಇಟ್ಟುಕೊಂಡವರು. ಇತ್ತೀಚೆಗೆ ಅವರು ಬೇಡವಾಗಿದ್ದನ್ನೆಲ್ಲಾ ಡಿಲೀಟ್ ಮಾಡಿ ಖಾಲಿ ಮಾಡಿಕೊಂಡು ಬೇರೆಯವರಿಗೆ ಡಿಲೀಟ್ ಮಾಡುವುದು ಹೇಗೆ ಎನ್ನುವುದನ್ನು ಕಲಿಸಲು ತೊಡಗಿದ್ದಾರೆ. ಮನಸ್ಸಿನೊಳಗೆ ಕೋಣೆಗಳನ್ನು ಸೃಷ್ಟಿಸಿಕೊಳ್ಳುವುದು ಹೇಗೆ? ಸಂತೋಷವನ್ನು ಹಂಚುವುದು ಹೇಗೆ? ಚಿಂತೆಯ ಸಂತೆಯೊಳಗೆ ಇದ್ದರೂ ಸಂತೋಷದ ಅಂಗಳಕ್ಕೆ ಬರುವುದು ಹೇಗೆ ಎನ್ನುವುದನ್ನು ಅವರು ಕಲಿಸುತ್ತಾರೆ. ಈಗಿನ ಒತ್ತಡದ ಬದುಕಿನಲ್ಲಿ ಸಂತೋಷವನ್ನು ಹಂಚುವುದು ಸುಲಭದ ಕೆಲಸವಲ್ಲ. ಎಲ್ಲರೂ ಸಂತೋಷವಾಗಿದ್ದೇವೆ ಎಂದುಕೊಂಡಿದ್ದರೂ ಮನದ ಮೂಲೆಯಲ್ಲಿ ಚಿಂತೆಯೊಂದು ಕಾಡುತ್ತಲೇ ಇರುತ್ತದೆ. ಅದನ್ನು ಕಿತ್ತು ಎಸೆದು ಸಂತೋಷದಿಂದ ಬದುಕನ್ನು ಆನಂದಮಯ ಮಾಡಿಕೊಳ್ಳುವುದಕ್ಕೆ ಯಾವ ಯಾವ ಗೊಬ್ಬರ ಹಾಕಬೇಕು, ಯಾವಾಗ ನೀರು ಎರೆಯಬೇಕು ಎನ್ನುವುದನ್ನು ಕಲಿಸುವುದು ಹೆಗಡೆ ಅವರ ಈಗಿನ ಕಾಯಕ. ಈ ಬದುಕು ಇರುವುದೇ ಆನಂದವಾಗಿರುವುದಕ್ಕೆ. ಅದಕ್ಕೆ ಬಹಳ ಖರ್ಚು ಮಾಡಬೇಕಾಗಿಲ್ಲ. ಆನಂದ ಎನ್ನುವುದು ಮನಸ್ಸಿನ ಸ್ಥಿತಿ.

ಚಿಂತೆ ಮಾಡಿ ಸೊರಗುವುದಕ್ಕಿಂತ ಚಿಂತೆಗಳನ್ನೆಲ್ಲಾ ಶೇಖರಿಸಿ ಮನದಲ್ಲೊಂದು ಕೋಣೆ ಮಾಡಿ ಅದರೊಳಗೆ ಇಟ್ಟು ಬೀಗ ಜಡಿದುಬಿಟ್ಟರೆ ಚಿಂತೆಯ ಚಿತೆ ಆರುತ್ತದೆ. ಬದುಕು ಆನಂದಮಯವಾಗಿರುತ್ತದೆ. ಬದುಕು ಇರುವುದು ಆನಂದ ಪಡುವುದಕ್ಕಾಗಿ ಎಂಬುದು ನಿಜ. ಮತ್ತೊಮ್ಮೆ ಹೇಳುತ್ತೇನೆ ಬದುಕು ಇರುವುದು ಆನಂದ ಪಡುವುದಕ್ಕಾಗಿ. ಬರೀ ಸಂತೋಷ ಪಡುವುದಕ್ಕಾಗಿ ಅಲ್ಲ. ನಮ್ಮ ಸಂತೋಷ ಎನ್ನುವುದು ಇನ್ನೊಬ್ಬರಿಗೆ ದುಃಖ ತರಬಹುದು. ಆದರೆ ಆನಂದ ಹಾಗಲ್ಲ. ನಮ್ಮ ಆನಂದ ನಮಗೂ, ಇನ್ನೊಬ್ಬರಿಗೂ ಆನಂದವನ್ನೇ ತರುತ್ತದೆ. ಹಾಗಾಗಿ ನಮ್ಮ ಬದುಕು ಆನಂದಮಯವಾಗಿರಲಿ. ಅದಕ್ಕೆ 'ನಾನೂಂದ್ರೆ ನಂಗಿಷ್ಟ!' ಪುಸ್ತಕ ನೆರವಾಗುತ್ತದೆ. ಶ್ರೀ ಡಿ.ಎಂ.ಹೆಗಡೆ ಹೀಗೆಯೇ ಆನಂದ ಹಂಚುವ ಕೆಲಸವನ್ನು ಮಾಡುತ್ತಿರಲಿ.

– ರವೀಂದ್ರ ಭಟ್ಟ
ಕಾರ್ಯನಿರ್ವಾಹಕ ಸಂಪಾದಕ
'ಪ್ರಜಾವಾಣಿ'

ಚೇತೋಹಾರಿ ಅನುಭವ!

ಕರ್ನಾಟಕ ಉಚ್ಚ ನ್ಯಾಯಾಲಯದಲ್ಲಿ ವಕೀಲರಾಗಿ ತಮ್ಮ ವೃತ್ತಿಜೀವನವನ್ನು ಪ್ರಾರಂಬಿಸಿದ ಮಿತ್ರ ಶ್ರೀ ಡಿ. ಎಂ. ಹೆಗಡೆಯವರು, ಅಲ್ಲಿಂದ ಹೊರಳಿದ್ದು ಕೋರ್ಟಿನ ಹೊರಗೆ ಸಂಧಾನ, ಮಧ್ಯಸ್ಥಿಕೆಯಿಂದ ಪ್ರಕರಣಗಳನ್ನು ರಾಜಿಮಾಡಿಸುವತ್ತ. ಅವರು ವಕೀಲರಾಗಿ, ಮಧ್ಯಸ್ಥಿಕೆದಾರರಾಗಿ ದಶಕಕ್ಕೂ ಹೆಚ್ಚು ಕಾಲ ನೂರಾರು ಪ್ರಕರಣಗಳನ್ನು ನಡೆಸಿದ್ದಾರೆ. ಅವುಗಳಲ್ಲಿ ಭಾಗಿಯಾದ ಪಕ್ಷಗಾರರ ಗೆಲವು, ನಲಿವು, ನೋವು, ವಿಷಾದ, ಹತಾಶೆಗಳನ್ನು ಹತ್ತಿರದಿಂದ ಕಂಡವರು. ಕರಗಿದವರು. ಕೊರಗಿದವರು. ಕೆರಳಿದವರು. ಹೇಗೆ ಬೇಕೋ ಹಾಗೆ, ತಮಗೆ ದಕ್ಕಬೇಕಾದುದಕ್ಕಾಗಿ ಹೋರಾಡಲೇಬೇಕಾದ ಅನಿವಾರ್ಯತೆ, ರಾಜಿ ಮಾಡಿಕೊಳ್ಳಲೇ ಅಥವಾ ಪ್ರಕರಣ ಮುನ್ನಡೆಸಲೇ ಎನ್ನುವ ಸಂದಿಗ್ದತೆ ಮುಂತಾದ ಏರಿಳಿತಗಳನ್ನು ಅನುಭವಿಸಿದವರು.

ಈ ಅನುಭವ ಅವರಿಗೆ ಮನುಷ್ಯರ ಮನಸ್ಸಿನಲ್ಲಿ ಇಣುಕಿ ನೋಡುವ ಅವಕಾಶವನ್ನು ಕೊಟ್ಟಿರಬಹುದು. ಪರರ ಮನಸ್ಸನ್ನು ಅಷ್ಟೆಲ್ಲ ಸೂಕ್ಷ್ಮವಾಗಿ ಗಮನಿಸಿದಾಗ ಕಂಡದ್ದೇ, ಬಹುಶ: ಅವರಿಗೆ ವೃತ್ತಿಯಿಂದ, ಪ್ರವೃತ್ತಿಯತ್ತ ಹೊರಳಲಿಕ್ಕೆ ಪ್ರೇರೇಪಿಸಿತೆಂದು ನನಗೆ ಅನ್ನಿಸುತ್ತದೆ.

ಈಗ ನಿಮ್ಮ ಕೈಯಲ್ಲಿರುವ 'ನಾನೂಂದ್ರೆ ನಂಗಿಷ್ಟ!' ಪುಸ್ತಕವು ಹೆಗಡೆಯವರ ಈಗಿನ ವೃತ್ತಿ, ಆಪ್ತಸಮಾಲೋಚನೆಗಳ ಫಲ. ತಮ್ಮ ಅನುಭವಗಳನ್ನು ಹಂಚಿಕೊಳ್ಳುವ ಮೂಲಕ ಓದುಗರಿಗೆ ಸಹಾಯಮಾಡಬೇಕೆನ್ನುವ ಲೇಖಕರ ಸದುದ್ದೇಶವನ್ನು ನಾನಿಲ್ಲಿ ಕಂಡಿದ್ದೇನೆ. ಒಬ್ಬೊಬ್ಬರೊಂದಿಗೆ ಸಮಾಲೋಚನೆ ಮಾಡುವ ಬದಲು, ಹಲವರೊಂದಿಗೆ ಏಕಕಾಲಕ್ಕೆ, ಅವರೆಲ್ಲರ ಸಾಮಾನ್ಯ ಸಮಸ್ಯೆಗಳ ಬಗ್ಗೆ ಸಮಾಲೋಚಿಸುವತ್ತ 'ನಾನೂಂದ್ರೆ ನಂಗಿಷ್ಟ!' ಪುಸ್ತಕವು ಹೆಗಡೆಯವರ ಅತ್ಯುತ್ತಮ ಪ್ರಯತ್ನ. ಇದು ಕನ್ನಡ ಓದುಗರಿಗೆ ಸಿಗುತ್ತಿರುವ ವಿಶಿಷ್ಟ ಪುಸ್ತಕ. ಇದನ್ನು ಓದುವುದು ನಿಜಕ್ಕೂ ಒಂದು ಚೇತೋಹಾರಿ ಅನುಭವ. ಓದುತ್ತ, ಓದುತ್ತ ಒಂದಿಷ್ಟಾದರೂ ತಮ್ಮನ್ನು ತಾವು ಇರುವ ಹಾಗೆಯೇ ಒಪ್ಪಿಕೊಳ್ಳುವುದನ್ನು ಕಲಿಯುತ್ತಾರೆ. ಇದರಿಂದ ಜೀವನದಲ್ಲಿ ನೆಮ್ಮದಿಯನ್ನು, ಸಾರ್ಥಕ್ಯವನ್ನೂ ಪಡೆಯುತ್ತಾರೆ. ತಮ್ಮನ್ನು ತಾವು ಪ್ರೀತಿಸುವವರು ಖಂಡಿತವಾಗಿಯು ತಮ್ಮವರನ್ನೂ, ತಮ್ಮ ಸಮಾಜವನ್ನೂ ಪ್ರೀತಿಸುತ್ತಾರೆ. ಹಾಗಾಗಲಿ!

– ಅರವಿಂದ ಎಂ. ನೆಗಳೂರು

ನ್ಯಾಯವಾದಿ, ಕರ್ನಾಟಕ ಉಚ್ಚ ನ್ಯಾಯಾಲಯ.

ಸಂಪಾದಕರು, 'ಲಹರಿ ಸಂವಾದ' ಹಾಗೂ 'ಕಮ್ಯುನಿಕ್' ಬೆಂಗಳೂರು

ಸನ್ಮಿತ್ರನಂಥ ಪುಸ್ತಕ!

'ನಾನೂಂದ್ರೆ ನಂಗಿಷ್ಟ!' ಹೆಸರನ್ನು ನೋಡಿದೆ. ಪುಸ್ತಕವನ್ನು ಕೈಗೆತ್ತಿಕೊಳ್ಳದೇ ಇರಲಾಗಲಿಲ್ಲ. ಪುಟಗಳನ್ನು ತಿರುವುತ್ತ ಇಡೀ ಪುಸ್ತಕವನ್ನು ಓದಿದೆ. ವಿಷಯ ಮಂಡನೆಯಲ್ಲಿರುವ ಹೊಸತನ ಮತ್ತು ಚುರುಕುತನಗಳಿಂದ ತುಂಬಾ ಸಂತೋಷಪಟ್ಟೆ.

ಈ ಪುಸ್ತಕವು ಉಪದೇಶವಲ್ಲ ಅಥವಾ ಅಲ್ಲಿಂದೆಲ್ಲಿಂದಲೋ ಹೆಕ್ಕಿ ಪೋಣಿಸಿದ ವಿಷಯ ಸಂಗ್ರಹವೂ ಅಲ್ಲ. ಇದರಲ್ಲಿರುವ ಪ್ರತಿಯೊಂದು ಲೇಖನವೂ ಶ್ರೀ ಡಿ. ಎಂ. ಹೆಗಡೆಯವರ ಜೀವನಾನುಭವದ ಅಭಿವ್ಯಕ್ತಿ. ಬಳಸಿದ ಭಾಷೆಯೂ ತೀರಾ ಸುಂದರವಾಗಿದೆ. ಪ್ರತಿಯೊಂದು ವಿಷಯವನ್ನೂ ಸರಳವಾಗಿ, ಕುತೂಹಲಕರವಾಗಿ, ಮನಮುಟ್ಟುವಂತೆ ಪ್ರಸ್ತುತಪಡಿಸಿದ್ದಾರೆ. ಕನ್ನಡದ ಮಟ್ಟಿಗೆ ಇದೊಂದು ವಿಶೇಷವಾದ ಪುಸ್ತಕವಾಗಿದೆ.

ವಿದ್ಯಾರ್ಥಿಯಾಗಿರಲಿ, ಗೃಹಿಣಿಯಾಗಿರಲಿ, ಯುವಕರಾಗಿರಲಿ... ನಾವು ಯಾರೇ ಆಗಿರಲಿ, ನಮ್ಮ ದಿನನಿತ್ಯದ ಬದುಕನ್ನು ಚೆನ್ನಾಗಿ ಬದುಕಲಿಕ್ಕೆ ಸಹಾಯ ಮಾಡಲಿಕ್ಕೆ ಸಿಕ್ಕಿರುವ ಅನಿರೀಕ್ಷಿತ ಗೆಳೆಯನಂತಿದೆ ಈ ಪುಸ್ತಕ. ಹಾಗಾಗಿ ಇದೊಂದು ಎಲ್ಲರೂ ಓದಲೇಬೇಕಾದ ಪುಸ್ತಕ.

ಲೇಖಕರ ಪ್ರಾಮಾಣಿಕ ಪ್ರಯತ್ನವನ್ನು ನಾನು ಅಭಿನಂದಿಸುವುದರ ಜೊತೆಗೆ ಹೆಗಡೆಯವರು, ಇನ್ನೂ ಜನೋಪಯೋಗಿಯಾಗುವಂತಹ ಅನೇಕಾನೇಕ ಪುಸ್ತಕಗಳನ್ನು ಪ್ರಕಟಿಸಲಿ ಎಂದು ಆಶಿಸುತ್ತೇನೆ.

– ಡಾ. ಹೆಚ್. ಎಸ್. ನಾಗರಾಜ

ಸಂಸ್ಥಾಪಕರು

'ಬೇಸ್' ಸಂಸ್ಥೆ ಮತ್ತು 'ಪ್ರಯೋಗ' ಬೆಂಗಳೂರು

ಸರಳ ವಿರಳ ಪಥ್ಯ!

ಮನುಷ್ಯನ ಮನಸ್ಸಿನ ವೈವಿಧ್ಯತೆ ಮತ್ತು ಸಾಧ್ಯತೆಗಳನ್ನು ಕುರಿತಂತೆ ಕನ್ನಡದಲ್ಲಿ ಇದೊಂದು ಅತ್ಯುತ್ತಮವಾದ ಪುಸ್ತಕವಾಗಿದೆ. ಇದರಲ್ಲಿ ಹೇಳಿರುವ ಸಂಗತಿಗಳೆಲ್ಲವೂ ಪರಿಣಾಮಕಾರಿಯಾಗಿ ಕೆಲಸವನ್ನು ಮಾಡುತ್ತವೆ.

ಓದುಗನು ತನ್ನ ಮನಸ್ಸನ್ನು ಅರ್ಥಮಾಡಿಕೊಂಡು, ಅದನ್ನು ಧನಾತ್ಮಕವಾಗಿ ಹೇಗೆ ಪರಿವರ್ತಿಸಿಕೊಳ್ಳಬೇಕೆನ್ನುವುದನ್ನು ಶ್ರೀ ಡಿ. ಎಂ. ಹೆಗಡೆಯವರು "ನಾನೂಂದ್ರೆ ನಂಗಿಷ್ಟ!" ದಲ್ಲಿ ಅತ್ಯುತ್ತಮವಾಗಿ ತಿಳಿಸಿದ್ದಾರೆ. ಇದರಲ್ಲಿರುವ ಬರಹಗಳು ಸರಳವಾಗಿವೆ. ಸುಂದರವಾಗಿವೆ. ಚಿಕ್ಕದಾಗಿವೆ. ಚೊಕ್ಕಟವಾಗಿವೆ. ಎಂಥವರಿಗೂ ತಿಳಿಯುವಂತಿವೆ. ಇವುಗಳನ್ನು ರೂಢಿಸಿಕೊಂಡಲ್ಲಿ ಬದುಕಿನಲ್ಲಿ ನೆಮ್ಮದಿಯನ್ನು, ಸುಖವನ್ನು ಅನುಭವಿಸಬಹುದಾಗಿದೆ. ಆಸಕ್ತರಿಗೆ ಇದೊಂದು ಪಥ್ಯದಂತೆ ಕೆಲಸ ಮಾಡುತ್ತದೆ.

ಇಂತಹ ವಿಶಿಷ್ಟ ಸ್ವಸಹಾಯ ಪುಸ್ತಕಗಳು ಕನ್ನಡದಲ್ಲಿ ವಿರಳವಾಗಿರುವಾಗ ಮಿತ್ರ ಶ್ರೀ ಡಿ. ಎಂ. ಹೆಗಡೆಯವರು "ನಾನೂಂದ್ರೆ ನಂಗಿಷ್ಟ!"ದಲ್ಲಿ ಶ್ರಮವಹಿಸಿ, ಶಿಸ್ತಿನಿಂದ ಲೇಖನಗಳನ್ನು ಪೋಣಿಸಿ ಕೊಟ್ಟಿದ್ದಾರೆ. ಇದು ಕನ್ನಡಿಗರಿಗೆ ಅತ್ಯುತ್ತಮವಾದೊಂದು ಉಡುಗೊರೆಯಾಗಿದೆ. ಅಷ್ಟರ ಮಟ್ಟಿಗೆ ಶ್ರೀ ಹೆಗಡೆಯವರು ಅಭಿನಂದನಾರ್ಹರು.

– ಡಾ. ಥಾಮಸ್ ಪಿ. ಜಾನ್

ಅಧ್ಯಕ್ಷರು

ಟಿ. ಜಾನ್ ಕಾಲೇಜು, ಬೆಂಗಳೂರು

ಚಿಕಿತ್ಸಕ ರೂಪದ ಬರಹಗಳು.

ನಾವು ನಮ್ಮನ್ನು ಪ್ರೀತಿಸಬೇಕು. ನಮ್ಮನ್ನು ಗಮನಿಸಿಕೊಳ್ಳಬೇಕು. ಅದರೆ ಯಾವುದೇ ಕಾರಣಕ್ಕೂ ಸ್ವಮೋಹಿಗಳೂ ಆಗಬಾರದು. ಸ್ವಾರ್ಥಿಗಳೂ ಆಗಬಾರದು.

ಆದರೆ ಈ ನಿಟ್ಟಿನಲ್ಲಿ ನಮಗೆ ಸಹಾಯವಾಗುವಂಥದ್ದು ಏನು?

ಒಂದೋ ನಮ್ಮ ಅರಿವೇ ಗುರುವಾಗಬೇಕು. ಇಲ್ಲವೇ ಗುರುವೇ ಅರಿವು ನೀಡಬೇಕು. ಇವೆರಡೂ ಒಟ್ಟೊಟ್ಟಿಗೆ ಆಗುವಂಥ ಸಾಹಿತ್ಯದ ಕೊರತೆ ನಮ್ಮಲ್ಲಿದೆ.

ಓದು ನಮ್ಮ ವ್ಯಕ್ತಿತ್ವವನ್ನು ಗಟ್ಟಿಗೊಳಿಸುತ್ತದೆ. ಒಂದು ಸುದೀರ್ಘವಾದ ಓದು ಸಣ್ಣದೊಂದು ಪಾಠ ಗ್ರಹಿಸುವಂತೆ ಮಾಡಿರುತ್ತದೆ. ಹೀಗೆ ಬದುಕಲು ತೊಡಗಿದರೆ ಬದುಕು ಸಣ್ಣದೆನಿಸತೊಡಗುತ್ತದೆ. ಧಾವಂತದ ಈ ಬದುಕಿನಲ್ಲಿ ಎಲ್ಲವನ್ನೂ ಇನ್‌ಸ್ಟಂಟ್ ಆಗಿ ಪಡೆಯಬೇಕೆನ್ನುತ್ತೇವೆ. ನಮ್ಮೊಳಗಿನ ಸಮಾಧಾನವನ್ನೂ, ನಮ್ಮ ನೆಮ್ಮದಿಯನ್ನೂ ಖರೀದಿಸಲೆತ್ನಿಸುತ್ತೇವೆ. ಹಾಗಾಗಿಯೇ ಆಂಗ್ಲಸಾಹಿತ್ಯ ಬೆಸ್ಟ್‌ಸೆಲ್ಲರ್ ಆಗಿ ಹೊರಹೊಮ್ಮುತ್ತಿದೆ.

ಬದುಕಿನ ಕೌಶಲ ಕಲಿಯುವುದು ಬೇರೆ. ಬದುಕನ್ನೇ ಆಸ್ವಾದಿಸುವುದು ಬೇರೆ. ಹೀಗೆ ನಮಗೆ ಉಪದೇಶಗಳಲ್ಲದ, ಸೂಚನೆಗಳಲ್ಲದ, ನಿರ್ದೇಶನಗಳೂ ಅಲ್ಲದ, ನಿದರ್ಶನಗಳೊಂದಿಗೆ ಒಂದಿಷ್ಟು ಅರಿವನ್ನು ನೀಡುವ ಅನುಭವಪೂರ್ಣಲೇಖನಗಳು "ನಾನೂಂದ್ರೆ ನಂಗಿಷ್ಟ" ಸಂಕಲನದಲ್ಲಿವೆ. ಇವು ಜೀವನವನ್ನು ಆನಂದಿಸಲೆಂದೇ ಬರೆದ ಬರಹಗಳು. ಚಿಕಿತ್ಸಕ ರೂಪದ ಬರಹಗಳು. ಕನ್ನಡ ಸಾಹಿತ್ಯದಲ್ಲಿರುವ ಕೊರತೆಯನ್ನು ನೀಗಿಸಬಲ್ಲವು. ಪ್ರತಿ ಬರಹಕ್ಕೂ ನಮ್ಮ ಅಂತರಾಳವನ್ನು ಹೊಕ್ಕು, ಆನಂದದ ಅಲೆಯನ್ನು ಏಳಿಸುವ ಸಾಮರ್ಥ್ಯವಿದೆ. ನಾವು ಓದುತ್ತ ನಮ್ಮವರಿಗೆಲ್ಲರಿಗೂ ಓದಿಸಲೇಬೇಕಾದ ಪುಸ್ತಕ!

– ಶ್ರೀಮತಿ ರಶ್ಮಿ
ಪತ್ರಕರ್ತೆ, ಲೇಖಕಿ
ಬೀದರ

ಇದೊಂದು 'ಪ್ರೇಮಸಂಹಿತೆ'!

ಬದುಕೆಂದರೆ ನಂಬಿಕೆಗಳ ಮೊತ್ತ. ನಂಬಿಕೆಗಳನ್ನು ಬಲಪಡಿಸುತ್ತ ಮುಂದುವರೆಯುವುದು ಇಂದಿನ ಜಗತ್ತಿನ ಅವಶ್ಯಕತೆ. ಇದನ್ನು ಸಾಧಿಸಬೇಕಾದುದರ ಮಹತ್ವ ಮತ್ತು ಮಾರ್ಗ ಎರಡನ್ನೂ ಸೂಚಿಸುತ್ತದೆ "ನಾನೂಂದ್ರೆ ನಂಗಿಷ್ಟ" ಪುಸ್ತಕ.

Self Service (ಸ್ವ–ಸಹಾಯ) ಪದ್ಧತಿ ಹೋಟೆಲಿನ ಅಂಗಳವನ್ನು ದಾಟಿ ಮನೆ, ಮನಗಳ ಅಂಗಳವನ್ನು ತಲುಪಿರುವ ಈ ದಿನಗಳಲ್ಲಿ ಇಂತಹ ಸ್ವ–ಸಹಾಯ (Self Help) ಗ್ರಂಥಗಳ ಅವಶ್ಯಕತೆ ಬಹಳವಿದೆ. ಧಾವಂತದ ಈ ವೇಗಯುಗದಲ್ಲಿ ವೇದ–ಪುರಾಣಗಳನ್ನು ಓದಿ ಅವುಗಳಲ್ಲಿ ಅಂತರ್ಗತವಾದ ಮೌಲ್ಯಗಳನ್ನು ಆಸ್ವಾದಿಸುವ ಸಮಯಾವಕಾಶ ಜನತೆಗೆ ಇಲ್ಲ. ಇಂತಹ ದಿಕ್ಕೆಟ್ಟ ದಿನಗಳಲ್ಲಿ ಮಾರ್ಗದರ್ಶನ, ಸಾಂತ್ವನ ನೀಡುವ ಕೈಗಳೂ, ಮನಸ್ಸುಗಳೂ ಬೇಕು. ಅಂತಹುದೊಂದು ಪ್ರಯತ್ನವನ್ನು ಮಿತ್ರ (ಮಿತ್ರ ಎನ್ನುವದಕ್ಕಿಂತ ಸಹೋದರ ಎನ್ನುವುದು ಹೆಚ್ಚು ಸರಿ, ಏಕೆಂದರೆ ಇವರ ಮನೆ ನನ್ನ ಮನೆ. ಇವನ ತಾಯಿಗೆ ನಾನು ಅವರ ಮಗನೇ ಎಂಬಷ್ಟು ಪ್ರೀತಿ, ಕಕ್ಕುಲಾತಿ!) ಡಿ. ಎಂ. ಹೆಗಡೆ ಮಾಡಿದ್ದಾರೆ. ಲೇಖನಗಳ ಕಕ್ಷೆಯೊಳಗೆ ಬದುಕನ್ನು ಹಿಡಿತದಲ್ಲಿ, ಸಮತೋಲನದಲ್ಲಿ ಇಟ್ಟುಕೊಳ್ಳುವ ಸರಳ ಮಾರ್ಗಗಳನ್ನು ಸೂಚಿಸಿದ್ದಾರೆ. ಲೇಖನಗಳು ಕೇವಲ ತಾತ್ತ್ವಿಕ ನೆಲೆಯಲ್ಲಿ ನಿಲ್ಲದೆ ಪ್ರಾಯೋಗಿಕ ಅಂಶಗಳನ್ನೂ ಒಳಗೊಂಡಿದೆ ಎಂಬುದು ಬಹುಮುಖ್ಯ ವಿಚಾರ. ವ್ಯಕ್ತಿ ಆಂತರಿಕವಾಗಿಯೂ, ಸಾಮಾಜಿಕವಾಗಿಯೂ ಬೆಳೆಯುವಲ್ಲಿ ತಾತ್ತ್ವಿಕ ಹಾಗೂ ಪ್ರಾಯೋಗಿಕ ಅಂಶಗಳು ಪ್ರಯೋಜನಕಾರಿಯಾಗುತ್ತವೆ. ಆಲೋಚನೆ ಮತ್ತು ಕ್ರಿಯಾಶೀಲತೆ ಎರಡನ್ನೂ ಪ್ರಚೋದಿಸುವ ಶಕ್ತಿ ಶ್ರೀ ಡಿ. ಎಂ. ಹೆಗಡೆ ಅವರ ಲೇಖನಗಳಿವೆ. ಈ ಲೇಖನಗಳು ಅವರಿಂದ ಹೊಮ್ಮಿವೆಯೇ ಹೊರತು ಅದರ ಬೇರುಗಳು ನಮ್ಮ ಪರಂಪರಾನುಗತ ಚಿಂತನೆಯಲ್ಲಿ ಅಡಗಿವೆ. ಅರ್ಥಾತ್ ಈ ಪುಸ್ತಕದ ಕಾಪಿರೈಟು ಸೋದರ ಹೆಗಡೆ ಅವರದು ಆದರೆ ಅದನ್ನು ಬದುಕಿಗೆ ಭಟ್ಟಿ ಇಳಿಸಿಕೊಳ್ಳುವ ಕಾಪಿರೈಟು ನಮ್ಮೆಲ್ಲರದು!

ಮತ್ತೊಂದು ಹೃದ್ಯ ವಿಷಯವೆಂದರೆ ಇಡೀ ಪುಸ್ತಕ ಅತ್ಯಂತ ಆತ್ಮೀಯ ನೆಲೆಯಲ್ಲಿ ರೂಪುಗೊಂಡಿರುವುದು. ಇವೆಲ್ಲವೂ ದಿನಪತ್ರಿಕೆಯಲ್ಲಿ ಬಿಡಿ ಬಿಡಿಯಾಗಿ ಪ್ರಕಟಗೊಂಡವು. ಇವುಗಳನ್ನು ಒಟ್ಟಾಗಿ ಓದುಗರ ಮುಂದಿಡುವ ಪ್ರಯತ್ನ ಶ್ಲಾಘನೀಯ. ಎಂದೋ ಎಲ್ಲೋ ಓದಿದ ಲೇಖನವನ್ನು ಮತ್ತೆ ಮನನ ಮಾಡುವ ಮನಸ್ಸಾದಾಗ ಆ ಪತ್ರಿಕೆಯನ್ನು ಹುಡುಕುವ ಪರಿಶ್ರಮದ ಬದಲು ಹೀಗೆ ಅವು ಪುಸ್ತಕ ರೂಪದಲ್ಲಿ ದೊರೆಯುವುದು ಓದುಗರಿಗೆ

ಅನುಕೂಲ. ಪತ್ರಿಕೆಗೆ ಸರಳವಾಗಿಯೇ ಬರೆಯಬೇಕಾದ ಅನಿವಾರ್ಯತೆ ಇರುತ್ತದೆ. ಪಾಂಡಿತ್ಯಪೂರ್ಣವಾಗಿರದೆ ಸಾಮಾನ್ಯರಿಗೂ ಅರ್ಥವಾಗಿ ಹೃದಯಕ್ಕೆ ತಟ್ಟುವಂತಿರಬೇಕು ಎಂಬುದು ಲೇಖನಕೃಷಿಯ ಆಶಯ. ಈ ಬಗೆಯ ಬರವಣಿಗೆ ಮೊದಲಿಗೆ ಪ್ರಯಾಸಕರವಾದರೂ ಕೈ ಕ್ರಮೇಣ ಕುದುರುತ್ತದೆ. ಹೆಗಡೆಯವರು ಇದರಲ್ಲಿಯೂ ಯಶಸ್ವಿಯಾಗಿದ್ದಾರೆ ಎಂಬುದನ್ನು ಹೆಮ್ಮೆಯಿಂದ ಗಮನಿಸಬಹುದು. ಓದುಗರ ಗಮನವನ್ನು ಹಿಡಿದಿಟ್ಟುಕೊಂಡು ತಿಳಿಸಬೇಕಾದ ವಿಷಯವನ್ನು ಹದಗೆಡದಂತೆ ನಿವೇದಿಸುವ ಜಾಣ್ಮೆಯನ್ನು ಲೇಖಕರು ಹೊಂದಿದ್ದಾರೆ.

'ಕಾಂತಾಸಂಹಿತೆ'ಯ ಕಾಲ ಇದೆಯೊ ಅಥವಾ ಕಳೆದುಹೋಗಿದೆಯೊ ಗೊತ್ತಿಲ್ಲ. ಒಡೆಯುತ್ತಿರುವ ಮನೆಮನಗಳ ಮಜಲುಗಳನೇಕವನ್ನು ಹೆಗಡೆಯವರು ಈ ಗ್ರಂಥದಲ್ಲಿಯೇ ಉಲ್ಲೇಖಿಸಿದ್ದಾರೆ. ಹೆಂಡತಿಯ ಮಾತು ಕೇಳದ ಗಂಡಂದಿರೇ ಹೆಚ್ಚೆಂದು ಹೆಂಗಸರೆಲ್ಲರ ಅಭಿಪ್ರಾಯವೂ ಆಗಿ ಸ್ತ್ರೀವಾದದ ದನಿ ಪ್ರಬಲವಾಗಿರುವ ಈ ದಿನಗಳಲ್ಲಿ 'ಕಾಂತಾಸಂಹಿತೆ' ಹೊಳಪು ಕಳೆದುಕೊಂಡು 'ಪ್ರೇಮಸಂಹಿತೆ' ಹೆಚ್ಚು ಪ್ರಭಾವಶಾಲಿಯಾಗಿದೆ ಎನಿಸುತ್ತಿದೆ. ಈ ನಿಟ್ಟಿನಲ್ಲಿ ಸೋದರ ಡಿ. ಎಂ. ಹೆಗಡೆಯವರ 'ನಾನೂಂದ್ರೆ ನಂಗಿಷ್ಟ' ಅತ್ಯಂತ ಆತ್ಮೀಯವಾಗಿ, ನಮ್ಮ ಬಗ್ಗೆ ನಮಗೂ ಹಾಗೂ ನಮ್ಮಿಂದ ಇತರರಿಗೂ ಸಹಜವಾದ ಪ್ರೀತಿ, ವಿಶ್ವಾಸ, ವಾತ್ಸಲ್ಯ, ಅಭಿಮಾನ, ನಂಬಿಕೆ ಮೂಡುವಂತಹ, ಪ್ರೇರಣೆ ನೀಡುವಂತಹ ಅಂಶಗಳನ್ನು ಒಳಗೊಂಡ 'ಪ್ರೇಮಸಂಹಿತೆ'ಯೇ ಆಗಿದೆ. ಇದು ಐಂದ್ರಿಯ ಮಟ್ಟದ ಪ್ರೇಮಪೋಷಕ ಎನ್ನುವ ಅರ್ಥದಲ್ಲಲ್ಲ. ಬದುಕಿನ ರಮ್ಯತೆಯನ್ನೂ ಒಟ್ಟೂ ಸೊಗಸನ್ನು ಹೆಚ್ಚಿಸುವ ಪ್ರೇಮಸಂಹಿತೆಯಾಗಿ ಇದು ಪ್ರಿಯವಾಗುತ್ತದೆ. ಇದು ವ್ಯಕ್ತಿ–ವ್ಯಕ್ತಿಗಳ ನಡುವಣ ಪ್ರೇಮವಲ್ಲ; ವ್ಯಷ್ಟಿ–ಸಮಷ್ಟಿಯ ನಡುವಣ ಪ್ರೀತಿ–ಪ್ರೇಮಗಳನ್ನು ಬಿತ್ತಿ ಬೆಳೆಯುವ ಚಿಂತನ ಬುತ್ತಿ. ಗೆಳೆಯ, ಸಖ, ಸೋದರ ದತ್ತಾತ್ರೇಯ ಮಹಾಬಲೇಶ್ವರ ಹೆಗಡೆಯವರಿಗೆ ಆತ್ಮೀಯ ಅಭಿನಂದನೆಗಳು. ಕೊಂಡು ಓದುವ ಎಲ್ಲ ಸಹೃದಯರಿಗೆ ಪ್ರೀತಿಯ ವಂದನೆಗಳು.

– ರಘು ವಿ.
ಸಂಪಾದಕರು
'ವಿವೇಕ ಹಂಸ'

ಲೇಖಕರ ಮಾತು

ಈ ಪುಸ್ತಕದಲ್ಲಿ ಕಳೆದ ಮೂರು ವರ್ಷಗಳಲ್ಲಿ ನಾನು ಬೇರೆ ಬೇರೆ ಸಂದರ್ಭಗಳಲ್ಲಿ ಬರೆದ ಬರಹಗಳಿವೆ. ಇವು ಪ್ರವೃತ್ತಿಯನ್ನೇ ನಾನು ವೃತ್ತಿಯನ್ನಾಗಿಸಿಕೊಂಡ ನಂತರ ಬರೆದವುಗಳು. ಎಲ್ಲವೂ ನಮ್ಮ ದೈನಂದಿನ ಬದುಕನ್ನು ಒಪ್ಪವಾಗಿಸಿಕೊಳ್ಳಲಿಕ್ಕಾಗಿ, ನಮ್ಮೊಳಗನ್ನು ನಾವು ನೋಡಿಕೊಳ್ಳಲಿಕ್ಕೆ ನೆನಪಿಸುವ ಪ್ರಯತ್ನವಾಗಿದೆ. ಆ ಮೂಲಕ ನಮ್ಮನ್ನು ನಾವು ಆರಾಮಾಗಿರಿಸಿಕೊಳ್ಳಲಿಕ್ಕೆ ಸಹಾಯಕವಾಗಿವೆ. ಮನಸ್ಸಿನ ತಾಕಲಾಟಗಳು ಮತ್ತು ಅವುಗಳನ್ನು ತಹಬಂದಿಗೆ ತರಲಿಕ್ಕೆ ಪ್ರಯತ್ನಿಸುವ ಆಲೋಚನೆಗಳನ್ನು ಬರೆದು ಹೇಳಿಕೊಂಡಿದ್ದೇನೆ. ಇವುಗಳಲ್ಲಿ ಹೇಳಿರುವುದನ್ನು ನಾನು ಮಾಡಿದ್ದೇನೆ. ಅದರ ಸತ್ಪರಿಣಾಮಗಳನ್ನು ಅನುಭವಿಸಿದ್ದೇನೆ. ಹಾಗಾಗಿ ನಿಮ್ಮ ಜೊತೆಗೆ ಹಂಚಿಕೊಂಡಿದ್ದೇನೆ. ಇವುಗಳಿಂದ ನಿಮಗೂ ಉಪಯೋಗವಾದರೆ, ನಿಮಗೂ ಸಂತೋಷವಾದರೆ ನನ್ನ ಶ್ರಮ ಸಾರ್ಥಕವಾದಂತೆ!

'ನಾನೂಂದ್ರೆ ನನಗೆ ಒಂದಿಷ್ಟೂ ಇಷ್ಟ ಇಲ್ಲ!' ಎಂದು ಆಕೆ ಹೇಳಿದ ಕ್ಷಣದಲ್ಲಿಯೇ ಬಹುಶ: ಈ ಪುಸ್ತಕ ರೂಪಗೊಂಡಿರಬೇಕು. ನಮ್ಮ ಎಲ್ಲ ವ್ಯಕ್ತಿಗತವಾದ ಮೂಲಭೂತ ಸಮಸ್ಯೆಗಳಿಗೂ ಇದೇ ಮನಸ್ಥಿತಿ ಕಾರಣವಾಗಿದೆ. ನಾನೂಂದ್ರೆ ನನಗೆ ಒಂದಿಷ್ಟೂ ಇಷ್ಟ ಇಲ್ಲ ಎನ್ನುವ ಮನಸ್ಥಿತಿಯಿಂದ 'ನಾನೂಂದ್ರೆ ನಂಗಿಷ್ಟ' ಎನ್ನುವ ಹಂತಕ್ಕೆ ಬಂದಾಗ ಮಾತ್ರ ನಮ್ಮನ್ನು ಕಾಡುತ್ತಿರುವ ಸಮಸ್ಯೆಗಳು ಕರಗುತ್ತವೆ. ಮನಸ್ಸು ನಿರಾಳವಾಗುತ್ತದೆ. ಗಾಳಿಯ ತಂಪನ್ನೂ, ಹೂವಿನ ಕಂಪನ್ನೂ, ಮೊದಲ ಮಳೆಯ ಮಣ್ಣಿನ ವಾಸನೆಯನ್ನೂ ಆಸ್ವಾದಿಸುವ, ಸಂಜೆಯ ಸೂರ್ಯಾಸ್ತದ ಬಿಸುಪನ್ನು ಆನಂದಿಸುವ ಮಟ್ಟಿಗೆ ಹೊಸಬರಾಗುತ್ತೇವೆ! ನಮ್ಮಲ್ಲಿ ಉಂಟಾಗುವ ಇವೆಲ್ಲ ಧನಾತ್ಮಕ ಬದಲಾವಣೆಗಳಿಂದಾಗಿ, ನಮ್ಮ ಜೊತೆಗಿರುವವರೂ ಸಂತೋಷದಿಂದ ಬದುಕಲಿಕ್ಕೆ ಅನುಕೂಲವಾಗುತ್ತದೆ. ನಮ್ಮಲ್ಲಿ ಏನೇನಿಲ್ಲ ಎಂದು ಹುಡುಕುತ್ತ, ಕೊರಗುತ್ತ ಇರುತ್ತೇವೆ. ಅದರ ಬದಲಿಗೆ ನಮ್ಮಲ್ಲಿ ಹಾಗೂ ನಮ್ಮವರಲ್ಲಿರುವ ಧನಾತ್ಮಕ ಅಂಶಗಳನ್ನು ಹುಡುಕುತ್ತ, ಅವುಗಳನ್ನು

ಆಸ್ವಾದಿಸುತ್ತಾ ಸುಖಿಸುವುದನ್ನು ರೂಢಿಮಾಡಿಕೊಳ್ಳುವುದು ಅಗತ್ಯವಾಗಿದೆ. ಅಲ್ಲವೇ?!

ಪ್ರವೃತ್ತಿಯನ್ನೇ ವೃತ್ತಿಯನ್ನಾಗಿಸಿಕೊಳ್ಳಬೇಕು ಎನ್ನುವ ನನ್ನ ನಿರ್ಧಾರಕ್ಕೆ ಪ್ರೀತಿಯಿಂದ ನೈತಿಕ ಧೈರ್ಯವನ್ನು ಕೊಟ್ಟಿದ್ದು ಅಣ್ಣನಂಥ ಗೆಳೆಯ ಶ್ರೀ ರವೀಂದ್ರ ಭಟ್ಟರು. ಜಾಹೀರಾತು ಕೊಡುವುದಕ್ಕಿಂತಲೂ ಲೇಖನಗಳನ್ನು ಬರೆಯುವ ಮೂಲಕ ನನ್ನ ಸೇವಾಕ್ಷೇತ್ರವನ್ನು ವಿಸ್ತರಿಸುವಂತೆ ಸಲಹೆಕೊಟ್ಟು ಪ್ರೋತ್ಸಾಹಿಸಿದವರು ಅವರು.

ತಮ್ಮ ಪ್ರಜಾವಾಣಿ ಪತ್ರಿಕೆಯ ಕ್ಷೇಮಕುಶಲ ಪುರವಣಿಯಲ್ಲಿ ಪ್ರೀತಿಯಿಂದ ಪ್ರಕಟಿಸಿದ ಬರಹಗಳನ್ನು ಈಗ ಪುಸ್ತಕವನ್ನಾಗಿ ಪ್ರಕಟಿಸಲಿಕ್ಕೆ ಮನಸ್ಪೂರ್ವಕವಾಗಿ ಒಪ್ಪಿಗೆ ಕೊಟ್ಟು, ಶುಭಹಾರೈಸಿದ "ಪ್ರಜಾವಾಣಿ"ಯ ಮಾಲೀಕರೂ, ಸಂಪಾದಕರೂ ಆದ ಶ್ರೀ ಕೆ. ಎನ್. ಶಾಂತಕುಮಾರ್ ಅವರಿಗೆ ನಾನು ಹೃತ್ಪೂರ್ವಕ ಕೃತಜ್ಞತೆಗಳನ್ನು ಅರ್ಪಿಸುತ್ತೇನೆ. ನನ್ನ ಬರಹಗಳನ್ನೂ ಯಾವತ್ತಿಗೂ ಅಷ್ಟೇ ಅಕ್ಕರೆಯಿಂದ ಪ್ರಕಟಿಸುತ್ತಿರುವ ಪ್ರಜಾವಾಣಿಯ ಕಾರ್ಯನಿರ್ವಾಹಕ ಸಂಪಾದಕ ಶ್ರೀ ರವೀಂದ್ರ ಭಟ್ಟರಿಗೆ, ಸಹ ಸಂಪಾದಕರಾದ ಶ್ರೀ ಎಂ. ನಾಗರಾಜ ಅವರಿಗೆ, ಕ್ಷೇಮಕುಶಲ ಪುರವಣಿಯ ಜವಾಬ್ದಾರಿಯನ್ನು ನಿರ್ವಹಿಸುತ್ತಿರುವ ಶ್ರೀಮತಿ ರಶ್ಮಿ ಎಸ್. ಅವರಿಗೆ ಮತ್ತು ಶ್ರೀ ಸೂರ್ಯಪ್ರಕಾಶ ಪಂಡಿತರಿಗೆ ಹಾಗೂ ಪ್ರಜಾವಾಣಿ ಬಳಗದ ಎಲ್ಲರಿಗೆ ನನ್ನ ವಂದನೆಗಳು. ನನ್ನ ಪ್ರಕಟಿತ ಬರಹಗಳನ್ನು ಓದಿ ಮೆಚ್ಚಿಗೆ ಸೂಸಿದ್ದಲ್ಲದೇ, ಅವುಗಳಿಂದ ತಮಗಾದ ಪ್ರಯೋಜನಗಳ ಬಗ್ಗೆ ಹೇಳಿದ ಎಲ್ಲ ಓದುಗ ಮಿತ್ರರಿಗೆ ನನ್ನ ವಂದನೆಗಳು.

ಪುಸ್ತಕಕ್ಕೆ ಶುಭನುಡಿಯನ್ನು ಬರೆದುಕೊಟ್ಟು ಶುಭಹಾರೈಸಿದ ನನ್ನ ಗುರು, ಮಾರ್ಗದರ್ಶಕ, ಖ್ಯಾತ ಶಿಕ್ಷಣ ತಜ್ಞ ಡಾ. ಹೆಚ್. ಎಸ್. ನಾಗರಾಜ, ಸನ್ಮಿತ್ರ, ಶಿಕ್ಷಣ ಪ್ರೇಮಿ ಡಾ. ಥಾಮಸ್ ಜಾನ್, ಬಹುಕಾಲದ ಒಡನಾಡಿ, ಮಿತ್ರ ಶ್ರೀ ವಿ. ರಘು, ವೃತ್ತಿ ಮಿತ್ರ, ನ್ಯಾಯವಾದಿ ಶ್ರೀ ಅರವಿಂದ ನೆಗಳೂರ್, ಪತ್ರಕರ್ತೆ ಶ್ರೀಮತಿ ರಶ್ಮಿ, ಬೀದರ್, ಈ ಪುಸ್ತಕವನ್ನು ಪ್ರಕಟಿಸಲಿಕ್ಕೆ ಪರೋಕ್ಷವಾಗಿ ಕಾರಣರಾದ ಆತ್ಮೀಯ ಶ್ರೀ ರವೀಂದ್ರ ಭಟ್ಟ ಇವರೆಲ್ಲರಿಗೆ ನನ್ನ ಹೃತ್ಪೂರ್ವಕ ವಂದನೆಗಳು.

ವಿವೇಕಯುಗ ಪ್ರಕಾಶನವನ್ನು ಕಟ್ಟಿ ಬೆಳೆಸುವಲ್ಲಿ ಸದಾ ಜೊತೆಗಿರುವ

ನನ್ನ ಜೀವನ ಸಂಗಾತಿ ಶ್ರೀಮತಿ ಜಯಶ್ರೀ ಹೆಗಡೆ, ಆತ್ಮೀಯರಾದ ಶ್ರೀಮತಿ ಸ್ಮಿತಾ ಮತ್ತು ಶ್ರೀ ಗಿರೀಶ್ ಹೆಗಡೆ, ಶ್ರೀಮತಿ ಸುಷ್ಮಾ ಮತ್ತು ಶ್ರೀ ಪ್ರಶಾಂತ ಅಂಕೋಲೇಕರ್, ಶ್ರೀಮತಿ ಲಾವಣ್ಯ ಜಿ. ಮತ್ತು ಶ್ರೀ ಸತ್ಯನಾರಾಯಣ ಅಧಿಕಾರಿ ಹಾಗೂ ಶ್ರೀ ಗೌತಮ್ ಜಿ. ಅವರುಗಳ ನಿರಂತರ ಕಾರ್ಯೋತ್ಸಾಹಕ್ಕೆ ನನ್ನ ವಂದನೆಗಳು.

ಈ ಪುಸ್ತಕದ ಮುಖಪುಟ ಮತ್ತು ಒಳಪುಟಗಳನ್ನು ಆಕರ್ಷಕವಾಗಿ ವಿನ್ಯಾಸಗೊಳಿಸಿದ ಗೆಳೆಯ ಶ್ರೀ ದಿನೇಶ್ ನಾರ್ಕೋಡು, ಆಕರ್ಷಕ ರೇಖಾಚಿತ್ರಗಳನ್ನು ಬಿಡಿಸಿಕೊಟ್ಟ ಪ್ರಖ್ಯಾತ ಕಲಾವಿದ, ಗೆಳೆಯ ಶ್ರೀ ಜಿ.ಎಸ್.ನಾಗನಾಥ್, ಬರಹಗಳ ಕಾಗುಣಿತವನ್ನು ಸರಿಪಡಿಸಿ, ಪುಸ್ತಕವನ್ನು ಚಂದವಾಗಿಸಿದ ಶ್ರೀಮತಿ ಭವ್ಯ ಬೊಳ್ಳೂರು, ತಾವು ಕ್ಲಿಕ್ಕಿಸಿದ ಫೋಟೋಗಳನ್ನು ಬಳಸಿಕೊಳ್ಳಲಿಕ್ಕೆ ಸಮ್ಮತಿಸಿದ ಶ್ರೀಮತಿ ನಿವೇದಿತ, ಶ್ರೀ ಗಿರೀಶ್ ಹೆಗಡೆ, ಶ್ರೀಮತಿ ಜಯಶ್ರೀ ಅವರಿಗೆ ಹಾಗೂ ಪುಸ್ತಕವನ್ನು ಅಂದವಾಗಿ ಮುದ್ರಿಸಿದ ಸಾಯಿನಾಥ್ ಗ್ರಾಫಿಕ್ಸ್‌ನ ಶ್ರೀ ಕೆ.ಎನ್.ನಾಗರಾಜ ಅವರಿಗೆಲ್ಲರಿಗೂ ನನ್ನ ವಂದನೆಗಳು.

ಸದಾ ನಮ್ಮ ಪ್ರಕಟಣೆಗಳನ್ನು ಪ್ರೀತಿಯಿಂದ ಕೊಂಡು, ಓದಿ, ಆನಂದಿಸುವ ನಿಮಗೆ ನನ್ನ ಹೃತ್ಪೂರ್ವಕ ವಂದನೆಗಳು. ಈ ಪುಸ್ತಕದ ಕೊನೆಯಲ್ಲಿರುವ ಓದುಗರ ಅಭಿಪ್ರಾಯ ಪುಟವನ್ನು ತಾವು ತುಂಬಿ ನಮಗೆ ಕಳಿಸಿದರೆ, ನಮ್ಮ ಮುಂದಿನ ಪ್ರಕಟಣೆಗಳಲ್ಲಿ ಅವುಗಳನ್ನು ಪ್ರಕಟಿಸುತ್ತೇವೆ ಹಾಗೂ ನಮ್ಮ ಗುಣಮಟ್ಟವನ್ನು ಇನ್ನೂ ಹೆಚ್ಚಿನ ಮಟ್ಟದಲ್ಲಿ ಸುಧಾರಿಸಿಕೊಳ್ಳಲಿಕ್ಕೆ ನಿಮ್ಮ ಅಮೂಲ್ಯ ಸಲಹೆಗಳು ಸಹಾಯವಾಗುತ್ತವೆ.

ನಮಸ್ಕಾರಗಳೊಂದಿಗೆ

ದತ್ತಾತ್ರೇಯ ಮಹಾಬಲೇಶ್ವರ ಹೆಗಡೆ
ಬೆಂಗಳೂರು
18.11.2018

ಅರ್ಪಣೆ

ನನ್ನ ಅಮ್ಮ
ಶ್ರೀಮತಿ ಇಂದಿರಾ ಮಹಾಬಲೇಶ್ವರ ಹೆಗಡೆ
ಅವರ ಚರಣಕಮಲಗಳಿಗೆ

ಪರಿವಿಡಿ

ಆಗಾಗ ಡಿಲೀಟ್ ಮಾಡಿ! 1

ನಾವು ಇರುವುದೇ ಹೀಗೆ.

ಪ್ರತಿಯೊಂದನ್ನೂ ತುಂಬಿಕೊಳ್ಳುತ್ತ ಇರುತ್ತೇವೆ. ತುಂಬಿಕೊಳ್ಳುವುದೇ ಬದುಕಿನ ಪರಮೋದ್ದೇಶ ಎನ್ನುವಂತೆ ತುಂಬಿಕೊಳ್ಳುತ್ತಿರುತ್ತೇವೆ. ಯಾವುದಕ್ಕೂ ಇರಲಿ, ಮುಂದೆ ಏನಕ್ಕಾದರೂ ಬೇಕಾಗಬಹುದು ಎಂದು ತುಂಬಿಕೊಳ್ಳುತ್ತ ಇರುತ್ತೇವೆ. ಯಾವುದು ಸಿಕ್ಕರೂ ತಕ್ಷಣಕ್ಕೆ 'ನನಗೆ ಇದರ ಅಗತ್ಯವಿಲ್ಲ. ನನಗಿದು ಬೇಡ' ಎಂದು ಅನ್ನಿಸುವುದಿಲ್ಲ. ಮನೆಯನ್ನು, ತಿಜೋರಿಯನ್ನು ಹೀಗೇ ನಮ್ಮದಾದ ಜಾಗದಲ್ಲೆಲ್ಲ ತುಂಬಿಕೊಳ್ಳುತ್ತಲೇ ಇರುತ್ತೇವೆ. ಇವೆಲ್ಲಕ್ಕಿಂತ ಮುಖ್ಯವಾಗಿ ನಮ್ಮ ಮನಸ್ಸನ್ನೂ ಸಹ ನಮ್ಮ ನಂಬಿಕೆಗಳಿಂದ, ವಿಚಾರಗಳಿಂದ, ಆಸೆಗಳಿಂದ, ಭರವಸೆಗಳಿಂದ ತುಂಬಿಕೊಳ್ಳುತ್ತ ಇರುತ್ತೇವೆ. ನಮಗಾಗಿ, ನಾಳೆಗಾಗಿ, ಮಕ್ಕಳಿಗಾಗಿ, ಮೊಮ್ಮಕ್ಕಳಿಗಾಗಿ ಹಣವನ್ನು, ಆಸ್ತಿಯನ್ನು ಹಾಗೂ ಜೀವನಾನುಭವವನ್ನು ಸಹ ಸಂಗ್ರಹಿಸುತ್ತಲೇ ಇರುತ್ತೇವೆ. ಇದು ನಮಗೆ ಮಾತ್ರ ಒಲಿದಿರುವ ವಿಶಿಷ್ಟ ಗುಣ. ಜೀವ ಜಗತ್ತಿನ ಯಾವುದೇ ಪ್ರಾಣಿಗೂ ಇಲ್ಲದ ಬಾಚಿಕೊಳ್ಳುವ, ತುಂಬಿಕೊಳ್ಳುವ,

ತುಂಬಿಕೊಂಡಿರುವುದನ್ನು ಮುಂದಿನವರಿಗಾಗಿ ಕಾಪಾಡಿಟ್ಟುಕೊಳ್ಳುವ ಗುಣ ಮನುಷ್ಯರಲ್ಲಿ ಮಾತ್ರ ಇದೆ. ನಮ್ಮ ಅಕ್ಕಪಕ್ಕದವರಿಗಿಂತ ಹೆಚ್ಚು, ನಮ್ಮ ಪರಿಚಯದವರಿಗಿಂತ ಹೆಚ್ಚು, ನಮ್ಮ ಸಂಬಂಧಿಕರಿಗಿಂತ ಹೆಚ್ಚು ಸಂಗ್ರಹಿಸಿಟ್ಟುಕೊಂಡು ಹೆಮ್ಮೆ ಪಡುವುದೂ ನಮಗೇ ಒಲಿದಿರುವ ಗುಣ.

ಇದೇ ರೀತಿಯಲ್ಲಿ ನಾವು ಎಲ್ಲವನ್ನೂ ನೆನಪಿಟ್ಟುಕೊಳ್ಳುತ್ತೇವೆ. ಅಥವಾ ಎಲ್ಲವನ್ನೂ ನೆನಪಿಟ್ಟುಕೊಳ್ಳಲಿಕ್ಕೆ, ಆ ಮೂಲಕ ತಾನು ಉಳಿದವರಿಗಿಂತ ಹೆಚ್ಚು ಬುದ್ಧಿವಂತ ಅಂತ ತೋರಿಸಿಕೊಳ್ಳಲಿಕ್ಕೆ ಪ್ರಯತ್ನಿಸುತೇವೆ. ಯಾವುದನ್ನೂ ಮರೆಯಬಾರದು ಎಂದು ಹೆಣಗಾಡುತ್ತೇವೆ. ನಮ್ಮ ಅಪಾರವಾದ ನೆನಪಿನ ಶಕ್ತಿಯ ಬಗ್ಗೆ ಹೆಮ್ಮೆ ಪಟ್ಟುಕೊಳ್ಳುತ್ತೇವೆ. ಸಂಗ್ರಹಿಸುವ, ಕಾಪಾಡಿಕೊಳ್ಳುವ ಮತ್ತು ಮನಸ್ಸಿಗೂ ಅದನ್ನೇ ಅನ್ವಯಿಸುವ ನಮ್ಮ ಗುಣದಿಂದ ನಿಜಕ್ಕೂ ನಮಗೆಷ್ಟು ಅನುಕೂಲವಾಗಿದೆ ಅಥವಾ ಅನಾನುಕೂಲವಾಗಿದೆ ಎಂದು ಯಾವತ್ತೂ ಆಲೋಚಿಸಿರುವುದಿಲ್ಲ. ತೀಕ್ಷ್ಣವಾದ ನೆನಪಿನ ಶಕ್ತಿಯು ಮಿದುಳಿನ ಒಳ್ಳೆಯ ಗುಣ. ಆದರೆ, ಬೇಡದಿರುವ ವಿಚಾರಗಳನ್ನು ಮರೆಯುವ ಸಾಮರ್ಥ್ಯವು ಹೃದಯದ ಆರೋಗ್ಯದ ದೃಷ್ಟಿಯಿಂದ ಬಹಳ ಒಳ್ಳೆಯ ಗುಣ ಎಂದು ಆಧುನಿಕ ವೈಜ್ಞಾನಿಕ ಜಗತ್ತಿನ ಮಾನಸಿಕ ಹಾಗೂ ಹೃದಯದ ತಜ್ಞರು ಸಾರಿ ಹೇಳಿದ್ದಾರೆ.

ಕೆಲವರು ತಮಗೆ ಬೇಕೆನ್ನಿಸಿರುವುದನ್ನಷ್ಟೇ ನೆನಪಿಟ್ಟುಕೊಳ್ಳುತ್ತಾರೆ. ಕೆಲವರು ತಮಗೆ ಬೇಕಾಗಿರುವುದೂ ಕೂಡ ನೆನಪಿರುವುದಿಲ್ಲ ಎಂದು ಕೊರಗುತ್ತಿರುತ್ತಾರೆ. ಇನ್ನು ಕೆಲವರು ತಮಗೆ ಎಲ್ಲವೂ ಸ್ಪಷ್ಟವಾಗಿ ನೆನಪಿನಲ್ಲಿರುತ್ತದೆ ಅಂತ ಹೇಳುತ್ತಿರುತ್ತಾರೆ. ಒಂದು ವಿಷಯವೆಂದರೆ, ಈ ಎಲ್ಲವೂ ನೆನಪಿನಲ್ಲಿರುವುದೇ, ಮನುಷ್ಯರಿಗೆ ಮರೆವಿನ ರೋಗಕ್ಕಿಂತಲೂ ಹೆಚ್ಚು ತೊಂದರೆ ಕೊಡುತ್ತದೆ! ಇದು ಸೋಜಿಗವಾದರೂ ಸತ್ಯ!

ನಮ್ಮ ಮನಸ್ಸು, ಬುದ್ಧಿ, ಸುಪ್ತಮನಸ್ಸು ಎಲ್ಲವೂ ಸೇರಿಕೊಂಡು ನಮ್ಮ ಜಾಗೃತಾವಸ್ಥೆಯಲ್ಲಿ ನಮ್ಮೆದುರಿಗೆ ನಡೆದಿರುವುದೆಲ್ಲವನ್ನೂ ಸಿನಿಮಾದಂತೆ ಚಿತ್ರ, ಶಬ್ಧಗಳ ಸಮೇತ ರಿಕಾರ್ಡಿಂಗ್ ಮಾಡಿಕೊಳ್ಳುತ್ತ ಇರುತ್ತವೆ. ಹಾಗೆ ರಿಕಾರ್ಡ ಮಾಡಿಕೊಂಡಿರುವುದನ್ನೆಲ್ಲವನ್ನೂ ಹಾಗೆಯೇ ಸ್ಪಷ್ಟವಾಗಿ ಮನಸ್ಸು ನೆನಪಿಟ್ಟುಕೊಂಡಿರುತ್ತದೆ. ಮನಸ್ಸಿಗೆ ಆಳವಾಗಿ ನಾಟಿದ ಘಟನೆ, ವ್ಯಕ್ತಿ, ವಿಷಯ ಹೆಚ್ಚು ಪ್ರಖರವಾಗಿ ನೆನಪಿನಲ್ಲಿ ಇರುತ್ತದೆ. ಅಷ್ಟೆಲ್ಲ ಮುಖ್ಯ

ಅಂತ ಅನ್ನಿಸದೇ ಇರುವ ವ್ಯಕ್ತಿ, ವಿಷಯ ಮತ್ತು ಘಟನೆ ಕಾಲಾಂತರದಲ್ಲಿ ಮಸುಕಾಗುತ್ತದೆ. ಅವನ್ನು ಮರೆತಂತೆ ಅನ್ನಿಸುತ್ತದೆ. ಆದರೆ, ನಿಜವಾಗಿಯೂ ಆಗುವುದೇನೆಂದರೆ, ಮನುಷ್ಯ ಮಗುವಾಗಿದ್ದಾಗಿನಿಂದಲೂ ಮುದುಕನಾಗಿ ಸಾಯುವ ತನಕದ ಜೀವನದಲ್ಲಿ ಪ್ರತಿಯೊಂದು ಕ್ಷಣವನ್ನೂ ಮನಸ್ಸೆಂಬ ಜಾಗದಲ್ಲಿ ನೆನಪಿಟ್ಟುಕೊಂಡಿರುತ್ತಾನೆ. ನಿಜಕ್ಕೂ ಮನುಷ್ಯನಿಗೆ ಮರೆವು ಎನ್ನುವುದು ಒಂದು ಭ್ರಮೆ! ತನ್ನ ಅರಿವಿಗೆ ಬಾರದ ತನ್ನದೇ ಮನಸ್ಸೆಂಬ ಮಾಯಾಜಾಲದಲ್ಲಿ ಮನುಷ್ಯ ಬಂಧಿತನಾಗಿದ್ದಾನೆ.

“ ಆಗಾಗ ನಮ್ಮ ಮನಸ್ಸನ್ನು ರಿಫ್ರೆಶ್ ಮಾಡಿಕೊಳ್ಳಬೇಕು. ಉಪಯೋಗಕ್ಕೆ ಬಾರದಿರುವ ವಿಷಯಗಳನ್ನು ಮುಲಾಜಿಲ್ಲದೇ ಡಿಲೀಟ್ ಮಾಡಬೇಕು. ರಿಫ್ರೆಶ್ ಆಗಬೇಕು. ”

ತನಗೆ ನೆನಪಿರುವುದಿಲ್ಲ ಎಂದು ವ್ಯಕ್ತಿಯೊಬ್ಬ ಪದೇ ಪದೇ ಅಂದುಕೊಳ್ಳುವುದರಿಂದ ಅವನಿಗೆ ಮರೆವು ಬಂದಿರುತ್ತದೆ. ಅಥವಾ ಅವನಿಗೆ ಬೇಕೆನ್ನಿಸಿದಾಗ, ಬೇಕೆನ್ನಿಸಿದ ವಿಷಯದ ನೆನಪು ಬರುವುದಿಲ್ಲ. ಆವಾಗ ನೆನಪಾಗಬೇಕಾಗಿದ್ದ ವಿಷಯ ಸ್ವಲ್ಪ ಸಮಯದ ನಂತರ ತಟಕ್ಕನೆ ನೆನಪಾಗಿಬಿಡುತ್ತದೆ. ಆವಾಗಲೇ ನೆನಪಾಗಿದ್ದಿದ್ದರೆ ಎಷ್ಟು ಚೆನ್ನಾಗಿತ್ತು ಎಂದು ಆತ ಅಂದುಕೊಳ್ಳುತ್ತಾನೆ. ಎದುರಿನ ವ್ಯಕ್ತಿ ಪ್ರಶ್ನೆಕೇಳಿದಾಗ ಉತ್ತರಿಸಲು ಪೇಚಾಡುತ್ತೇವೆ. ಪ್ರಶ್ನೆ ಕೇಳಿದ ತಕ್ಷಣ ಅದರ ಉತ್ತರ ನೆನಪಿಗೆ ಬರುವುದಿಲ್ಲ. ಉತ್ತರ ಹೇಳಲಿಕ್ಕೆ ಪ್ರಯತ್ನಿಸುತ್ತಿರುವಾಗ, ವ್ಯಕ್ತಿಗೆ ಮೆದುಳು ಮಸುಕಾದಂತೆ, ಮನಸ್ಸು ಗಲಿಬಿಲಿಗೊಂಡಂತೆ ಆಗುತ್ತದೆ. ಸಂದರ್ಶನ ಮುಗಿದ ಮೇಲೆ ಅದೇ ಪ್ರಶ್ನೆಗೆ ಸರಿಯಾದ ಉತ್ತರ ನೆನಪಾಗುತ್ತದೆ. ಅಷ್ಟರಲ್ಲಿ ಕಾಲ ಮಿಂಚಿಹೋಗಿರುತ್ತದೆ. ಸರಿಯಾದ ಸಮಯಕ್ಕೆ ಕೈಕೊಟ್ಟ ನೆನಪಿನ ಶಕ್ತಿಯ ಬಗ್ಗೆ, ಉತ್ತರಿಸಲಾಗದ ಅಸಹಾಯಕತೆಯ ಬಗ್ಗೆ ಕಿರಿಕಿರಿ, ಕೀಳರಿಮೆ ಉಂಟಾಗುತ್ತದೆ. ಬಹಳ ಕಷ್ಟ ಪಟ್ಟು, ನಿದ್ದೆಗೆಟ್ಟು, ಶಕ್ತಿಮೀರಿ ಓದಿಕೊಂಡಿರುವ ವಿದ್ಯಾರ್ಥಿಗೆ ಪರೀಕ್ಷೆಯ ದಿನ, ಪ್ರಶ್ನೆ ಪತ್ರಿಕೆ ಕೈಗೆ ಬಂದ ಹೊತ್ತಿನಲ್ಲಿ, ಅಲ್ಲಿ ಕೇಳಿರುವ ಪ್ರಶ್ನೆಗಳಿಗೆ ಮಾತ್ರ ಸರಿಯಾದ ಉತ್ತರ ನೆನಪಾಗಿವುದೇ ಇಲ್ಲ. ಮೈಮನಸ್ಸು ಬೆದರಿ, ಬೆವರಿ ಬಸವಳಿದುಬಿಡುತ್ತದೆ.

ಇಂಥ ಬುದ್ಧ್ಯಾಪೂರ್ವಕ ಮರೆವಿಗೆ, ವ್ಯಕ್ತಿಯಲ್ಲಿನ ಆತಂಕ, ಅವಸರ, ಒತ್ತಡಗಳೇ ಕಾರಣ ಎಂದು ವಿಜ್ಞಾನ ಕಂಡುಹಿಡಿದಿದೆ. ಶಿಸ್ತಿನಿಂದ ಸರಿಯಾಗಿ ಓದಿಕೊಂಡಿರುವ ವಿದ್ಯಾರ್ಥಿ, ಶಾಂತವಾದ ಮನಸ್ಸಿನಿಂದ ನಿರಾತಂಕವಾಗಿ ಸರಿಯಾದ ಉತ್ತರವನ್ನು ಸ್ಪಷ್ಟವಾಗಿಯೇ ಬರೆದಿರುತ್ತಾನೆ.

ಮನುಷ್ಯನ ಮನಸ್ಸನ್ನು ಕಂಪ್ಯೂಟರಿನ ಹಾರ್ಡ್‌ಡಿಸ್ಕ್‌ಗೆ ಹೋಲಿಸಬಹುದು. ಕೆಲವರ ನೆನಪಿನ ಶಕ್ತಿ 500ಜಿಬಿ/ಟಿಬಿ ಆಗಿದ್ದರೆ, ಮತ್ತೆ ಕೆಲವರದ್ದು ಸಾವಿರದೈನೂರು ಜಿಬಿ/ಟಿಬಿ ಇರುತ್ತದೆ. ಇನ್ನು ಕೆಲವರದ್ದು ಮೂರುಸಾವಿರಜಿಬಿ ಸಾಮರ್ಥ್ಯದ್ದಾಗಿರಲೂ ಬಹುದು. ಇದು ಅವರವರ ದೇಹರಚನೆ, ಹುಟ್ಟು ಇತ್ಯಾದಿಗಳ ಮೇಲೆ ಅವಲಂಬಿಸಿರಬಹುದು. ಆಯಾ ವ್ಯಕ್ತಿಯ ಬದುಕಿನ ಎಲ್ಲವೂ ಅವನ ಮೆಮೊರಿಚಿಪ್‌ನಲ್ಲಿ ದಾಖಲಾಗಿರುತ್ತದೆ ಎನ್ನುವುದಂತೂ ಸತ್ಯ. ಕಂಪ್ಯೂಟರಿನ ಮೆಮೊರಿ ಚಿಪ್ (ಹಾರ್ಡ್‌ಡಿಸ್ಕ್) ತುಂಬಿದಾಗ, ಅದರಲ್ಲಿ ನಮಗೆ ಬೇಡದಿರುವ ಫೈಲುಗಳನ್ನು ಡಿಲೀಟ್ ಮಾಡುತ್ತೇವೆ. ಅಗತ್ಯ ಇರುವ ಫೈಲುಗಳನ್ನು ರಿಫ್ರೆಶ್ ಮಾಡಿ ಇಟ್ಟುಕೊಂಡಿರುತ್ತೇವೆ. ಆಗ ಹಾರ್ಡ್‌ಡಿಸ್ಕ್‌ನಲ್ಲಿ ಒಂದಿಷ್ಟು ಖಾಲಿ ಜಾಗ ಸಿಗುತ್ತದೆ. ಅಲ್ಲಿ ಹೊಸ ಫೈಲುಗಳನ್ನು ಇಟ್ಟುಕೊಳ್ಳಬಹುದು. ಇದೇ ರೀತಿಯಲ್ಲಿ, ಆಗಾಗ ನಾವು ನಮ್ಮ ಮನಸ್ಸನ್ನು ರಿಫ್ರೆಶ್ ಮಾಡಿಕೊಳ್ಳಬೇಕು. ಉಪಯೋಗಕ್ಕೆ ಬಾರದಿರುವ ವಿಷಯಗಳನ್ನು ಮುಲಾಜಿಲ್ಲದೇ ಖಾಲಿಮಾಡಬೇಕು. ರಿಫ್ರೆಶ್ ಆಗಬೇಕು.

ನಮ್ಮ ಮನಸ್ಸನ್ನು ಬೀದಿಯ ಕೊನೆಯಲ್ಲಿರುವ ಕಸದ ತೊಟ್ಟಿಯಂತೆ ಬಳಸಿಕೊಂಡಿರುತ್ತೇವೆ. ಜೀವನದಲ್ಲಿ ಮುಂದೆ ಯಾವತ್ತೂ ಉಪಯೋಗಕ್ಕೆ ಬರದಿರುವ ಬಹಳಷ್ಟು ವಿಷಯಗಳನ್ನು ಅದರಲ್ಲಿ ತುಂಬಿಕೊಂಡಿರುತ್ತೇವೆ. ಅಲ್ಲಿ ಕೆಲವಷ್ಟು ಕೊಳೆಯುತ್ತಿರುತ್ತವೆ. ಕೆಲವಷ್ಟು ನಾರುತ್ತಿರುತ್ತವೆ. ಕೆಲವಷ್ಟು ಬೇಯುತ್ತಿರುತ್ತವೆ. ಅವೆಲ್ಲವೂ ಮನಸ್ಸನ್ನು ಸುಸ್ತು ಮಾಡುತ್ತವೆ. ಮನಸ್ಸನ್ನು ಹಾಳು ಮಾಡುತ್ತವೆ. ಮನಸ್ಸನ್ನು ಕೊಳೆಸುತ್ತವೆ. ಖಂಡಿತವಾಗಿಯೂ ಅವು ಅನಾರೋಗ್ಯವನ್ನು, ರೋಗವನ್ನು ಸೃಜಿಸುತ್ತವೆ. ಶರೀರವು ದುರ್ಬಲವಾದಾಗ, ಮನಸ್ಸಿನಲ್ಲಿ ತುಂಬಿಕೊಂಡಿರುವ ಕಸ, ಕೊಳೆ ಬೇರೆ ಬೇರೆ ರೋಗವಾಗಿ ವ್ಯಕ್ತವಾಗುತ್ತದೆ. ಇನ್ನೂ ವಿಚಿತ್ರವೆಂದರೆ, ಬಹಳಷ್ಟು ಜನರು ಗೊತ್ತಿದ್ದೂ, ಗೊತ್ತಿಲ್ಲದೆಯೂ ರೋಗಗಳನ್ನು ಆಹ್ವಾನಿಸಿಕೊಂಡು,

ಅನುಭವಿಸುತ್ತಿರುತ್ತಾರೆ! ಹೀಗೆ ಹೇಳಿದರೆ, ತಕ್ಷಣಕ್ಕೆ ನಿಮಗೆ ನಂಬಲಿಕ್ಕೆ ಸಾಧ್ಯವಾಗಲಾರದು. ಮುಂದೆ ಇದರ ಬಗ್ಗೆ ವಿವರವಾಗಿ ಹೇಳುತ್ತೇನೆ.

ಮನಸ್ಸಿನಲ್ಲಿ ಕುಳಿತುಕೊಂಡು ಕೊಳೆತು ನಾರುತ್ತಿರುವ ದ್ವೇಷ, ಅಸೂಯೆ, ಸಿಟ್ಟು, ಸಿಡುಕು, ಅಸಹನೆ, ಕೀಳರಿಮೆ ಮುಂತಾದ ವಿಷಯುಕ್ತ ವಿಚಾರಗಳನ್ನು, ಜಡವಾದ ನೆನಪುಗಳನ್ನು ಹುಡುಕಿ, ಹುಡುಕಿ ಆಗಾಗ ಹೊರಗೆ ಕಳಿಸಬೇಕು. ಇದರಿಂದ ಮನಸ್ಸಿನ ಶಕ್ತಿ ನೂರ್ಮಡಿಸುತ್ತದೆ. ಕಸಗುಡಿಸಿ, ಸೆಗಣಿಹಾಕಿ ಸಾರಿಸಿ ಸ್ವಚ್ಛಮಾಡಿಕೊಂಡ ಮನೆಯ ಕೋಣೆಯೊಳಗೆ ಹೊಸ ಗಾಳಿ ಬೆಳಕು ಬರುವಂತೆ, ನಮ್ಮ ಮನಸ್ಸಿನಲ್ಲಿಯೂ ಹೊಸ ಜಾಗ ಸಿಗುತ್ತದೆ. ಹೊಸ ಬೆಳಕು ಬರುತ್ತದೆ. ಹೊಸ ಗಾಳಿ ಬೀಸುತ್ತದೆ. ಬದುಕು ಹೊಸ ಉತ್ಸಾಹದಿಂದ ನಳನಳಿಸುತ್ತದೆ. ಪ್ರಕೃತಿಯೇ ನಮಗೆ ಇದರ ಬಗ್ಗೆ ಪಾಠಮಾಡುತ್ತದೆ. ಅದನ್ನು ಕಲಿತುಕೊಳ್ಳುವ ವ್ಯವಧಾನ ನಮಗೆ ಇರುವುದಿಲ್ಲ. ಪ್ರತಿವರ್ಷ ಮರಗಿಡ ಬಳ್ಳಿಗಳು ಎಲೆಗಳನ್ನೆಲ್ಲ ಉದುರಿಸಿಕೊಂಡು ಖಾಲಿಯಾಗುತ್ತವೆ. ಮತ್ತೆ ವಸಂತಕ್ಕೆ ಹೊಸಚಿಗುರಿನಿಂದ ಮೈತುಂಬಿಕೊಂಡು ನಳನಳಿಸುತ್ತವೆ. ಹಾಗೇ ನಾವೂ ಆಗಾಗ ಒಣ ಎಲೆಗಳನ್ನು ಉದುರಿಸುತ್ತಿರಬೇಕು. ಹೊಸಚಿಗುರಿನಿಂದ ನಳನಳಿಸುವ ಅಭ್ಯಾಸವನ್ನು ಮಾಡಿಕೊಳ್ಳಬೇಕು.

ಇವೆಲ್ಲವೂ ನಿಜ. ಆದರೆ, ಮನಸ್ಸನ್ನು ಖಾಲಿ ಮಡುವುದು ಹೇಗೆ? ಮನಸ್ಸನ್ನು ರಿಫ್ರೆಶ್ ಮಾಡುವುದು ಹೇಗೆ? ನಮ್ಮ ಮನಸ್ಸನ್ನು ಗುಡಿಸಿ, ಸಾರಿಸಿ, ಕಿಟಕಿ ಬಾಗಿಲುಗಳನ್ನು ತೆರೆದು, ಹೊಸ ಗಾಳಿ, ಬೆಳಕು ಬರುವಂತೆ ಮಾಡುವುದು ಹೇಗೆ? ಎನ್ನುವುದು ಉತ್ತರ ಗೊತ್ತಾಗದ ಪ್ರಶ್ನೆ. ನಾವು ಆಗಾಗ ಕೈಕಾಲು ಬೆರಳುಗಳ ಉಗುರನ್ನು ಕತ್ತರಿಸಿಕೊಂಡಂತೆ, ಆಗಾಗ ತಲೆಕೂದಲನ್ನು ಕತ್ತರಿಸಿ ಒಪ್ಪ ಮಾಡಿಕೊಂಡಂತೆ, ಪ್ರತಿದಿನವೂ ಒಂದೆರಡು

ಸಲ ಸ್ನಾನ ಮಾಡಿಕೊಂಡು ಶರೀರವನ್ನು ಸ್ವಚ್ಛವಾಗಿಟ್ಟುಕೊಳ್ಳುವಂತೆ, ನಮ್ಮ ಮನಸ್ಸನ್ನೂ ಪ್ರತಿದಿನ ಗಮನಿಸುತ್ತಿರಬೇಕು ಎನ್ನುವುದಕ್ಕೂ ಅಷ್ಟೇ ಮಹತ್ವವನ್ನು ಕೊಡಬೇಕು. ಮನಸ್ಸೆಂಬ ಮಾಯಾವಿಯನ್ನು ಪಳಗಿಸಿಟ್ಟುಕೊಳ್ಳುವುದು ಸುಲಭದ ವಿಷಯವೇನಲ್ಲ.

ಬಹಳ ಜನರು ತಮ್ಮ ಮನಸ್ಸಿನೊಳಗೆ ಇಣುಕಿ ನೋಡುವ ಹವ್ಯಾಸವನ್ನೇ ಮಾಡಿಕೊಂಡಿರುವುದಿಲ್ಲ. ಇನ್ನು ಕೆಲವರಿಗೆ ತಮ್ಮೊಳಗೆ ತಾವು ನೋಡುವುದು ಹೇಗಂತಲೇ ಗೊತ್ತಿರುವುದಿಲ್ಲ. ಮತ್ತಷ್ಟು ಜನರಿಗೆ ತಮ್ಮ ಮನಸ್ಸನ್ನು ಪ್ರಾಮಾಣಿಕವಾಗಿ ನೋಡಲಿಕ್ಕೆ, ವಿಮರ್ಶೆಮಾಡಿಕೊಳ್ಳುವುದಕ್ಕೆ ಹಿಂಜರಿಕೆಯಾಗುತ್ತದೆ. ಒಂದಿಷ್ಟು ಭಯವಾಗುತ್ತಿರುತ್ತದೆ. ಇನ್ನೊಂದಿಷ್ಟು ಜನರು ತಮ್ಮ ಮನಸ್ಸು ಮಲಿನವಾಗಿದೆ ಎನ್ನುವುದನ್ನು ಒಪ್ಪಿಕೊಳ್ಳಲಿಕ್ಕೆ ತಯಾರಿರುವುದಿಲ್ಲ. ಬೇರೆಯವರ ಮನಸ್ಸಿನಿಂದ ವ್ಯಕ್ತವಾದ ಕೊಳಕು ಮಾತ್ರ ಅವರಿಗೆ ಕಾಣುತ್ತಿರುತ್ತದೆ. ತಮ್ಮದೂ ಕೊಳಕಾಗಿರಬಹುದೇ ಅಂತ ಅವರು ಅಪ್ಪಿತಪ್ಪಿಯೂ ಒಂದರೆಕ್ಷಣ ಕೂಡ ಆಲೋಚಿಸುವುದಿಲ್ಲ. ಇದೊಂದು ಈ ಜಗದ ಸೋಜಿಗ!

ಮನಸ್ಸನ್ನು ರಿಫ್ರೆಶ್ ಮಾಡಿಕೊಳ್ಳುವುದು ಹೇಗೆ ಎಂದು ಈಗ ನೋಡೋಣ. ಪ್ರತಿದಿವಸ ಬೆಳಿಗ್ಗೆ ಮತ್ತು ಸಾಯಂಕಾಲ ಐದರಿಂದ ಹತ್ತು ನಿಮಿಷ ಸಮಯವನ್ನು ನಿಮ್ಮ ಮನಸ್ಸನ್ನು ಗಮನಿಸುವುದಕ್ಕೆ ಇಡಿ. ನಿಮ್ಮ ಒಳಿತಿಗಾಗಿಯೇ ಇರುವ ನಿಮ್ಮ ಒಳಗಿನ ಜಗತ್ತನ್ನು ಪ್ರತಿದಿನ ಗಮನಿಸುವುದನ್ನು ರೂಢಿ ಮಾಡಿಕೊಳ್ಳಿ. ಕೈಕಾಲು ಮುಖ ತೊಳೆದುಕೊಂಡು, ಅಥವಾ ಸ್ನಾನವನ್ನು ಮಾಡಿಕೊಂಡು ಫ್ರೆಶ್ ಆಗಿ. ಒಂದು ಚಾಪೆಯ ಮೇಲೆ ಪದ್ಮಾಸನವನ್ನು ಹಾಕಿಕೊಂಡು ಕುಳಿತುಕೊಳ್ಳಿ. ಸುಖಾಸನದಲ್ಲಿ ಕುಳಿತುಕೊಂಡರೂ ಆಗಬಹುದು. ಕಣ್ಣುಗಳನ್ನು ಮುಚ್ಚಿಕೊಳ್ಳಿ. ಹೊರಗಿನ ಯಾವುದೇ ಧ್ವನಿ ಅಥವಾ ಶಬ್ಧಗಳಿಂದ ನಿಮಗೆ ಯಾವುದೇ ತೊಂದರೆಯಾಗುವುದಿಲ್ಲ ಅಂತ ಅಂದುಕೊಳ್ಳಿ. ದೀರ್ಘವಾದ ನಿಟ್ಟುಸಿರೊಂದನ್ನು ಹೊರಗೆ ಹಾಕಿಬಿಡಿ.

ಮೂರು ಸಲ ದೀರ್ಘವಾಗಿ ಉಸಿರಾಡಿ. ಶುದ್ಧವಾದ ಆಮ್ಲಜನಕಯುಕ್ತ ತಂಗಾಳಿಯನ್ನು ನಿಧಾನವಾಗಿ ಮೂಗಿನ ಮೂಲಕ ಒಳಕ್ಕೆ ಎಳೆದುಕೊಳ್ಳಿ. ಅದನ್ನು ಕೆಲವು ಕ್ಷಣಗಳ ಕಾಲ ಒಳಗೆ ಇಟ್ಟುಕೊಳ್ಳಿ. ನಂತರ ಬಹಳ

ನಿಧಾನವಾಗಿ ಉಸಿರನ್ನು ಬಾಯಿಯ ಮೂಲಕ ಹೊರಗೆ ಹಾಕಿ. ಅದರ ಜೊತೆಗೆ ನಿಮ್ಮ ಶರೀರದೊಳಗಿನ ಎಲ್ಲ ಒತ್ತಡಗಳನ್ನು ಹೊರಗೆ ಕಳಿಸಿ. ಉಸಿರನ್ನು ತೆಗೆದುಕೊಳ್ಳುವಾಗ ಆಮ್ಲಜನಕಯುಕ್ತ ತಂಗಾಳಿಯು, ಪವಿತ್ರವಾದ ಜೀವಶಕ್ತಿಯನ್ನು ಹೀರಿಕೊಂಡು ನಿಮ್ಮ ದೇಹದೊಳಗೆ ಪ್ರವೇಶಿಸುತ್ತಿದೆ ಅಂತ ಅಂದುಕೊಳ್ಳಿ. ಆ ಪವಿತ್ರವಾದ ವಿಶ್ವಶಕ್ತಿಯು ನಿಮ್ಮ ಇಡೀ ದೇಹವನ್ನು ವ್ಯಾಪಿಸುತ್ತದೆ ಅಂತ ಅಂದುಕೊಳ್ಳಿ. ಮೂಗಿನ ಮೂಲಕ ಒಳಗೆ ಬಂದ ಪವಿತ್ರವಾದ ಜೀವಶಕ್ತಿಯು ನಿಮ್ಮ ಎದೆ, ಹೊಟ್ಟೆ ಹಾಗೂ ಇಡೀ ಶರೀರವನ್ನು ವ್ಯಾಪಿಸುವುದನ್ನು ಗಮನಿಸಿ. ಹಾಗೆಂದುಕೊಳ್ಳುವಾಗಿನ ರೋಮಾಂಚನವನ್ನು ಅನುಭವಿಸಿ. ಒಂದೆರಡು ಕ್ಷಣಗಳ ನಂತರ ನಿಧಾನವಾಗಿ ಬಾಯಿಯ ಮೂಲಕ ಉಸಿರನ್ನು ಹೊರಗೆ ಬಿಡಿ. ಹೊಟ್ಟೆಯೊಳಗಿನಿಂದ ಬಾಯಿಯ ಮೂಲಕ ನಿಧಾನವಾಗಿ ಹೊರಗೆ ಹೋಗುತ್ತಿರುವ ಉಸಿರಿನ ಜೊತೆಗೆ ನಿಮ್ಮ ಶರೀರದೊಳಗಿನ ಸುಸ್ತು, ಆಯಾಸ, ಋಣಾತ್ಮಕ ಆಲೋಚನೆಗಳೆಲ್ಲವೂ ನಿಮ್ಮಿಂದ ಹೊರಗೆ ಹೋಗುತ್ತಿರುವುದಾಗಿ ಅಂದುಕೊಳ್ಳಿ. ಮತ್ತೆ ಮೂಗಿನ ಮೂಲಕ ನಿಧಾನವಾಗಿ ಉಸಿರನ್ನು (ಜೀವಶಕ್ತಿಯನ್ನು) ಶರೀರದ ಒಳಗೆ ತೆಗೆದುಕೊಳ್ಳಿ. ಒಳಗೆ ಹೋದ ಉಸಿರು ನಿಮಗೆ ಸಾಧ್ಯವಿರುವಷ್ಟು ಹೊತ್ತು (ಕೆಲವು ಸೆಕೆಂಡುಗಳು) ನಿಮ್ಮ ಹೊಟ್ಟೆಯಲ್ಲಿಯೇ ಇರಲಿ. ನಂತರ ನಿಧಾನವಾಗಿ ಬಾಯಿಯ ಮೂಲಕ ಉಸಿರನ್ನು ಹೊರಗೆ ಕಳಿಸಿ. ಮತ್ತೆ ಕೆಲವು ಕ್ಷಣಗಳ ಕಾಲ (ಕೆಲವು ಸೆಕೆಂಡುಗಳು) ಉಸಿರನ್ನು ಒಳಗೆ ತೆಗೆದುಕೊಳ್ಳದೇ ಖಾಲಿ ಹೊಟ್ಟೆಯಲ್ಲಿರಿ. ಮತ್ತೆ ಮೊದಲಿನಂತೆ ಅಂದುಕೊಳ್ಳುತ್ತಾ ಉಸಿರಾಟವನ್ನು ನಡೆಸಿ. ಹೀಗೇ ಒಂದು ಸಲಕ್ಕೆ ಐದರಿಂದ ಹತ್ತು ನಿಮಿಷಗಳವರೆಗೆ ಮಾಡಿ. ಹೀಗೆ ಮಾಡುವುದರಿಂದ ಮನಸ್ಸನ್ನು ಖಾಲಿ ಮಾಡಿದಂತಾಗುತ್ತದೆ. ಶರೀರ ಮನಸ್ಸು ಮತ್ತು ಚೈತನ್ಯಕ್ಕೆ ಶಕ್ತಿಯನ್ನು ತುಂಬಿಕೊಂಡಂತೆ ಆಗುತ್ತದೆ. ಮನಸ್ಸನ್ನು ಖಾಲಿ ಮಾಡುವುದರಿಂದ ನಿಮ್ಮ ಮನಸ್ಸು ಪ್ರಶಾಂತವಾಗುತ್ತದೆ. ಶರೀರದಲ್ಲಿ ಹೊಸ ಉತ್ಸಾಹ ಬರುತ್ತದೆ. ಕಣ್ಣುಗಳಲ್ಲಿ ಕಾಂತಿ ಮಿನುಗುತ್ತದೆ. ಹೊಸ ವಿಚಾರಗಳು ಬರಲಿಕ್ಕೆ ನಿಮ್ಮ ಮನಸ್ಸಿನಲ್ಲಿ ಒಂದಿಷ್ಟು ಜಾಗವೂ ಆಗುತ್ತದೆ. ಇದನ್ನು ಪ್ರತಿದಿನ ಎರಡುಸಲದಂತೆ ಕನಿಷ್ಟ ಇಪ್ಪತ್ತೊಂದು ದಿನಗಳ ವರೆಗೆ ಮಾಡಿ. ದಿನದಿಂದ ದಿನಕ್ಕೆ ನಿಮ್ಮಲ್ಲಿ ಆಗುತ್ತಿರುವ ಬದಲಾವಣೆಗಳನ್ನು

ಗಮನಿಸಿ. ನಿಮ್ಮ ಧನಾತ್ಮಕ ಅನುಭವವನ್ನು ಗೆಳೆಯರಲ್ಲಿ ಹಂಚಿಕೊಳ್ಳಿ.

ಕೆಲವೇ ದಿನಗಳ ಅಭ್ಯಾಸದ ಹೊತ್ತಿಗೆ ನಿಮ್ಮ ಶರೀರವನ್ನು ಕಾಡುತ್ತಿರುವ ಬಹಳಷ್ಟು ಸಮಸ್ಯೆಗಳು ನಿವಾರಣೆಯಾಗುತ್ತವೆ. ನಿಮಗೇ ಆಶ್ಚರ್ಯವಾಗುವ ರೀತಿಯಲ್ಲಿ ನಿಮ್ಮೊಳಗಿನ ಬಹಳಷ್ಟು ಋಣಾತ್ಮಕ ವಿಷಯಗಳು ಖಾಲಿಯಾಗಿರುತ್ತವೆ. ಮನಸ್ಸು ಪ್ರಫುಲ್ಲಗೊಂಡಿರುತ್ತದೆ. ನೆನಪಿನ ಶಕ್ತಿ ವೃದ್ಧಿಸಿರುತ್ತದೆ. ಧನಾತ್ಮಕ ಆಲೋಚನೆಗಳು ಬರುತ್ತವೆ. ಮನಸ್ಸು ಕ್ರಿಯಾಶೀಲವಾಗುತ್ತದೆ. ದಿನದ ಬಹುಪಾಲು ನೆಮ್ಮದಿಯಿಂದ ಕೂಡಿರುತ್ತದೆ. ಹೀಗೆ ಪ್ರತಿದಿನವೂ ಮಾಡುವುದರಿಂದ ನಿಮ್ಮ ಮನಸ್ಸೆಂಬ ಮಾಯಾವಿಯನ್ನು ನಿಧಾನವಾಗಿ ಇಷ್ಟಿಷ್ಟೇ ಇಷ್ಟಿಷ್ಟೇ ಅಂತ ಪಳಗಿಸಬಹುದಾಗಿದೆ. ಸಂಸಾರದಲ್ಲಿದ್ದುಕೊಂಡೇ ಹೆಚ್ಚೆಚ್ಚು ಸಂತೋಷದಿಂದ ಇರಲಿಕ್ಕೆ ಸಾಧ್ಯವಾಗುತ್ತದೆ.

ನಮ್ಮಲ್ಲಿ ಪ್ರತಿಯೊಬ್ಬರೂ ಕೂಡ ತನ್ನ ಮನಸ್ಸಿನ ಸಹಾಯದಿಂದ ತನ್ನನ್ನು ಉದ್ಧಾರ ಮಾಡಿಕೊಳ್ಳಬೇಕು. ಯಾವಾಗಲೂ ತನ್ನನ್ನು ಹೀನೈಸಿಕೊಳ್ಳಬಾರದು. ಕೀಳರಿಮೆಯಿಂದ ಕೊರಗಬಾರದು. **ತನ್ನನ್ನು ತಾನು ಮೆಚ್ಚಿಕೊಳ್ಳಬೇಕು. ತನ್ನನ್ನು ತಾನು ಸಂತೈಸಿಕೊಳ್ಳಬೇಕು. ತನ್ನನ್ನು ತಾನು ಪ್ರೀತಿಸಬೇಕು**. ಆದರೆ, ತಾನೇ ಶ್ರೇಷ್ಠ ಎನ್ನುವ ಭಾವನೆಯಿಂದ ಮಾತ್ರ ಬೀಗಬಾರದು. ಇತರರು ಕನಿಷ್ಠ ಎನ್ನುವ ಆಲೋಚನೆಗೂ ಅವಕಾಶವನ್ನು ಕೊಡಬಾರದು. ತನಗೆ ಬೇಕಾದಂತೆ ತನ್ನ ಮನಸ್ಸನ್ನು ಸರಿಯಾಗಿ ಉಪಯೋಗಿಸಿಕೊಂಡರೆ ಮನುಷ್ಯನಿಗೆ ಅವನ ಮನಸ್ಸು ಅವನ ಶ್ರೇಯಸ್ಸನ್ನು ಬಯಸುವ ನಿಜವಾದ ಸ್ನೇಹಿತನಂತೆ ಕೆಲಸ ಮಾಡುತ್ತದೆ. ಅದೇ, ಯಾರಿಗೆ ತನ್ನ ಮನಸ್ಸನ್ನು ಸರಿಯಾಗಿ ಉಪಯೋಗಿಸಿಕೊಳ್ಳಲು ಬರುವುದಿಲ್ಲವೋ, ಯಾರಿಗೆ ಮನಸ್ಸನ್ನು ಗೆಲ್ಲಲಿಕ್ಕೆ ಸಾಧ್ಯವಾಗುವುದಿಲ್ಲವೋ, ಅವನಿಗೆ ಮನಸ್ಸೇ ಅವನ ಕಡು ವೈರಿಯಾಗಿಬಿಡುತ್ತದೆ. ಅವನ ಅವಸಾನಕ್ಕೆ ಕಾರಣವಾಗುತ್ತದೆ. ಜೀವನ ಯಾತ್ರೆಯಲ್ಲಿ ತನ್ನ ಮನಸ್ಸನ್ನು ಗೆಲ್ಲುವುದೇ ಪ್ರತಿಯೊಬ್ಬನ ಮುಖ್ಯ ಗುರಿಯಾಗಿರುತ್ತದೆ. ಮನಸ್ಸನ್ನು ಗೆದ್ದವನಿಗೆ ಮನಃಶಾಂತಿ, ನೆಮ್ಮದಿ, ಸಂಪತ್ತು, ನಿತ್ಯ ಸಂತೋಷ ಒಲಿದಿರುತ್ತದೆ. ಇದನ್ನೇ ತಾನೆ ಜಗತ್ತಿನ ಉದ್ದಗಲಕ್ಕೂ ಎಲ್ಲ ಜ್ಞಾನಿಗಳೂ, ವಿಜ್ಞಾನಿಗಳೂ, ವಿಚಾರವಂತರೂ, ವಿವೇಕಿಗಳೂ ಹೇಳಿರುವುದು?!

ಕನ್ನಡಿಯಲ್ಲಿ ಕಾಣುವುದೇನು?! 2

ನಿಮ್ಮ ಮುಖವನ್ನು ನೀವು ಸರಿಯಾಗಿ ನೋಡಿಕೊಂಡು ಎಷ್ಟು ದಿನಗಳಾದವು?

ಏನ್ರೀ ಹಾಗಂದರೆ?! ಪ್ರತಿದಿನವೂ ಸಾಕಷ್ಟು ಸಲ ನೋಡಿಕೊಳ್ಳುತ್ತೇವಲ್ಲ!! ನಮ್ಮ ಮುಖವನ್ನು ನೋಡಿಕೊಳ್ಳಲಿಕ್ಕೆ ನಮಗೇನು ತೊಂದರೆ?! ಅದನ್ನೂ ನಮಗೆ ಬೇರೆಯವರು ಹೇಳಬೇಕಾ? ನನ್ನ ಒಂದು ಪ್ರಶ್ನೆಗೆ ಉತ್ತರವಾಗಿ

ನಿಮ್ಮ ಮನಸ್ಸಿನಲ್ಲಿ ಇವೆಲ್ಲಾ ಉಪಪ್ರಶ್ನೆಗಳು ಉದ್ಭವಿಸಬಹುದು.

ಅಲ್ಲವೇ?!

ಸರಿಯಾಗಿ ಆಲೋಚನೆ ಮಾಡಿ ಹೇಳಿ. ನಿಮ್ಮ ಮುಖವನ್ನು ನೀವು ಸರಿಯಾಗಿ ನೋಡಿಕೊಂಡು ಎಷ್ಟು ದಿನಗಳಾದವು?

ಅರೇ, ಹೌದಲ್ವಾ? ನಮ್ಮ ಮುಖವನ್ನು ನಾವು ಸರಿಯಾಗಿ ನೋಡಿಕೊಂಡು.. ಅಂದರೆ, ಅಷ್ಟೆಲ್ಲ ಸರಿಯಾಗಿ ನಾವು ನಮ್ಮ ಮುಖವನ್ನು ನೋಡಿಕೊಂಡು ಎಷ್ಟು ದಿನಗಳಾದವಾ? ದಿನಗಳೆಲ್ಲಿ ಬಂತು, ಸ್ವಾಮೀ, ನಾವದನ್ನು ಸರಿಯಾಗಿ ನೋಡಿಕೊಂಡಿರುವುದೇ ಇಲ್ಲ!

ದಿನದಲ್ಲಿ ಸಾಕಷ್ಟು ಸಲ ನಮ್ಮ ಪ್ರತಿಬಿಂಬವನ್ನು ಕಂಡ ಕಂಡಲ್ಲಿ ಕತ್ತು ತಿರುಗಿಸಿ, ಮುಖ ಕೊಂಕಿಸಿ ನೋಡಿಕೊಳ್ಳುತ್ತೇವೆ. ಮನೆಯ ಕನ್ನಡಿಯಲ್ಲಿ, ಅಂಗಡಿಗಳ ನಿಲುವುಗನ್ನಡಿಗಳಲ್ಲಿ, ರಸ್ತೆಯಲ್ಲಿ ನಿಂತ ಕಾರುಗಳ ಬಾಗಿಲ ಗ್ಲಾಸುಗಳಲ್ಲಿ, ನಿಂತ ಬೈಕುಗಳ ಕನ್ನಡಿಯಲ್ಲಿ, ಮಾಲುಗಳ ಗಾಜಿನ ಗೋಡೆಗಳಲ್ಲಿ, ಹೀಗೆ ಎಲ್ಲೆಂದರಲ್ಲಿ ನಮ್ಮ ಶರೀರದ ಪ್ರತಿಬಿಂಬವನ್ನು ಓರೆಗಣ್ಣಲ್ಲಿಯಾದರೂ ಗಮನಿಸಿಕೊಂಡು ಮುಂದಡಿ ಇಡುತ್ತೇವೆ. ಆದರೆ, ಐದು ಅಥವಾ ಹತ್ತು ನಿಮಿಷ ನಮ್ಮ ಮುಖವನ್ನು ಕನ್ನಡಿಯಲ್ಲಿ ಸರಿಯಾಗಿ ನೋಡಿಕೊಂಡ ನೆನಪು ಬಹಳ ಕಡಿಮೆ.

ಹೌದಲ್ವಾ?

ನಾವು ನಮ್ಮ ಮುಖವನ್ನು ಅಷ್ಟೆಲ್ಲಾ ಸರಿಯಾಗಿ ನೋಡಿಕೊಂಡೇ ಇಲ್ಲ!.

ಕೆಲವರಿಗೆ ತಮ್ಮ ಮುಖವನ್ನು ಅಷ್ಟೆಲ್ಲಾ ಸರಿಯಾಗಿ ನೋಡಿಕೊಳ್ಳಲಿಕ್ಕೆ ಭಯ! ಮತ್ತೆ ಕೆಲವರಿಗೆ ಸಂಕೋಚ. ಇನ್ನೂ ಕೆಲವರಿಗೆ ಕಿರಿಕಿರಿ. ಹೀಗೇ ಇನ್ನೂ ಅನೇಕ ಭಾವನೆಗಳು ಬರುತ್ತಿರುತ್ತವೆ. ಅಷ್ಟಕ್ಕೂ ತಮ್ಮ ಮುಖವನ್ನು ಅಷ್ಟೆಲ್ಲ ಸರಿಯಾಗಿ ನೋಡಿಕೊಳ್ಳುವ ಅವಶ್ಯಕತೆಯ ಬಗ್ಗೆ ಆಲೋಚಿಸಿದವರು ಬಹಳ ಕಡಿಮೆ. ಆದರೆ ಅದು ಹಾಗಲ್ಲ. ನಮ್ಮ ಮುಖವನ್ನು ನಾವು ಸರಿಯಾಗಿ ನೋಡಿಕೊಳ್ಳುವುದರ ಅಗತ್ಯ ಮತ್ತು ಮಹತ್ವವನ್ನು ಹೇಳುತ್ತೇನೆ. ಅದರಿಂದ ನಮ್ಮ ಬದುಕಿನಲ್ಲಿ ಆಗುವ ಧನಾತ್ಮಕ ಪರಿಣಾಮಗಳ ಬಗ್ಗೆಯೂ ಹೇಳುತ್ತೇನೆ.

ಬೆಳಿಗ್ಗೆ ಎದ್ದ ನಂತರ ಮುಖವನ್ನು ತೊಳೆದುಕೊಳ್ಳಿ. ಒಂದೆರಡು

ಲೋಟ ನೀರು ಕುಡಿಯಿರಿ. ತಣ್ಣೀರಾದರೂ ಆಗಬಹುದು. ಬೆಚ್ಚಗಿನ ನೀರಾದರೂ ಆಗಬಹುದು. ಶೌಚಾದಿಗಳನ್ನು ಮುಗಿಸಿಕೊಳ್ಳಿ. ನಂತರ ನಿಮಗೆ ಅನುಕೂಲವಾದ ಸ್ಥಳದಲ್ಲಿ ಇರುವ ಕನ್ನಡಿಯ ಎದುರಿಗೆ ನಿಂತುಕೊಳ್ಳಿ. ಅಥವಾ ಸುಖಾಸನದಲ್ಲಿ ಕುಳಿತುಕೊಳ್ಳಲೂ ಬಹುದು. ಕನ್ನಡಿಯು ಸ್ವಚ್ಛವಾಗಿರಲಿ. ಕನ್ನಡಿಯಲ್ಲಿ ನಿಮ್ಮ ಮುಖವು ಸರಿಯಾಗಿ ಕಾಣುವಂತೆ ಕುಳಿತುಕೊಳ್ಳಿ. ನಿಂತುಕೊಂಡಿದ್ದರೂ ಆಗಬಹುದು. ಮೊದಲ ಎರಡು ವಾರಗಳ ಕಾಲ ನಿಂತಿರುವದೇ ಒಳ್ಳೆಯದು.

ಎದುರಿನ ಕನ್ನಡಿಯಲ್ಲಿ ನಿಮ್ಮ ಮುಖವನ್ನು ನೋಡಿ. ಒಂದೆರಡು ಸಲ ದೀರ್ಘವಾಗಿ ಉಸಿರನ್ನು ಒಳಗೆಳೆದುಕೊಂಡು ನಿಧಾನವಾಗಿ ಹೊರಗೆ ಬಿಡಿ. ಕನ್ನಡಿಯಲ್ಲಿ ಕಾಣುವ ನಿಮ್ಮ ಮುಖದ ಪ್ರತಿಬಿಂಬವನ್ನು ನೋಡಲಿಕ್ಕೆ ಶುರುಮಾಡಿ. ಇರುವುದು ಎರಡು ಕಣ್ಣುಗಳಾದರೂ ನಮಗೆಲ್ಲರಿಗೂ ಇರುವುದು ಒಂದೇ ದೃಷ್ಟಿ!

> **“ ತಮ್ಮ ಮುಖವನ್ನು ಸರಿಯಾಗಿ ನೋಡಿಕೊಳ್ಳುವ ಅವಶ್ಯಕತೆಯ ಬಗ್ಗೆ ಆಲೋಚಿಸುವವರು ಬಹಳ ಕಡಿಮೆ. ಆದರೆ ಅದು ಹಾಗಲ್ಲ. ನಮ್ಮ ಮುಖವನ್ನು ನಾವು ಸರಿಯಾಗಿ ನೋಡಿಕೊಳ್ಳುವುದರ ಅಗತ್ಯ ಮತ್ತು ಮಹತ್ವ ಹಾಗೂ ಅದರಿಂದ ನಮ್ಮ ಬದುಕಿನಲ್ಲಿ ಆಗುವ ಸಕಾರಾತ್ಮಕ ಪರಿಣಾಮಗಳು ಬಹಳ. ”**

ನಿಮ್ಮ ಮುಖದ ಪ್ರತಿಬಿಂಬವನ್ನು ನೋಡುತ್ತ ಇರಿ. ಹಾಗೆ ನೋಡುತ್ತಾ ನಿಮ್ಮ ಉಸಿರಾಟದ ಮೇಲೆ ಗಮನವನ್ನು ಕೇಂದ್ರೀಕರಿಸಿ. ಕಣ್ಣಿನ ದೃಷ್ಟಿಯು ಎರಡೂ ಕಣ್ಣುಗಳತ್ತ ಹರಿದಾಡುತ್ತದೆ. ಹಾಗೆಯೇ ನಿಮ್ಮ ಮುಖದ ತುಂಬಾ ಚಲಿಸುತ್ತಿರುವುದನ್ನು ಗಮನಿಸಿ. ಅದು ಪರವಾಗಿಲ್ಲ. ಹಾಗೆ ನೋಡುತ್ತಾ ಉಸಿರಾಟದ ಮೇಲೆ ಗಮನವನ್ನು ಕೇಂದ್ರೀಕರಿಸಿ. ಮೂರು ನಿಮಿಷದ ನಂತರ ನಿಮ್ಮ ಮನಸ್ಸಿನಲ್ಲಿ ಅಲೆ ಅಲೆಯಾಗಿ ಬರುತ್ತಿರುವ ಆಲೋಚನೆಗಳನ್ನು ಗಮನಿಸಿ. ಮೊದಲ ಮೂರು ದಿನ ಹತ್ತು ನಿಮಿಷಗಳ ಕಾಲ ಇವಿಷ್ಟನ್ನೇ ಮಾಡಿರಿ. ಹಾಗೆ ನೋಡುತ್ತಿರುವಾಗ ಕಣ್ಣುಗಳು

ಸಹಜವಾಗಿ ಮಿಟುಕುತ್ತಿರಲಿ.

ಮೊದಲನೆಯ ದಿನ ಕನ್ನಡಿಯಲ್ಲಿ ತನ್ನ ಕಣ್ಣುಗಳನ್ನು ತಾನು ನೋಡುವಾಗ ಕೆಲವರಿಗೆ ಭಯವಾಗುತ್ತದೆ. ಕೆಲವರಿಗೆ ಕಣ್ಣೀರು ಬರುತ್ತದೆ. ಕೆಲವರಿಗೆ ಹತ್ತು ನಿಮಿಷಗಳಷ್ಟು ಹೊತ್ತು ಹಾಗೆ ನೋಡಲಿಕ್ಕೆ ಆಗುವುದಿಲ್ಲ. ಕೆಲವರಿಗೆ ಯಾವ ಕಣ್ಣನ್ನು ದಿಟ್ಟಿಸಿ ನೋಡುವುದು ಎಂದು ಪ್ರಶ್ನೆ ಹುಟ್ಟುತ್ತದೆ. ಕಣ್ಣನ್ನು ಮಾತ್ರ ನೋಡಬೇಕಾ ಅಥವಾ ಇಡೀ ಮುಖವನ್ನೂ ನೋಡಬೇಕಾ

ಅಂತಲೂ ಅನ್ನಿಸುತ್ತಿರುತ್ತದೆ. ಮತ್ತೆ ಕೆಲವರಿಗೆ ಕಣ್ಣು ಕನ್ನಡಿಯೊಳಗಿನ ಮುಖವನ್ನು ನೋಡುತ್ತಿದ್ದರೂ, ಮನಸ್ಸಿನಲ್ಲಿ ಆಲೋಚನೆಗಳ ಪ್ರವಾಹ ಹರಿಯುತ್ತಿರುತ್ತದೆ. ಹಿಂದೆ ಯಾವತ್ತೂ ಅಷ್ಟೆಲ್ಲ ಹೊತ್ತು ಹಾಗೆ ತಮ್ಮ ಮುಖವನ್ನು ತಾವು ಗಮನವಿಟ್ಟು ನೋಡಿರುವುದಿಲ್ಲವಲ್ಲ. ಹಾಗಾಗಿ ಏನೇನೋ ಆತಂಕ, ವಿಚಾರ, ಕಿರಿಕಿರಿ ಆಗುವುದು ಸಹಜ. ಕೆಲವರಿಗೆ ಹತ್ತು

ನಿಮಿಷ ಆಗಲಿಕ್ಕೆ ಎಷ್ಟೆಲ್ಲಾ ಸಮಯವಾಗುತ್ತಿದೆಯಲ್ಲ ಅಂತ ಅಸಹನೆ, ಚಡಪಡಿಕೆಯೂ ಆಗುವುದಿದೆ. ಹೀಗೆ ಯಾವುದೇ ಅನಿಸಿಕೆ ಬಂದರೂ ಸರಿ. ಅದನ್ನು ಹಾಗೆಯೇ ಗಮನಿಸಿರಿ ಮತ್ತು ಅನುಭವಿಸಿರಿ.

ಮೊದಲ ಏಳು ದಿನ ಬೆಳಗ್ಗೆ ಹತ್ತು ನಿಮಿಷ ಸುಮ್ಮನೇ ಕನ್ನಡಿಯಲ್ಲಿ ಮುಖದ ಪ್ರತಿಬಿಂಬವನ್ನು ನೋಡುತ್ತಿರಿ. ಆವಾಗ ಆಗುವ ಮನಸ್ಸಿನ ಭಾವನೆಗಳನ್ನು ಗಮನಿಸುತ್ತಾ ಇರಿ. ಎಂಟನೆಯ ದಿನದಿಂದ ಹದಿನಾರನೆಯ ದಿನದ ವರೆಗೆ ಪ್ರತಿ ದಿನ ನಿಮಗೆ ಏನೇನು ಅನ್ನಿಸಿತು ಎನ್ನುವುದನ್ನು ಕೆಲವು ಸಾಲುಗಳಲ್ಲಿ ಬರೆದಿಟ್ಟುಕೊಳ್ಳಿ.

ಮೂರನೆಯ ವಾರದ ಮೊದಲ ದಿನದಿಂದ ನಿಮ್ಮ ಮುಖವನ್ನು ನೋಡಲಿಕ್ಕೆ ಶುರು ಮಾಡಿದ ಕೂಡಲೇ ಮನಸ್ಸಿನಲ್ಲಿ ಸಮಾಧಾನದ ಅಲೆಗಳು ಏಳುತ್ತಿರುವುದನ್ನು ಗಮನಿಸಿ. ಮೊದಲ ಐದು ನಿಮಿಷಗಳ ಕಾಲ ಮುಖದ ಪ್ರತಿಬಿಂಬವನ್ನು ಗಮನಿಸಿದ ನಂತರ ನಿಮ್ಮ ಬಗ್ಗೆ ನಿಮಗೆ ಬೇಕಾದ ಧನಾತ್ಮಕವಾದ ಹೇಳಿಕೆಗಳನ್ನು ಮನಸ್ಪೂರ್ವಕವಾಗಿ ಹೇಳಿಕೊಳ್ಳಿ.

ಉದಾಹರಣೆಗೆ: ನನ್ನ ಕಣ್ಣುಗಳು ಎಷ್ಟೊಂದು ಸುಂದರವಾಗಿವೆ. ನನ್ನ ಮುಖವು ಎಷ್ಟೊಂದು ಮುದ್ದಾಗಿದೆ. ನನ್ನ ಮುಖದಲ್ಲಿ ಅಡಗಿದ್ದ ಸೌಂದರ್ಯವನ್ನು ನಾನಿಷ್ಟು ಕಾಲ ನೋಡಿರಲಿಲ್ಲ. ಥ್ಯಾಂಕ್ಸ್, ದೇವರೆ! ನಾನು ಎಷ್ಟೊಂದು ಆತ್ಮವಿಶ್ವಾಸದ ಕಣ್ಣುಗಳನ್ನು ಮತ್ತು ಅದಕ್ಕೊಪ್ಪುವ ಮುಖವನ್ನು ಹೊಂದಿದ್ದೇನೆ. ನನ್ನ ಮುಖ ಮತ್ತು ನನ್ನ ಶರೀರವನ್ನು ನನಗೆ ಕರುಣಿಸಿದ ನನ್ನ ತಂದೆ ತಾಯಿಯರಿಗೆ ನಾನು ಋಣಿಯಾಗಿದ್ದೇನೆ. ನನ್ನ ಮೈಬಣ್ಣ ಕಪ್ಪಿದ್ದರೂ ನನ್ನ ಕಣ್ಣುಗಳಲ್ಲಿ ಅದೆಂಥ ಹೊಳಪಿದೆ! ನನ್ನ ಕಣ್ಣುಗಳಿಂದ ನಾನು ನನ್ನ ಹೃದಯದೊಳಗಿನ ಆನಂದವನ್ನು ನೋಡಬಲ್ಲವನಾಗಿದ್ದೇನೆ. ನನ್ನ ಮುಖದಲ್ಲಿ ನನ್ನ ನಾಳೆಗಳ ಯಶಸ್ಸಿನ ಬಗ್ಗೆ ಭರವಸೆ ತುಂಬಿದೆ. ನನ್ನ ಕಿವಿಗಳು ಎಷ್ಟೊಂದು ಸೊಗಸಾಗಿವೆ. ನನ್ನ ಮೂಗಂತೂ ಎಷ್ಟೊಂದು ವಿಶೇಷವಾದದ್ದಾಗಿದೆ!

ಹೀಗೇ ಪದೇ ಪದೇ ಹೇಳಿಕೊಳ್ಳಿ.

ನಿಮಗೆ ಬದುಕಿನಲ್ಲಿ ಏನು ಬೇಕೂಂತ ಅನ್ನಿಸುತ್ತದೆಯೋ ಅದನ್ನು ವಿಶ್ವಾಸದಿಂದ ಹಾಗೂ ಪ್ರೀತಿಯಿಂದ ಹೇಳಿಕೊಳ್ಳಿ. ಕೆಲವೇ ದಿನಗಳ ಅಭ್ಯಾಸದ ನಂತರ ನಿಮ್ಮ ಶಾರೀರಿಕ ಹಾಗೂ ಮಾನಸಿಕ ಆರೋಗ್ಯದಲ್ಲಿ

ಆಗುವ ಧನಾತ್ಮಕ ಬದಲಾವಣೆಗಳನ್ನು ಗಮನಿಸಿ. ಅವುಗಳನ್ನು ಮನಸ್ಸಿನಾಳದಿಂದ ಒಪ್ಪಿಕೊಳ್ಳಿ. ಅವುಗಳನ್ನು ದಯಪಾಲಿಸಿದ ವಿಶ್ವಶಕ್ತಿಗೆ ಕೃತಜ್ಞತೆಯಿಂದ ವಂದಿಸಿ. ಮುಖವೀಕ್ಷಣೆಯನ್ನು ಪ್ರಾರಂಭಿಸಿದ ಎರಡನೆಯ ವಾರದ ನಂತರ ಎರಡುವಾರಗಳ ನಿಮ್ಮ ಅನುಭವದಲ್ಲಾಗುವ ಬದಲಾವಣೆಗಳನ್ನು ಬರೆದಿಟ್ಟುಕೊಳ್ಳಿರಿ. ಕೇವಲ ಧನಾತ್ಮಕ ಅಂಶಗಳನ್ನು ಮಾತ್ರ ಬರೆದಿಟ್ಟುಕೊಳ್ಳಬೇಕು. ಋಣಾತ್ಮಕ ಆಲೋಚನೆಗಳು ಬರುವುದು ನಿಲ್ಲುವವರೆಗೂ ಧನಾತ್ಮಕ ಸಲಹೆಗಳನ್ನು ದೃಢ ಮನಸ್ಸಿನಿಂದ ಹೇಳಿಕೊಳ್ಳುತ್ತಿರಬೇಕು. ನಿಮಗೆ ಬೇಕೆನ್ನಿಸಿದ ಧನಾತ್ಮಕ ಸಂದೇಶವನ್ನು, ಸದಾಶಯವನ್ನು, ಆರೋಗ್ಯವನ್ನು, ನಿಮ್ಮ ಪ್ರತಿಬಿಂಬದ ಕಣ್ಣುಗಳಲ್ಲಿ ದೃಷ್ಟಿಯನ್ನಿಟ್ಟು ಅತ್ಯಂತ ಭಕ್ತಿಯಿಂದ, ಅತ್ಯಂತ ವಿನಯದಿಂದ ಅಷ್ಟೇ ವಿಶ್ವಾಸದಿಂದ ಹೇಳಿಕೊಳ್ಳಿ. ಪದೇ ಪದೇ ಹೇಳಿಕೊಳ್ಳಿ. ಹಾಗೆ ಹೇಳಿಕೊಳ್ಳುವಾಗ ನಿಮ್ಮ ಮನಸ್ಸಿನ ಮೂಲಕ ನಿಮ್ಮ ಶರೀರದಲ್ಲಿ ಆಗುವ ರೋಮಾಂಚನವನ್ನು ಅನುಭವಿಸಿ. ನಿಮ್ಮ ದೇಹಕ್ಕೆ ಶಕ್ತಿ ಬರುತ್ತದೆ. ಆರೋಗ್ಯ ಬರುತ್ತದೆ. ಕಣ್ಣುಗಳಲ್ಲಿ ಕಾಂತಿ ಬರುತ್ತದೆ. ನಿಮ್ಮ ಮನಸ್ಸಿಗೆ ಆನಂದ ಸಿಗುತ್ತದೆ. ನಿಮಗೆ ಒಳ್ಳೆಯದಾಗುತ್ತದೆ. ಅದನ್ನು ನಿಮ್ಮವರಲ್ಲಿ ಹಂಚಿಕೊಳ್ಳಿ. ಹಂಚಿಕೊಂಡಷ್ಟೂ ಆನಂದ, ಐಶ್ವರ್ಯ ವೃದ್ಧಿಸುತ್ತದೆ. ಇದನ್ನು ನಂಬಿಕೊಂಡು ಪಾಲಿಸಿರಿ.

ನಿಮ್ಮ ಅವಸರದ ಬದುಕಿನಲ್ಲಿ ಇದಕ್ಕಾಗಿ ಪ್ರತಿದಿನ ಬೆಳಗ್ಗೆ ಹತ್ತು ನಿಮಿಷಗಳನ್ನು ಮೀಸಲಿಡಿ. ನಿಮ್ಮನ್ನು ನೀವು ನೋಡಿಕೊಳ್ಳಲಿಕ್ಕೆ ಇಷ್ಟು ಸಮಯ ಬಹಳ ಸ್ವಲ್ಪವೇ ಸರಿ. ನಿಮ್ಮನ್ನು ನೀವು ಒಪ್ಪಿಕೊಳ್ಳಿ. ಆಗ ನಿಮ್ಮನ್ನು ಎಲ್ಲರೂ ಒಪ್ಪಿಕೊಳ್ಳುತ್ತಾರೆ. ಆ ಆನಂದವನ್ನು ಅನುಭವಿಸಿ. ನಿಮಗೂ ಎಲ್ಲರನ್ನೂ ಒಪ್ಪಿಕೊಳ್ಳಲಿಕ್ಕೆ ಸಾಧ್ಯವಾಗುತ್ತದೆ. ಅದನ್ನು ವಿಸ್ತರಿಸುತ್ತಾ ಹೋಗಿ. ನಮ್ಮ ಮನಸ್ಸು ಬೆಳೆದಷ್ಟೂ ಮನುಷ್ಯರು ನಮ್ಮವರಾಗುತ್ತಾರೆ.

ಜಗತ್ತೂ ನಮ್ಮದಾಗುತ್ತದೆ!

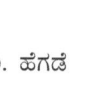

ನಾನೊಂದ್ರೆ ನಂಗಿಷ್ಟ ಇಲ್ಲ! 3

ಸೋಜಿಗವೆನ್ನಿಸಿದರೂ ಇದು ಸತ್ಯ!

ಬಹಳ ಜನರಿಗೆ ಅವರೆಂದರೆ ಅವರಿಗೆ ಇಷ್ಟ ಇರುವುದಿಲ್ಲ. ಅವರ ಬಗ್ಗೆ ಅವರಿಗೆ ಸಂತೋಷ ಇರುವುದಿಲ್ಲ. ಅವರ ಬಗ್ಗೆ ಅವರಿಗೆ ಗೌರವ ಇರುವುದಿಲ್ಲ. ಅವರ ಬಗ್ಗೆ ಅವರಿಗೆ ಬಹಳ ಅಸಹನೆ ಇರುತ್ತದೆ. ಸಾಕಷ್ಟು ಕೀಳರಿಮೆ ಇರುತ್ತದೆ.

ಯಾವಾಗಲೂ ಅವರು ಬೇರೆಯವರು ತಮ್ಮ ಬಗ್ಗೆ ಋಣಾತ್ಮಕವಾಗಿ ಏನೇನೋ ಅಂದುಕೊಂಡಿದ್ದಾರೆ ಎಂದೇ ಅಂದುಕೊಳ್ಳುತ್ತ ಇರುತ್ತಾರೆ. ತಾನು ಯಾರಂತೆಯೋ ಇಲ್ಲವಾಗಿರುವುದರಿಂದಲೇ, ತಾನು ಬೇರೇನನ್ನೋ ಓದಲಿಲ್ಲವಾಗಿರುವುದರಿಂದಲೇ ಜೀವನದಲ್ಲಿ ತಾನಿನ್ನೂ ಯಶಸ್ವಿಯಾಗಲಿಲ್ಲ ಎಂದು ನಂಬಿಕೊಂಡಿರುತ್ತಾರೆ. ತನ್ನ ಬಗ್ಗೆ ತಾನು

ಹಾಗೆಲ್ಲ ಅಂದುಕೊಂಡಿರುವುದು ಒಂದು ಋಣಾತ್ಮಕ ಆಲೋಚನೆ ಅಂತಲೂ ಅವರಿಗೆ ಅನ್ನಿಸಿರುವುದಿಲ್ಲ. ಎಷ್ಟು ಬೇಗ ಅವರನ್ನು ಅಂತಹ ಮನಸ್ಥಿತಿಯಿಂದ ಹೊರಗೆ ತರಲಿಕ್ಕೆ ಆಗುತ್ತದೆಯೋ ಅಷ್ಟು ಬೇಗ ಅವರು ಜೀವನದಲ್ಲಿ ಸಂತೋಷದಿಂದ ಇರಲಿಕ್ಕೆ ಸಾಧ್ಯವಾಗುತ್ತದೆ. ಆದರೆ ನಿಜಕ್ಕೂ ಅದು ಅಷ್ಟು ಸುಲಭದ ಕೆಲಸವಲ್ಲ.

ಮಂಗಳವಾರ ಮಧ್ಯಾಹ್ನ ಮೂರೂವರೆಗೆ ನನ್ನಲ್ಲಿಗೆ ಬಂದ ಆಕೆ ತೀರಾ ಸ್ಪಷ್ಟವಾಗಿ, "ಹೌದು ಸಾರ್! ನಿಜಕ್ಕೂ ನನಗೆ ನಾನೆಂದ್ರೆ ಇಷ್ಟ ಇಲ್ಲ!" ಎಂದು ಹೇಳಿದವಳೇ ಮುಖವನ್ನು ತಗ್ಗಿಸಿಕೊಂಡರು. ನಾನು ಆಕೆಯನ್ನು ಗಮನಿಸಿದೆ. ಆಕೆ ಮೂವತ್ತರ ವಿದ್ಯಾವಂತೆ. ವಕೀಲೆ. ಬುದ್ಧಿವಂತೆ. ಆರೋಗ್ಯವಂತರಂತೆ ಕಾಣುತ್ತಿರುವ ಆಕೆ ದಷ್ಟ ಪುಷ್ಟವಾಗಿದ್ದಾರೆ. ಮದುವೆಯಾಗಿ ಏಳು ವರ್ಷವಾಗಿದೆ. ಐದು ವರ್ಷದ ಮಗನಿದ್ದಾನೆ. ಗಂಡನಿಗೆ ಎಂಎನ್‌ಸಿಯಲ್ಲಿ ಒಳ್ಳೆಯ ಉದ್ಯೋಗವಿದೆ. ರಾಜನಗರದಲ್ಲಿ ಸ್ವಂತ ಮನೆಯಿದೆ. ಅತ್ತೆ ಮಾವ ಜೊತೆಗಿಲ್ಲ. ಈಕೆಯ ಅಪ್ಪ ಅಮ್ಮ ಇದೇ ಊರಿನಲ್ಲಿದ್ದಾರೆ. ಉತ್ತರದಲ್ಲಿರುವ ತಮ್ಮ ಮನೆಯಿಂದ ಕಾರಿನಲ್ಲಿ ಹೊರಟರೆ ಪಶ್ಚಿಮದಿಕ್ಕಿನಲ್ಲಿರುವ ಮಗಳ ಮನೆಗೆ ಮುಕ್ಕಾಲುಗಂಟೆಯ ಪ್ರಯಾಣ. ಎರಡು ವಾರಕ್ಕೊಮ್ಮೆಯಂತೂ ಮಗಳ ಮನೆಗೆ ಬಂದು ಹೋಗುತ್ತಾರೆ. ವಾರದ ಮಧ್ಯೆ ರಜ ಸಿಕ್ಕಾಗ ಈಕೆಯೇ ತವರು ಮನೆಗೆ ಹೋಗುತ್ತಾಳೆ. ಅದಕ್ಕೆಲ್ಲ ಗಂಡನ ಆಕ್ಷೇಪವಿಲ್ಲ. ಅಷ್ಟೇ ಅಲ್ಲ, ಆಕೆಯ ಪ್ರಕಾರ, ಗಂಡ ಸಾಧು ಗುಣದ ಸಂಭಾವಿತ ಮನುಷ್ಯ. ಇಷ್ಟೆಲ್ಲ ಸುಖ ಸೌಕರ್ಯಗಳಿದ್ದರೂ ಈಕೆಗೆ ಬದುಕಿನಲ್ಲಿ ಉತ್ಸಾಹವಿಲ್ಲ. ಸತ್ತುಹೋಗಬೇಕು ಎನ್ನುವಷ್ಟು ಸುಸ್ತಾಗಿದೆ. ಬದುಕಿದ್ದು ಏನಾಗಬೇಕು ಎನ್ನುವ, ಆತ್ಮಹತ್ಯೆಯೊಂದೇ ಮುಂದಿರುವ ದಾರಿ ಎನ್ನುವ ಆಲೋಚನೆಗಳೂ ಆಕೆಗೆ ಪದೇ ಪದೇ ಬರುತ್ತಿವೆಯಂತೆ! ಮಾತಿನ ಮಧ್ಯೆ ಕಣ್ಣೀರಧಾರೆ.

ಆಕೆ ಹೇಳುವಂತೆ ಆಕೆಯ ಮೈಬಣ್ಣ ಕಪ್ಪು. (ನನಗೆ ಖಂಡಿತವಾಗಿಯೂ ಹಾಗನ್ನಿಸಲಿಲ್ಲ. ಆಕೆ ಎಣ್ಣೆಗೆಂಪು ಬಣ್ಣದವರು. ನಿಜಕ್ಕೂ ಆಕರ್ಷಕ ವ್ಯಕ್ತಿ.) ಕಪ್ಪಾಗಿರುವುದರಿಂದ ಆಕೆಯನ್ನು ಎಲ್ಲರೂ ಕಡೆಗಣಿಸುತ್ತಾರಂತೆ. ಯಾರೂ ಆಕೆಯನ್ನು ಪ್ರೀತಿಸುವುದಿಲ್ಲವಂತೆ. ಯಾರೂ ಆಕೆಗೆ ಗೌರವವನ್ನು ಕೊಡುವುದಿಲ್ಲವಂತೆ. ಹಾಗಾಗಿ ಆಕೆಗೆ ಆತ್ಮವಿಶ್ವಾಸ ಬಹಳ

ಕಡಿಮೆಯಾಗಿದೆಯಂತೆ. ಆಕೆಯದ್ದು ಸೆಮಿ ಅರೇಂಜ್ಡ್ ಮದುವೆಯಂತೆ. ವರ್ಷಗಳು ಕಳೆದಂತೆ ಗಂಡನಿಗೂ ಆಕೆಯ ಮೇಲೆ ಪ್ರೀತಿ, ಗೌರವ ಕಡಿಮೆಯಾಗುತ್ತ ಇದೆಯಂತೆ. ಮತ್ತೆ ಕಣ್ಣಂಚಲ್ಲಿ ನೀರು.

ಬಹಳ ಒಳ್ಳೆಯ ಸರಕಾರಿ ನೌಕರಿಯಲ್ಲಿರುವ ಆಕೆಯ ಅಪ್ಪ ಚೆಂದದ ಬಣ್ಣದವರಂತೆ. ಅಮ್ಮ ಬೆಳ್ಳಗಿದ್ದಾರಂತೆ. ಈಕೆಯ ಅಣ್ಣ ಮತ್ತು ಅಕ್ಕ ಇಬ್ಬರೂ ಅಮ್ಮನಂತೆ ಕಲರಿದ್ದಾರಂತೆ. ಅದೇಕೋ ಅಪ್ಪ, ಅಮ್ಮ ಯಾವಾಗಲೂ ಈಕೆಯನ್ನು ಅಲಕ್ಷ ಮಾಡಿದ್ದಾರಂತೆ. ಕಪ್ಪೆಂದೇ ಕಡೆಗಣಿಸಿದ್ದಾರಂತೆ. ಆದರೆ ಅಣ್ಣ ಮತ್ತು ಅಕ್ಕ ಇಬ್ಬರನ್ನೂ ಪ್ರೀತಿಸಿ, ಮುದ್ದಿಸಿ ಬೆಳೆಸಿದ್ದಾರಂತೆ. ಶಾಲೆಯಲ್ಲಿ ಸಹಪಾಠಿಗಳೂ ಈಕೆಯನ್ನು ಕಪ್ಪೆಂದು ಆಡಿಕೊಂಡು ಹಾಸ್ಯ ಮಾಡಿದ್ದೂ ಇದೆಯಂತೆ... ಪಟ್ಟಿ ಬೆಳೆಯುತ್ತ ಸಾಗಿತ್ತು.

> **ಜಗತ್ತು ನಮ್ಮನ್ನು ಇಷ್ಟಪಡುವ ಮೊದಲು ನಮ್ಮನ್ನು ನಾವೇ ಇಷ್ಟಪಡಬೇಕು. ಆದರೆ ಕೆಲವರು ತಮ್ಮಲ್ಲಿರುವ ಸಣ್ಣ–ಪುಟ್ಟ ಕೊರತೆಗಳನ್ನೇ ದೊಡ್ಡದನ್ನಾಗಿಸಿಕೊಂಡು ಜೀವನದುದ್ದಕ್ಕೂ ನರಳುತ್ತಿರುತ್ತಾರೆ. ಯಾರೂ ಕೂಡ ಪರಿಪೂರ್ಣರಲ್ಲ; ಎಲ್ಲರಲ್ಲೂ ಏನಾದರೊಂದು ಕೊರತೆ ಇದ್ದೇ ಇರುತ್ತದೆ. ಈ ಕೊರತೆಗಳನ್ನು ಮೀರಿ ಜೀವನದಲ್ಲಿ ತೊಡಗಿದಾಗಲಷ್ಟೇ ಯಶಸ್ಸು ಸಾಧ್ಯ.**

ಇಂತಹ ಬಹಳಷ್ಟು ಘಟನೆಗಳಿಂದ ಆಕೆಗೆ ಅವಳೆಂದರೆ ಇಷ್ಟವಿಲ್ಲ!

ಇನ್ನು ತನ್ನ ಮೂಗು ಡೊಂಕಾಗಿದೆ ಎಂದುಕೊಂಡು ಒಂದಲ್ಲ, ಎರಡಲ್ಲ, ಮೂರಲ್ಲ, ಬರೋಬ್ಬರಿ ಇಪ್ಪತ್ತು ವರ್ಷ ನರಳಿದ ವ್ಯಕ್ತಿಯೊಬ್ಬರು ನನಗೆ ಗೊತ್ತಿದೆ. ಅರ್ಧ ಆಯಸ್ಸು ಮುಗಿಯುವಷ್ಟರಲ್ಲಿ ನನ್ನ ಹತ್ತಿರ ಬಂದರು. ಚಿಕಿತ್ಸೆಯನ್ನು ಮಾಡಿಸಿಕೊಂಡರು. ಬಹಳಷ್ಟು ಜನ ಸೊಟ್ಟ ಮೂಗಿನವರು, ಮೊಂಡು ಮೂಗಿನವರು, ಉದ್ದ ಮೂಗಿನವರು ಜೀವನದಲ್ಲಿ ಯಶಸ್ವಿಯಾಗಿದ್ದಾರೆ, ಮಹತ್ತರವಾದದ್ದನ್ನು ಸಾಧಿಸಿದ್ದಾರೆ ಎನ್ನುವುದನ್ನು ಆತ ಯಾವತ್ತೂ ಗಮನಿಸಿರಲಿಲ್ಲ. ಕಣ್ಣಲ್ಲಿ ಕಂಡಿದ್ದರೂ ಮನಸ್ಸಿನಿಂದ ನೋಡಿರಲಿಲ್ಲ. ಡೊಂಕು ಮೂಗು ತನ್ನ ದುರದೃಷ್ಟವೆಂದೇ ಆತ ನಂಬಿಕೊಂಡಿದ್ದ. ತನ್ನ ಮೂಗು ನೀಟಾಗಿದ್ದಿದ್ದರೆ ತಾನೊಬ್ಬ ಯಶಸ್ವಿ

ನಾಯಕ ನಟನಾಗುತ್ತಿದ್ದೆ ಎನ್ನುವುದು ಅವರ ಮತ್ತೊಂದು ನಂಬಿಕೆ.
(ಅದನ್ನು ನಾವು ಭ್ರಮೆ ಅಂತನ್ನೋಣ!) ತನ್ನ ಡೊಂಕು ಮೂಗನ್ನು
ನೆಟ್ಟಗೆ ಮಾಡಿಕೊಳ್ಳಲಿಕ್ಕಾಗಿ ಮೂಗಿನ ಸರ್ಜರಿಯನ್ನೇ ಮಾಡಿಸಿಕೊಳ್ಳಲಿಕ್ಕೆ
ಅತ ಮುಂದಾಗಿದ್ದ. ಕೆಲವು ಸಿನಿಮಾ ನಟರು ಹೀಗೆ ಆಪರೇಶನ್ನನ್ನು
ಮಾಡಿಕೊಂಡ ಬಗ್ಗೆ ಆತ ಪತ್ರಿಕೆಗಳಲ್ಲಿ ಓದಿಕೊಂಡಿದ್ದ. ಬೆಂಗಳೂರಿನ
ಪ್ರಖ್ಯಾತ ಇಎನ್‌ಟಿ ಸರ್ಜನ್ ಒಬ್ಬರು ಕಾಸ್ಮೆಟಿಕ್ ಉದ್ದೇಶದಿಂದಾದರೆ
ಸರ್ಜರಿ ಮಾಡಿಕೊಳ್ಳಬಹುದೆಂದೂ, ಆರೋಗ್ಯದ ಕಾರಣಕ್ಕಾದರೆ ಅಂತಹ
ಸರ್ಜರಿಯ ಅಗತ್ಯ ಇಲ್ಲವೆಂದೂ, ಹುಟ್ಟಿನಿಂದ ಇರುವ ನೈಸರ್ಗಿಕವಾದ

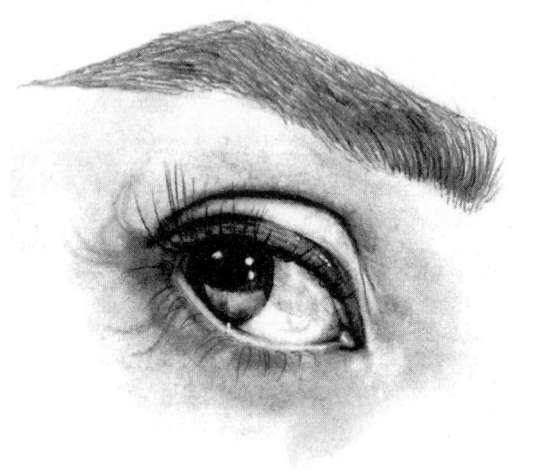
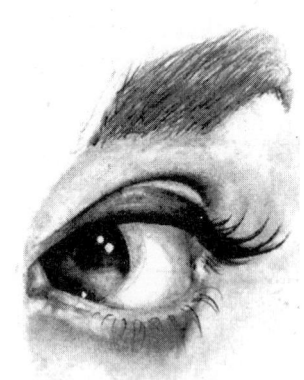

ಮೂಗು ಹೇಗಿದೆಯೋ ಹಾಗೆಯೇ ಇದ್ದರೇ ಆರೋಗ್ಯಕ್ಕೆ ಒಳ್ಳೆಯದು
ಅಂತಲೂ ಅವರಿಗೆ ಬುದ್ಧಿಮಾತು ಹೇಳಿದ್ದರು. ಆ ಪ್ರಖ್ಯಾತ ವೈದ್ಯರು ಹಾಗೆ
ಹೇಳುವುದಕ್ಕೂ ತನ್ನ ದುರದೃಷ್ಟವೇ ಕಾರಣ ಎಂದೇ ಆತ ಅಂದುಕೊಂಡಿದ್ದ!
ಅವನ ಇಂತಹ ನಂಬಿಕೆಯ ಪರಿಣಾಮ ಎಷ್ಟು ವಿಕೋಪಕ್ಕೆ ಹೋಯಿತೆಂದರೆ,
ಒಂದೆರಡು ವರ್ಷಗಳಲ್ಲಿ ಅವರಿಗೆ ಆರೋಗ್ಯ ಹದಗೆಟ್ಟಿತು. ಪರೀಕ್ಷಿಸಿದ

ವೈದ್ಯರು ಅದಕ್ಕೆ ಅಲರ್ಜಿ ಎಂದರು. ಅದರಿಂದ ಗುಣವಾಗಲಿಕ್ಕಾಗಿ ಆತ ಒಂದಾದ ನಂತರ ಒಂದರಂತೆ ವೈದ್ಯರನ್ನು ಬದಲಾಯಿಸಿದ. ಆಲೋಪತಿ, ಆಯುರ್ವೇದ, ಹೋಮಿಯೋಪತಿ ಅಂತೆಲ್ಲ ವೈದ್ಯಕೀಯ ಪದ್ಧತಿಗಳನ್ನು ಬದಲಾಯಿಸಿದ. ಆದರೂ ಅವರ ಸಮಸ್ಯೆ ಕಡಿಮೆಯಾಗಲಿಲ್ಲ. ಅವರನ್ನು ಪರಿಶೀಲಿಸಿದ ಬಹುತೇಕ ಎಲ್ಲಾ ವೈದ್ಯರು ಬೆಂಗಳೂರನ್ನು ಬಿಟ್ಟು ಹೋದರೆ ಆತನ ಆರೋಗ್ಯ ಸುಧಾರಿಸುತ್ತದೆ ಎಂದೇ ಹೇಳಿದ್ದರು. ಅವರ ಅವಸ್ಥೆಗೆ ಬೆಂಗಳೂರು ಅಲರ್ಜಿ ಅಂತಲೂ ಹೆಸರಿಟ್ಟರಂತೆ. ಹೀಗೆ ತನ್ನ ಮೂಗು ಡೊಂಕು ಎನ್ನುವಲ್ಲಿಂದ ಶುರುವಾದ ಅವರ ಸಮಸ್ಯೆ ಉಲ್ಬಣಿಸುತ್ತಾ ಹೋಯಿತು!

ಇಂತಹ ಬಹಳಷ್ಟು ಘಟನೆಗಳಿಂದಾಗಿ ಆತನಿಗೆ ಅವನೆಂದರೆ ಇಷ್ಟವಿಲ್ಲ!

ಇನ್ನು ತನ್ನ ಧ್ವನಿ ಚೆನ್ನಾಗಿಲ್ಲವೆಂದು, ತಾನು ದಪ್ಪಗಿದ್ದೇನೆಂದು, ತಾನು ತೆಳ್ಳಗಿದ್ದೇನೆಂದು, ತಾನು ಗಿಡ್ಡಗಿದ್ದೇನೆಂದು, ತಾನು ಎತ್ತರವಾಗಿದ್ದೇನೆಂದು, ತನ್ನ ಮೂಗು ಉದ್ದವೆಂದೂ, ತನ್ನ ಕಾಲುಗಳು ಚಿಕ್ಕವಾಗಿವೆಯೆಂದೂ, ತನ್ನ ಕುತ್ತಿಗೆ ಗಿಡ್ಡವೆಂದು.... ಹೀಗೇ ಹತ್ತು ಹಲವು ಕಾರಣಗಳನ್ನು ಪಟ್ಟಿ ಮಾಡಿಕೊಂಡು ತನ್ನನ್ನು ತಾನು ಇಷ್ಟಪಡದಿರುವವರ ಬಹುದೊಡ್ಡ ಯಾದಿಯನ್ನು ತಯಾರಿಸಬಹುದು.

ಇತ್ತೀಚಿಗೆ ನಾನು ಒಂದು ಸಂಮೋಹನದ ಸಿಡಿಯನ್ನು ತಯಾರಿಸುವಾಗ ರಿಕಾರ್ಡಿಂಗ್ ಸ್ಟುಡಿಯೋದಲ್ಲಿ ಒಬ್ಬರಿಗೆ ಅಲ್ಲಿಯ ಸೌಂಡ್ ಇಂಜನಿಯರ್ ಹೇಳುತ್ತಿದ್ದನ್ನು ನಾನು ಕೇಳಿಸಿಕೊಂಡೆ. "ನಮಗೆ ನಮ್ಮ ಧ್ವನಿ ಚೆನ್ನಾಗಿ ಕೇಳಿಸುವುದಿಲ್ಲ ಮೇಡಮ್. ನಿಜ ಹೇಳಬೇಕಂದರೆ, ನಿಮ್ಮ ಧ್ವನಿ ಚೆನ್ನಾಗಿದೆ. ಸ್ವಲ್ಪ ಡಿಫರೆಂಟಾಗಿದೆ!" ಆಕೆಗೆ ಅದೇನು ಅರ್ಥವಾಯಿತೋ ನನಗೆ ಗೊತ್ತಾಗಲಿಲ್ಲ. ಬಹುಶಃ ತನ್ನ ಧ್ವನಿ ಚೆನ್ನಾಗಿಲ್ಲ ಅಂತ ಅಂದುಕೊಂಡು ಆಕೆ ನರಳುತ್ತಿರಬಹುದು. ಹೀಗೆ ತನ್ನಲ್ಲಿ ಏನೋ ಐಬು ಇದೆ ಎಂದು ತಮ್ಮಷ್ಟಕ್ಕೆ ತಾವು ಅಂದುಕೊಂಡು, ಅದನ್ನು ನಂಬಿಕೊಂಡು ನರಳುವವರು ಸಾಕಷ್ಟು ಜನ ಇದ್ದಾರೆ.

ಅವರ ಪ್ರಕಾರ ಅವರು ಬದುಕಬೇಕು ಅಂತಂದುಕೊಂಡಿರುವುದಕ್ಕೂ, ಈಗ ಬದುಕುತ್ತಿರುವುದಕ್ಕೂ ಬಹಳ ವ್ಯತ್ಯಾಸವಿರುತ್ತದೆ. ಅವರ ಮನಸ್ಸಿನಲ್ಲಿ ಅವರ ಜೀವನದ ಗುರಿ ಬೇರೆಯಾಗಿರುತ್ತದೆ. ಅವರ ಜೀವನದ ಧ್ಯೇಯ

ಬೇರೆಯಾಗಿರುತ್ತದೆ. ತಮ್ಮಲ್ಲಿರುವ (ಅವರ ಪ್ರಕಾರ ಮಾತ್ರ!) ಕೊರತೆಯ ಕಾರಣದಿಂದಾಗಿ ಅವರು ತಮ್ಮ ಕನಸನ್ನು ನನಸು ಮಾಡಿಕೊಳ್ಳುವತ್ತ ಪ್ರಯತ್ನವನ್ನು ಮಾಡದೆಯೇ, ಬೇರೆಯದೇ ರೀತಿಯಲ್ಲಿ ಬದುಕುತ್ತ ಇರುತ್ತಾರೆ. ಮತ್ತು ಸಾಕಷ್ಟು ಬೇಸರದಿಂದ ಇರುತ್ತಾರೆ.

ತನ್ನನ್ನು ಇಷ್ಟ ಪಡದವರಿಗೆ ಸಂತೋಷದಿಂದ ಇರಲಿಕ್ಕೆ ಸಾಧ್ಯವಿಲ್ಲ ಎನ್ನುವ ವಿಷಯವನ್ನು ಇತ್ತೀಚಿನ ಆಧುನಿಕ ಜಗತ್ತಿನ ಮನ:ಶಾಸ್ತ್ರದ ಸಂಶೋಧನೆಗಳು ಕಂಡುಕೊಂಡಿವೆ. ಇಷ್ಟು ವರ್ಷ ತನ್ನನ್ನು ತಾನು ಇಷ್ಟಪಡದೇ ಇರುವುದನ್ನು ರೂಢಿಮಾಡಿಕೊಂಡವರಿಗೆ, ಅವರನ್ನು ಅವರು ಇಷ್ಟಪಡುವುದನ್ನು ಕಲಿಸುವುದು ಹೇಗೆ? ಕೆಲವರಂತೂ ಇಡೀ ಜೀವನಪೂರ್ತಿ ತನ್ನನ್ನು ತಾನು ಇಷ್ಟ ಪಡಲಿಕ್ಕೆ ಅಥವಾ ತನ್ನನ್ನು ತಾನು ಪ್ರೀತಿಸಲು ಕಲಿಯಲಿಕ್ಕೆ ಸಾಕಷ್ಟು ಶ್ರಮಪಡುತ್ತ ಇರುತ್ತಾರೆ.

ಮಗುವಾಗಿದ್ದಾಗ ಒಂದು ಹೊಸ ವಿಷಯವನ್ನಾಗಲೀ, ಒಂದು ಹೊಸ ಭಾಷೆಯನ್ನಾಗಲೀ ಲೀಲಾಜಾಲವಾಗಿ ಕಲಿತುಬಿಡಬಹುದು. ಅದೇ ವಯಸ್ಕರಾದ ಮೇಲೆ ಅಷ್ಟೊಂದು ಸುಲಭವಾಗಿ ಹೊಸದೇನನ್ನೂ ಕಲಿಯಲಿಕ್ಕೆ ಸಾಧ್ಯವಾಗುವುದಿಲ್ಲ. ತನ್ನನ್ನು ತಾನು ಇಷ್ಟ ಪಡುವುದನ್ನು ಕಲಿಯುವುದೂ ಕೂಡ ಇದೇ ಸಾಲಿಗೆ ಸೇರುತ್ತದೆ. ವಯಸ್ಸು ಹೆಚ್ಚಾದಂತೆಯೇ ಕಲಿಯುವ ಮನಸ್ಸು ಕುಗ್ಗುತ್ತದೆ. ಋಣಾತ್ಮಕ ಭಾವನೆಗಳು ಮನಸ್ಸಿನಾಳದಲ್ಲಿ ಹೆಪ್ಪುಗಟ್ಟುತ್ತವೆ. ತನ್ನನ್ನು ಯಾರೂ ಪ್ರೀತಿಸುವುದಿಲ್ಲ ಎಂದೂ, ತನಗೆ ಬೇರೆಯವರಿಂದ ಪ್ರೀತಿಸಲ್ಪಡುವ ಯೋಗ್ಯತೆಯೇ ಇಲ್ಲವೆಂದೂ ಅವರ ಮನಸ್ಸು ನಿರ್ಧರಿಸಿರುತ್ತದೆ. ಇದನ್ನು ಸಂಪೂರ್ಣವಾಗಿ ನಂಬಿಕೊಂಡಿರುವ ವ್ಯಕ್ತಿಯ ನಂಬಿಕೆಯನ್ನು ಬದಲಿಸುವುದು ಬಹಳ ಕಷ್ಟಸಾಧ್ಯವಾದ ಕೆಲಸ. ಹಾಗಾಗಿಯೇ ಅವರು ಯಾರಾದರೂ ತಮ್ಮನ್ನು ಪ್ರೀತಿಸುತ್ತಾರೆ ಅಂತಾದಾಗಲೂ ಅವರ ಪ್ರೀತಿಯನ್ನು ಹೃತ್ಪೂರ್ವಕವಾಗಿ ನಂಬುವುದಿಲ್ಲ. ಅವರಿಂದಲೂ ಕೂಡ ಇನ್ನೊಬ್ಬರನ್ನು ಹೃತ್ಪೂರ್ವಕವಾಗಿ ಪ್ರೀತಿಸಲಿಕ್ಕೆ ಸಾಧ್ಯವಾಗುವುದಿಲ್ಲ. ಯಾವಾಗಲೂ ಎಲ್ಲರನ್ನೂ ಅಷ್ಟಿಷ್ಟು ಸಂಶಯದಿಂದಲೇ ನೋಡುತ್ತಿರುತ್ತಾರೆ. ಹಾಗಾಗಿ ಸಹಮಾನವರ ಸಂಗಡ ಅವರ ಸಂಬಂಧ ಸೌಹಾರ್ದಯುತವಾಗಿರುವುದಿಲ್ಲ.

ಹೊರಗಿನ ಯಾರೂ ಕೂಡ ನಮಗೆ ನಮ್ಮ ಬಗ್ಗೆ ಅನ್ನಿಸಿರುವ ಲೋಪದ

ಬಗ್ಗೆ ಗಮನವನ್ನು ಕೊಟ್ಟಿರುವುದಿಲ್ಲ. ನಾವೂ ಕೂಡ ನಮ್ಮ ಸುತ್ತಲಿನ ಬಹಳಷ್ಟು ಜನರಲ್ಲಿರಬಹುದಾದ (ಅವರು ತಮಗಿದೆ ಅಂದುಕೊಂಡಿರುವ) ಲೋಪಗಳನ್ನು ಗಮನಿಸಿರುವುದಿಲ್ಲ. ಅವರ ಕುತ್ತಿಗೆ ಗಿಡ್ಡ ಅಂತಲೋ, ಅವರ ಮೂಗು ಮೊಂಡೆಂದೋ, ಅವರದ್ದು ಕೀರಲು ಧ್ವನಿ ಎಂದೋ ನಾವು ಅವರ ಬಗ್ಗೆ ಅನಾದರವನ್ನು ಹೊಂದಿರುವುದಿಲ್ಲ. ಅವರು ಹೇಗಿದ್ದಾರೋ ಹಾಗೆಯೇ ಅವರನ್ನು ನಾವು ಒಪ್ಪಿಕೊಂಡಿರುತ್ತೇವೆ. ಗೌರವಿಸುತ್ತೇವೆ. ಅದೇ ಪ್ರಕಾರದಲ್ಲಿ ಬಹುತೇಕ ಎಲ್ಲರೂ ಕೂಡ ನಾವು ಹೇಗಿದ್ದೇವೆಯೋ ಹಾಗೆಯೇ ನಮ್ಮನ್ನು ಒಪ್ಪಿಕೊಂಡಿರುತ್ತಾರೆ. ಆದರೆ ನಾವು ಮಾತ್ರ ನಮ್ಮನ್ನು ಸುತರಾಂ ಒಪ್ಪಿಕೊಂಡಿರುವುದಿಲ್ಲ! ನಮ್ಮನ್ನು ನಾವು ಇಷ್ಟ ಪಡುವುದಿಲ್ಲ. ನಮ್ಮನ್ನು ನಾವು ಪ್ರೀತಿಸುವುದಿಲ್ಲ. ಅದೇ ಇಲ್ಲಿರುವ ಸಮಸ್ಯೆ. ನಮಗೆ ತಿಳಿದಿರುವ ನಮ್ಮ ನ್ಯೂನ್ಯತೆಯನ್ನು ಇತರರು ಗಮನಿಸಿದ್ದಾರೆ ಅಂತಲೂ, ಅದಕ್ಕಾಗಿಯೇ ಅವರು ತನಗೆ ಗೌರವವನ್ನು ಕೊಡುತ್ತಿಲ್ಲ ಅಂತಲೂ, ಹಾಗಾಗಿಯೇ ನನಗೆ ಬೇಕಾದ ಹಾಗೆ ಬದುಕಲಿಕ್ಕೆ ಆಗುತ್ತಿಲ್ಲ ಅಂತಲೂ ನಂಬಿಕೊಂಡಿರುತ್ತೇವೆ. ದೇವರು ನೈಸರ್ಗಿಕವಾಗಿಯೇ ನಮ್ಮನ್ನು ದುರದೃಷ್ಟವಂತರನ್ನಾಗಿ ಹುಟ್ಟಿಸಿದ್ದಾನೆ ಎಂದೂ ಹಳಹಳಿಸುತ್ತೇವೆ. ನಾನೂಂದ್ರೆ ನಂಗೆ ಇಷ್ಟ ಇಲ್ಲ ಎಂದು ಹತ್ತಾರು ಸಾವಿರ ಸಲ ನಮಗೆ ನಾವೇ ಹೇಳಿಕೊಂಡಿರುತ್ತೇವೆ. ನಮ್ಮ ಬಗ್ಗೆ ನಾವು ಅಂದುಕೊಂಡದ್ದನ್ನು ಸಮರ್ಥಿಸುವ ಸಾಕಷ್ಟು ಘಟನೆಗಳೂ ನಡೆದಿರುತ್ತವೆ. ಅವುಗಳಿಂದಾಗಿ ನಮಗೆ ನಾವಂದುಕೊಂಡಂತೆಯೇ ಆಗುತ್ತದೆಯಲ್ಲ ಅನ್ನುವ ನಂಬಿಕೆ ಗಟ್ಟಿಯಾಗುತ್ತದೆ. ಮಾನಸಿಕವಾಗಿ ನಾವು ಮತ್ತಷ್ಟು ಕುಗ್ಗುತ್ತೇವೆ. ಇದರಿಂದಾಗಿ ಕಾಲಕಳೆದಂತೆ ನಮ್ಮಲ್ಲಿ ಬಹಳಷ್ಟು ಮನೋದೈಹಿಕ ಸಮಸ್ಯೆಗಳು ಕಾಣಿಸಿಕೊಳ್ಳುತ್ತವೆ.

ಅದಕ್ಕಾಗಿಯೇ ತಮಾಷೆಗೂ ಪಾಲಕರಾಗಲೀ, ಶಿಕ್ಷಕರಾಗಲೀ ಒಂದು ಮಗುವನ್ನು ಇನ್ನೊಂದು ಮಗುವಿಗೆ ಹೋಲಿಸಿ ಮಾತನಾಡಬಾರದು. ಹೀನಾಯಿಸಬಾರದು. Each Soul is Potentially Divine ಎನ್ನುವ ಸ್ವಾಮಿ ವಿವೇಕಾನಂದರ ಮಾತನ್ನು ನೆನಪಿನಲ್ಲಿಟ್ಟುಕೊಂಡಿರಬೇಕು. ಪ್ರತಿಯೊಂದು ಮಗುವೂ ಕೂಡ ಸೃಷ್ಟಿಕರ್ತನ ಅದ್ಭುತ ಸೃಷ್ಟಿ ಎನ್ನುವುದನ್ನು ಮನಗಾಣಬೇಕು. ಎಲ್ಲರಲ್ಲೂ ಒಂದಲ್ಲ ಒಂದು ವಿಶೇಷತೆ ಇದ್ದೇ ಇರುತ್ತದೆ. ಅದನ್ನು ಗುರುತಿಸುವ ಸಹನೆ ಪಾಲಕರಲ್ಲಿರಬೇಕು. ಪಾಲಕರ ಅವಸರಕ್ಕೆ

ಮಕ್ಕಳು ಬಲಿಯಾಗಬಾರದು. ಪಾಲಕರಾಗಲೀ, ಶಿಕ್ಷಕರಾಗಲೀ ಮಗುವಿನ ಮನಸ್ಸಿಗೆ ಘಾಸಿಯಾಗುವಂತಹ ಮಾತನ್ನು ಒಮ್ಮೆಯೂ ಆಡಬಾರದು. ಪ್ರತಿಯೊಂದು ಮಗುವಿನಲ್ಲಿಯೂ ಇರುವ ವಿಶೇಷತೆಯನ್ನು ಗುರುತಿಸಿ ಅದು ಮತ್ತಷ್ಟು ಪ್ರಖರವಾಗಿ ಅರಳುವಂತೆ ಪ್ರೋತ್ಸಾಹಿಸಬೇಕು. ತನ್ನನ್ನು ತಾನು ಇಷ್ಟಪಡುವಂತೆ ಒಂದು ಮಗು ಬೆಳೆಯುವಲ್ಲಿ ಖಂಡಿತವಾಗಿಯೂ ಮಗುವಿನ ಪಾಲಕರದ್ದು ಒಂದು ಪಾಲಾದರೆ ಶಿಕ್ಷಕರದ್ದು ಮತ್ತೊಂದು ಪಾಲು.

ನಾನೂಂದ್ರೆ ನಂಗೆ ಇಷ್ಟ ಇಲ್ಲ ಎನ್ನುವ ಮನಸ್ಥಿತಿಯವರು ಆದಷ್ಟು ಬೇಗನೇ ಮನೋವೈದ್ಯರನ್ನು ಅಥವಾ ತಜ್ಞ ಸಂಮೋಹನ ಚಿಕಿತ್ಸಿಕರನ್ನು ಕಾಣಬೇಕು. ತಮ್ಮನ್ನು ತಾವು ಇಷ್ಟ ಪಡುವುದಕ್ಕೆ ಇರುವ ತೊಂದರೆಯನ್ನು ಪರಿಹರಿಸಿಕೊಳ್ಳಬೇಕು. ಇಲ್ಲವಾದರೆ ಜೀವನದ ಸ್ವಾದವನ್ನು ಅನುಭವಿಸಲಿಕ್ಕಾಗದೆಯೇ ಜೀವನ ಪೂರ್ತಿ ಸ್ವಯಂ ನಿರಾಕರಣೆಯಲ್ಲಿ ಮತ್ತು ಸ್ವಯಂ ದೂಷಣೆಯಲ್ಲಿಯೇ ಕಳೆಯಬೇಕಾಗುತ್ತದೆ.

ಯಶಸ್ವಿಯಾದ ಎಲ್ಲರಲ್ಲೂ ಒಂದಿಲ್ಲ ಒಂದು ಕೊರತೆ ಇರುತ್ತದೆ. ಆ ಕೊರತೆಯನ್ನು ಅವರು ಗಮನಿಸಿರುವುದಿಲ್ಲ. ಅಥವಾ ಆ ಕೊರತೆಯನ್ನು ಅವರು ಮೀರಿ ಬೆಳೆದಿರುತ್ತಾರೆ. ಇನ್ನು ಕೆಲವರು ತಮ್ಮ ಜೀವನ ಸಾಧನೆಗೆ ತಮ್ಮಲ್ಲಿರುವ ಕೊರತೆಯನ್ನೇ ಮೆಟ್ಟಿಲನ್ನಾಗಿ ಮಾಡಿಕೊಂಡಿರುತ್ತಾರೆ. ಜೀವನದಲ್ಲಿ ಯಶಸ್ವಿಯಾದವರಿಗೆ ಅವರ ಬಗ್ಗೆ ವಿಶ್ವಾಸವಿರುತ್ತದೆ. ಅದಕ್ಕಿಂತಲೂ ಹೆಚ್ಚಾಗಿ ಅವರನ್ನು ಅವರು ಇಷ್ಟ ಪಡುತ್ತಿರುತ್ತಾರೆ. ತಮ್ಮನ್ನು ತಾವು ಪ್ರೀತಿಸುತ್ತಾರೆ.

ಹಾಗಾಗಿ ಪ್ರತಿಯೊಬ್ಬರೂ ಎಲ್ಲಕ್ಕಿಂತಲೂ ಮೊದಲು ತನ್ನನ್ನು ತಾನು ಇಷ್ಟಪಡಬೇಕು. 'ನಾನೂಂದ್ರೆ ನಂಗಿಷ್ಟ' ಎನ್ನುವಂತಾಗಬೇಕು. ಆಗ ಮಾತ್ರ ಉಳಿದವರು ತಮ್ಮನ್ನು ಇಷ್ಟ ಪಡುವುದು ತಿಳಿಯುತ್ತದೆ. ಹಾಗಾದಾಗ ಪರಸ್ಪರರಲ್ಲಿ ಸ್ನೇಹ ಸಂಬಂಧ ಉತ್ತಮವಾಗಿ ಜೀವನ ಸಂತೋಷದಾಯಕವಾಗಿರುತ್ತದೆ. ಆಯುಷ್ಯವೂ ಆರೋಗ್ಯದಿಂದ ಕೂಡಿರುತ್ತದೆ.

ಮನಸ್ಸಿನ ಮಾತನ್ನು ಕೇಳುವುದು ಹೇಗೆ? 4

ಉಳಿದವರ ವಿಷಯ ಬಿಡಿ, ನಿಮ್ಮ ಮನಸ್ಸಿನ ಮಾತುಗಳನ್ನು ಯಾವಾಗಲೂ ನೀವು ಕೇಳುತ್ತೀರಾ?

ಇಲ್ಲ!

ಅದೇ ಸ್ವಾಮಿ, ನಿಮ್ಮ ಹೆಂಡತಿ, ನಿಮ್ಮ ಮಕ್ಕಳು, ನಿಮ್ಮ ಅಕ್ಕ–ತಂಗಿಯರು, ನಿಮ್ಮ ಅಣ್ಣ–ತಮ್ಮಂದಿರು, ನಿಮ್ಮ ಪಾಲಕರು, ನಿಮ್ಮ ಗೆಳೆಯರು, ನಿಮ್ಮ ನೆಂಟರು, ಮತ್ತೆ ಕೆಲವು ಸಲ ನಿಮ್ಮ ಮನೆ ಕೆಲಸದವರು ಸಹ ನಿಮ್ಮ ಮಾತನ್ನು ಕೇಳುವುದಿಲ್ಲ ಎಂದು ನಿಮಗೆ ಅನ್ನಿಸಿ ಕೋಪಗೊಂಡಿರುತ್ತೀರಿ! ಅಲ್ಲವೇ?

ಹೌದು!

ಇಷ್ಟರಲ್ಲಿ ಒಂದು ಪುಟ್ಟ ವಿಷಯವನ್ನು ಗಮನಿಸಿದ್ದೀರಾ?

ಅವರಿವರ ವಿಷಯ ಒತ್ತಟ್ಟಿಗಿರಲಿ. ನಿಮ್ಮೊಳಗಿನ ನಿಮ್ಮ ಮನಸ್ಸಿನ ಮಾತನ್ನು ನೀವು ಕೇಳಿಸಿಕೊಳ್ಳುತ್ತೀರಾ? ಇದು ಮುಖ್ಯವಾದ ಪ್ರಶ್ನೆ. ಬಹಳಷ್ಟು ಸಲ ನಿಮ್ಮ ಮನಸ್ಸಿನ ಮಾತನ್ನು ನೀವು ಕೇಳುವುದಿಲ್ಲ ಎನ್ನುವುದು ಸಹ ಅಷ್ಟೇ ಸರಳವಾದ ಉತ್ತರ. ಇದು ನಿಮ್ಮ ಅನುಭವಕ್ಕೂ ಬಂದಿರುತ್ತದೆ. ಮನಸ್ಸಿನ ಮಾತನ್ನು ಕೇಳದೇ ಇರುವುದನ್ನೇ ಅಭ್ಯಾಸವನ್ನೂ ಮಾಡಿಕೊಂಡಿರುತ್ತೀರಿ. ಅದರ ಪಾಡಿಗೆ ಅದು ಮಾತನಾಡುತ್ತಿರುತ್ತದೆ. ನಿಮ್ಮ ಪಾಡಿಗೆ ನೀವಿರುತ್ತೀರಿ! ಹೇಗಿದೆ ನೋಡಿ ನಿಮ್ಮ ಮತ್ತು ನಿಮ್ಮ ಮನಸ್ಸಿನ ಸಂಬಂಧ.

> **“ ಎಲ್ಲರೂ ನಮ್ಮ ಮಾತನ್ನು ಕೇಳಬೇಕು–ಎಂದು ಬಯಸುತ್ತೇವೆ. ಆದರೆ ನಾವು ನಮ್ಮ ಮನಸ್ಸಿನ ಮಾತನ್ನೇ ಎಷ್ಟು ಕೇಳುತ್ತೇವೆ–ಎಂದು ಎಂದಾದರೂ ಆಲೋಚಿದ್ದೇವೆಯೇ? ”**

ಈಗ ಸಾವಕಾಶವಾಗಿ ನಿಮ್ಮನ್ನು ನೀವೇ ವಿಚಾರಿಸಿಕೊಳ್ಳಿ. ನಿಮ್ಮ ಮನಸ್ಸಿನ ಮಾತನ್ನು ನೀವು ಕೇಳುವುದಿಲ್ಲ ಎಂದ ಮೇಲೆ ನಿಮ್ಮ ಮಾತನ್ನು ಉಳಿದವರು ಕೇಳಬೇಕು ಎಂದು ಆಸೆ ಪಡುವುದು ಎಷ್ಟು ಸರಿ?!

ಅದೆಲ್ಲ ಗೊತ್ತಿಲ್ಲರೀ. ನಾನು ಹೇಳಿದಂತೆ ಎಲ್ಲರೂ ಕೇಳಬೇಕು. ನಾನು ಈ ಮನೆಯ ಯಜಮಾನ. ನನ್ನ ಮಾತಿಗೆ ಇಲ್ಲಿಯೇ ರವಷ್ಟೂ ಬೆಲೆ ಇಲ್ಲದಿದ್ದರೆ ನನ್ನ ಬದುಕಿಗೇನು ಬೆಲೆ? ನಾನು ನನ್ನವರ ಒಳಿತಿಗಾಗಿಯೇ ಹೇಳೋದು. ಅದನ್ನು ಅವರು ಅರ್ಥಮಾಡಿಕೊಳ್ಳುವುದಿಲ್ಲ. ಮಕ್ಕಳಿನ್ನೂ ಚಿಕ್ಕವರು. ಅವರಿಗೆ ಸ್ವಲ್ಪ ಸಮಾಧಾನದಿಂದ ಹೇಳಬಹುದು. ಆದರೆ, 'ಇವಳಿ(ರಿ)ಗೇನಾಗಿದೇರೀ ಧಾಡೀ, ನನ್ನ ಮಾತು ಅಂದ್ರೆ ಕಿತ್ತೋಗಿರೋ ಚಪ್ಲಿ ಥರಾ ಬಿಸಾಕ್ತಾರೆ.' ಅಂತೆಲ್ಲ ಗೋಳಾಡುತ್ತೀರಿ, ತಾನೆ? ನಿಮ್ಮ ಜೀವನಾನುಭವ, ನಿಮ್ಮ ವಿಚಾರ ಎಲ್ಲವೂ ಸರಿ. ಅದನ್ನು ಅವರ ಒಳಿತಿಗಾಗಿಯೇ ಹೇಳುತ್ತೀರಿ. ಅವರು ಅದನ್ನು ಕೇಳಬೇಕು. ನಿಮ್ಮ ಮಾತಿಗೆ ವ್ಯಕ್ತಿತ್ವಕ್ಕೆ ಗೌರವ ಕೊಡಬೇಕು. ಇವಿಷ್ಟೂ ಸರಿ. ಇದಕ್ಕಿಂತಲೂ ಒಂದಿಷ್ಟು ಮುಖ್ಯವಾದ ವಿಷಯವನ್ನು ನೀವು ಗಮನಿಸುವುದನ್ನು ಬಿಟ್ಟು ಬಿಟ್ಟಿದ್ದೀರಿ ಅಂತನ್ನುವುದು ನಿಮಗೆ ಮರೆತುಹೋಗಿದೆ. ಅದೇನೆಂದರೆ, ನಿಮ್ಮ ಮನಸ್ಸಿನ

ಮಾತನ್ನು ನೀವು ಕೇಳುತ್ತಿಲ್ಲ ಎನ್ನವುದು!

ಅದೆಲ್ಲ ಆಮೇಲೆ ನೋಡೋಣ. ಬಹಳ ಸೋಜಿಗವಾದ ಮತ್ತು ಸತ್ಯವಾದ ಸಂಗತಿ ಎಂದರೆ, ನಿಮ್ಮ ಮನಸ್ಸು ಯಾವಾಗಲೂ ನಿಮ್ಮ ಒಳಿತನ್ನೇ ಆಶಿಸುತ್ತದೆ ಮತ್ತು ನಿಮಗೆ ಒಳಿತಾಗುವುದನ್ನೇ ಹೇಳುತ್ತ ಇರುತ್ತದೆ. ಆದರೂ, ನೀವು ಅದರ ಮಾತನ್ನು ಕೇಳುವುದಿಲ್ಲ. ಮನಸ್ಸಿನ ಮಾತುಗಳನ್ನು ಕೇಳದಿರುವುದನ್ನು ರೂಢಿ ಮಾಡಿಕೊಂಡಿದ್ದೀರಿ. ಅದರಿಂದಾಗಿ ನಿಮಗೆ ಬಹಳಷ್ಟು ನಷ್ಟವಾಗುತ್ತದೆ. ನೋವಾಗುತ್ತದೆ. ಹಾಗಾಗಿ ನಿಮಗೆ ಚಿಂತೆ ಶುರುವಾಗುತ್ತದೆ. ಚಿಂತೆಯು ತನ್ನ ಜೊತೆಗೆ ಸಮಸ್ಯೆಗಳ ಸಂತೆಯನ್ನೇ ತರುತ್ತದೆ. ಇಷ್ಟಾದ ಮೇಲೆ ನಿಮ್ಮ ಆರೋಗ್ಯದಲ್ಲಿ ಏರುಪೇರಾಗುತ್ತದೆ. ಅಷ್ಟಾಗುವಷ್ಟರಲ್ಲಿ ನಿಮಗೆ ದುರದೃಷ್ಟ ಶುರುವಾಗಿದೆ ಅಂತೆಲ್ಲ ಅನ್ನಿಸಲಿಕ್ಕೆ ಶುರುವಾಗುತ್ತದೆ. ಹಾಗೆಯೇ ಭಾವನಾತ್ಮಕವಾಗಿಯೂ, ಶಾರೀರಿಕವಾಗಿಯೂ ಸೋಲತೊಡಗುತ್ತೀರಿ. ಬದುಕಿನ ಬಣ್ಣಗಳು ಮಸಕಾದಂತೆ ಅನ್ನಿಸತೊಡಗುತ್ತವೆ. ಭರವಸೆ ಕಡಿಮೆಯಾದಂತೆ ಅನ್ನಿಸತೊಡಗುತ್ತದೆ. ಸಾಕಷ್ಟು ಹಿಂದೆಯೇ ಯಾವತ್ತೋ ನಿಮ್ಮ ಮನಸ್ಸು ಹೇಳಿದಂತೆ ಕೇಳಿರುತ್ತಿದ್ದರೆ ಖಂಡಿತ ಹೀಗಾಗುತ್ತಿರಲಿಲ್ಲ ಅಂತ ಅನ್ನಿಸುತ್ತದೆ! ಅಲ್ಲವೆ?

> “ **ನಮ್ಮ ಮನಸ್ಸಿನ ಮಾತು ಎಂದರೆ ಅದು ನಮ್ಮ ಅಂತರಂಗದ ಕರೆ; ಆ ಕರೆಗೆ ಓಗೊಡಬೇಕಾದವರು ನಾವೇ ಅಲ್ಲವೇ? ನಮ್ಮ ಅಂತರಂಗದ ಕರೆಯೇ ನಮ್ಮ ಸಹಜ ಸ್ಪಂದನೆ; ಅದರಲ್ಲಿ ಕಪಟವಾಗಲಿ, ಕೃತಕೃತೆಯಾಗಲಿ ಇರದು.** ”

ಹಾಗಾದರೆ, ನಿಮ್ಮ ಮನಸ್ಸಿನ ಮಾತುಗಳನ್ನು ಯಾರು ಕೇಳಬೇಕು? ಯಾರು ಕೇಳಲಿ ಎಂದು ನಿಮ್ಮ ಮನಸ್ಸು ಮಾತನಾಡುತ್ತದೆ? ಇದರ ಬಗ್ಗೆ ಒಂದಿಷ್ಟು ವಿಚಾರ ಮಾಡುವುದು ಒಳ್ಳೆಯದು. ಅದರಿಂದ ನಿಮಗೆ ಒಳ್ಳೆಯದಾದರೆ ನಿಮ್ಮ ಜೊತೆಗೆ ಇರುವವರಿಗೂ ಒಳ್ಳೆಯದಾಗುತ್ತದೆ. ನಿಮ್ಮ ಮನಸ್ಸು ನಿಮ್ಮ ದೇಹದ ಆರೋಗ್ಯವನ್ನು ಕಾಪಾಡಿಕೊಳ್ಳುವ ಬಗ್ಗೆ ಪದೇ ಪದೇ ಹೇಳುತ್ತಿರುತ್ತದೆ. ಪ್ರತಿದಿನ ಬೆಳಗ್ಗೆ ಬೇಗನೇ ಏಳಬೇಕು ಮತ್ತು

ಅದರಿಂದ ಒಳ್ಳೆಯದು ಆಗುತ್ತದೆ ಎಂದು ಹೇಳಿರುತ್ತದೆ. ಬಹಳಷ್ಟು ಸಲ ರಾತ್ರಿ ಮಲಗುವಾಗ ಬೆಳಿಗ್ಗೆ ಐದಕ್ಕೋ, ಆರಕ್ಕೋ ಏಳಬೇಕು ಅಂತ ಅಂದುಕೊಂಡಿರುತ್ತೀರಿ. ಅದರಂತೆ ಬೆಳಿಗ್ಗೆ ನೀವಿಟ್ಟುಕೊಂಡ ಅಲಾರಾಮ್ ರಿಂಗಣಿಸುವುದಕ್ಕೆ ಒಂದೆರಡು ನಿಮಿಷ ಮೊದಲೇ ನಿಮಗೆ ಎಚ್ಚರವಾಗುತ್ತದೆ. ಗಡಿಯಾರವನ್ನು ನೋಡಿಕೊಂಡು ಮತ್ತೆ ಅರ್ಧಗಂಟೆ ಮಲಗುವಾ ಎಂದು ಮುಸುಕೆಳೆದುಕೊಳ್ಳುತ್ತೀರಿ. ಒಂದು–ಒಂದೂವರೆ ತಾಸಿನ ನಂತರ ಎಚ್ಚರಾದಾಗ ತಡವಾಯಿತು ಎಂದು ಹಳಹಳಿಸುತ್ತೀರಿ. ಮನಸ್ಸು ಒಳ್ಳೆಯ ಆಹಾರವನ್ನು ತಿನ್ನಬೇಕು, ಕುರುಕಲನ್ನು ತಿನ್ನಬಾರದು ಎಂದು ಹೇಳುತ್ತದೆ. ಆದರೆ ಅದೂ ಇದೂಂತ ಜಂಕು ತಿನ್ನುತ್ತೀರಿ. ತಿಂದಿದ್ದನ್ನು ಸಮರ್ಥಿಸಿಕೊಳ್ಳುವುದಕ್ಕೆ ಒಂದಿಷ್ಟು ಕಾರಣಗಳನ್ನು ಕೊಟ್ಟುಕೊಳ್ಳುತ್ತೀರಿ. ಸಿಗರೇಟು ಸೇದಬಾರದು, ನಾಳೆಯಿಂದ ಕುಡಿಯುವುದನ್ನು ಬಿಡಲೇಬೇಕು, ನಾಳೆಯಿಂದ ಪ್ರತಿದಿನ ಬೆಳಿಗ್ಗೆ ಅಥವಾ ಸಾಯಂಕಾಲ ಕನಿಷ್ಟ ಅರ್ದಗಂಟೆ ಯೋಗಾಸನ ಮಾಡಬೇಕು, ಮನೆಯಲ್ಲಿ ಕೋಪಮಾಡಿಕೊಳ್ಳಬಾರದು, ಮಕ್ಕಳನ್ನು ಬೈಯ್ಯಬಾರದು, ಹೀಗೇ ನಿಮ್ಮ ಮನಸ್ಸು ಪ್ರತಿದಿವಸ ಸಾಕಷ್ಟು ಸದ್ಬೋಧನೆಯನ್ನು ಮಾಡುತ್ತ ಇರುತ್ತದೆ. ಆದರೆ ಅದರಂತೆ ನೀವು ಮಾಡುವುದಿಲ್ಲ. ಮನಸ್ಸು ಮಾಡಬೇಕು ಅಂತ ಹೇಳಿದ್ದನ್ನ ನೀವು ಮಾಡಿದರೆ ಮುಗಿಯಿತು! ಆರೋಗ್ಯ, ಆಯುಷ್ಯ, ಸಂತೋಷ, ನೆಮ್ಮದಿ, ಶಾಂತಿ ಎಲ್ಲವೂ ನಿಮಗೆ ಸಿಗುತ್ತದೆ.

ನಿಮ್ಮ ಮನಸ್ಸು ಹೇಳಿದ ಮಾತನ್ನು ಕೇಳಲಿಕ್ಕೆ ಸಾಧ್ಯವಾಗದಿರುವ ಬಗ್ಗೆ ನಿಮ್ಮ ಬುದ್ಧಿಗೆ ಸಾಕಷ್ಟು ಕಾರಣಗಳು ಸಿಗುತ್ತವೆ. ಅವಷ್ಟೂ ಕಾರಣಗಳನ್ನು ನೀವು ನಂಬಿಕೊಂಡವರಂತೆ ಇರುತ್ತೀರಿ. ಆದರೆ ಮನಸ್ಸು ಮಾತ್ರ ತನ್ನ ಕೆಲಸವನ್ನು ಮಾಡುತ್ತಲೇ ಇರುತ್ತದೆ. ನಿಮಗೆ ಒಳಿತಾಗುವುದನ್ನು ಮಾಡಬೇಕು ಅಂತಲೂ ನಿಮಗೆ ಕೆಡಕಾಗುವುದನ್ನು ಮಾಡಬಾರದು ಅಂತಲೂ ಹೇಳುತ್ತಲೇ ಇರುತ್ತದೆ! ಸೂರ್ಯಚಂದ್ರರ ಹಾಗೆ ಮನಸ್ಸು ನಿತ್ಯವೂ ತನ್ನ ಕೆಲಸವನ್ನು ಮಾಡುತ್ತದೆ. ಆದರೆ ನೀವು ಮಾತ್ರ ಅದೂ ಇದೂಂತ ಕಾರಣಗಳನ್ನು ಮುಂದಿಡುತ್ತಾ ಅದರ ಮಾತನ್ನು ಕೇಳದಿರುವುದನ್ನು ರೂಢಿಸಿಕೊಂಡಿರುತ್ತೀರಿ. ನಿಜಕ್ಕೂ ನೀವು ಮನಸ್ಸಿನ ಮಾತನ್ನು ಕೇಳುವುದರಿಂದ ನಿಮಗೆ ಆಗುವ ಅನುಕೂಲತೆಗಳನ್ನು

ತಿಳಿದುಕೊಳ್ಳಬೇಕು. ಮನಸ್ಸಿನ ಮಾತುಗಳನ್ನು ಕೇಳುವುದಕ್ಕೆ ಕಾರಣಗಳನ್ನು ಹುಡುಕಿಕೊಳ್ಳಬೇಕು. ಇಷ್ಟರಲ್ಲಾಗಲೇ ಕೆಲವಷ್ಟು ಸಲವಾದರೂ ನಿಮಗೆ ನಿಮ್ಮ ಮನಸ್ಸು ಹೇಳಿದಂತೆ ಕೇಳಿರುತ್ತಿದ್ದರೆ ಸಾಕಷ್ಟು ಲಾಭವಾಗುತ್ತಿತ್ತು ಅಂತಲೋ ಅಥವಾ ಕೆಲವು ಅವಘಡಗಳಿಂದ ತಪ್ಪಿಸಿಕೊಳ್ಳಬಹುದಿತ್ತು ಅಂತಲೋ ಖಂಡಿತವಾಗಿಯೂ ಅನ್ನಿಸಿರುತ್ತದೆ. ಹಾಗಾಗಿ, ಈಗಿನಿಂದಲೇ, ನಿಮ್ಮ ಮನಸ್ಸಿನ ಮಾತುಗಳನ್ನು ಗಮನವಿಟ್ಟು ಕೇಳಿಸಿಕೊಳ್ಳಲಿಕ್ಕೆ ಶುರುಮಾಡಿ. ಅದು ಹೇಳಿದಂತೆ ಮಾಡುವುದನ್ನು ರೂಢಿಸಿಕೊಳ್ಳಿ. ಅದರಿಂದಾಗುವ ಅನುಕೂಲಗಳ ಪಟ್ಟಿ ಮಾಡಿ. ನಿಮ್ಮ ಜೀವನವನ್ನು ಸಂತೋಷಮಯವನ್ನಾಗಿಸಿಕೊಳ್ಳಲಿಕ್ಕೆ ನಿಮ್ಮೊಳಗೆ ಇರುವ ಅತ್ಯಮೂಲ್ಯ ಸಂಪತ್ತಿನ ಸದುಪಯೋಗಮಾಡಿಕೊಳ್ಳಿ. ಗುಡ್ ಲಕ್!

ನಾನೂಂದ್ರೆ ನಂಗಿಷ್ಟ / ಡಿ. ಎಂ. ಹೆಗಡೆ

ಮಾತಾಡಿ ಮಣಿಸದಿರಿ ಮಕ್ಕಳನು... 5

ಅವರದ್ದು ಬೆಂಗಳೂರು ಎನ್ನುವ ಈ ಮಹಾನಗರದ ಬಡಾವಣೆಯೊಂದರಲ್ಲಿ ಸುಂದರ ಸಂಸಾರ. ಅವರಿಗೆ ಇಬ್ಬರು ಹೆಣ್ಣುಮಕ್ಕಳು. ಮೊದಲನೆಯವಳು ಆಶಾ. ಅವಳಿಗೆ 22ವರ್ಷ. ಆಶಾಳ ತಂಗಿ ನಿಶಾ. ಅವಳಿಗೆ 18ವರ್ಷ. ಇಬ್ಬರೂ ಒಂದೇ ಕಾಲೇಜಿನಲ್ಲಿ ಓದುತ್ತಿದ್ದರು. ಅವರದ್ದು ಕೆಳ ಮಧ್ಯಮ ವರ್ಗದ ಕುಟುಂಬ. ಅಪ್ಪ ಸರಕಾರಿ ನೌಕರ. ಅಮ್ಮ ಮನೆಯೊಡತಿ. ಮಕ್ಕಳಿಬ್ಬರೂ ಕಾಲೇಜಿಗೆ ಹೋಗಿ ಬರುತ್ತಿದ್ದರು. ಆಟ–ಪಾಠಗಳಲ್ಲಿ ಇಬ್ಬರದ್ದೂ ಸಮಾಧಾನದ ಮಟ್ಟದಲ್ಲಿತ್ತು. ಒಟ್ಟಿನಲ್ಲಿ ಅವರದ್ದೂ ಸಹ ನೂರಾರು ಕನಸುಗಳ, ಹತ್ತಾರು ನನಸುಗಳ ಒಂದು ಸಂತೋಷದ ಸಂಸಾರ.

ಮೊದಲ ಮಗಳಿಗೆ ಮದುವೆ ಮಾಡಬೇಕೂಂತ ಪ್ರಯತ್ನವನ್ನು ಪ್ರಾರಂಭಿಸಿದರು. ಆಗ ಆಶಾ ಧೈರ್ಯದಿಂದ ತಾಯಿಯ ಹತ್ತಿರ, ತಾನು ಈಗಾಗಲೇ ಒಬ್ಬನನ್ನು ಪ್ರೀತಿಸುತ್ತಿರುವುದಾಗಿಯೂ, ತಾನು ಅವನನ್ನೇ

ಮದುವೆಯಾಗುವುದಾಗಿಯೂ ಹೇಳಿದಳು. ತೀರ ಸಹಜವಾಗಿ ಅವಳ ಪ್ರೀತಿಯ ಬಗ್ಗೆ ಅವಳ ಪಾಲಕರು ಕ್ರೋಧಗೊಂಡರು. ಅವಳನ್ನು ಬೈದರು. ಅವನನ್ನು ಮರೆಯುವಂತೆ ಒತ್ತಾಯಿಸಿದರು. ಅವಳಿಗೆ ತಕ್ಕ ವರನನ್ನು ಹುಡುಕಿ ಮದುವೆ ಮಾಡುವುದಾಗಿ ಹೇಳಿದರು. ಅವಳ ಭವಿಷ್ಯದ ಬಗ್ಗೆ ಬುದ್ಧಿ ಹೇಳಿದರು. ಆಶಾಗೆ ನಿರಾಸೆಯಾಯಿತು. ತನ್ನ ಪ್ರೀತಿಯ ಬಗ್ಗೆ ಅವಳಿಗೆ ಬಹಳ ವಿಶ್ವಾಸವಿತ್ತು. ಅವನನ್ನು ಬಿಟ್ಟು ಬೇರೆಯವನನ್ನು ಮದುವೆಯಾಗುವುದಕ್ಕೆ ಮನಸ್ಸಾಗಲಿಲ್ಲ. ಅವಳಿಗೆ ದು:ಖವಾಯಿತು. ತನ್ನ ದುರ್ವಿಧಿಯ ಬಗ್ಗೆ ಮರುಗಿದಳು. ತನ್ನ ಪ್ರೀತಿಯ ಭವಿಷ್ಯ ಹೇಗೋ ಎಂದು ದಿಗಿಲುಗೊಂಡಳು. ಆಕೆ ಅಂತರಂಗದಲ್ಲಿ ಕೊರಗತೊಡಗಿದಳು. ದಿನಗಳುರುಳಿದಂತೆ ತನ್ನ ಪ್ರೀತಿಯು ಕೇವಲ ಕನಸಾಗಿಯೇ ಉಳಿದು ಬಿಡುತ್ತದೆಯೇನೋ ಅಂತ ಆತಂಕಗೊಂಡಳು. ತನ್ನ ಬದುಕಿನ ಬಣ್ಣಗಳು ಮಾಸಿದಂತೆ ಆಕೆ ಗಾಬರಿಗೊಂಡಳು. ಮಂಕಾಗಿ ಇರತೊಡಗಿದಳು. ಅವಳಲ್ಲಿ ಆಗುತ್ತಿರುವ ಬದಲಾವಣೆಯ ಬಗ್ಗೆ ಪಾಲಕರು ಅಷ್ಟಾಗಿ ತಲೆಕೆಡಿಸಿಕೊಳ್ಳಲಿಲ್ಲ.

ಇದಾಗಿ ಎರಡು ವಾರದಲ್ಲಿಯೇ ಒಂದು ದಿನ ಸಾಯಂಕಾಲ ಆಶಾಳ ತಂಗಿ ನಿಶಾ ಕೂಡ, ಧೈರ್ಯಮಾಡಿ, ತಾನು ಕೂಡ ಒಬ್ಬನನ್ನು ಪ್ರೀತಿಸುತ್ತಿರುವುದಾಗಿಯೂ, ತಾನು ಅವನನ್ನೇ ಮದುವೆಯಾಗುವುದಾಗಿಯೂ ತನ್ನ ತಾಯಿಯ ಹತ್ತಿರ ಹೇಳಿಕೊಂಡಳು. ಪ್ರೀತಿಯ ವಿಷಯದಲ್ಲಿ ಅಕ್ಕ ಮತ್ತು ತಂಗಿ ಒಟ್ಟಾದರು. ತಾವಿಬ್ಬರೂ ಪ್ರೀತಿಯನ್ನು ಉಳಿಸಿಕೊಂಡು ಬದುಕಬೇಕು ಎಂದೇ ಪರಸ್ಪರ ನಿರ್ಧರಿಸಿಕೊಂಡರು.

ಆಶಾಳ ಪ್ರೇಮಗೀತೆಯನ್ನೇ ಜೀರ್ಣಿಸಿಕೊಳ್ಳದಾಗಿದ್ದ ಪಾಲಕರು, ಅಕ್ಕನ ಹಾದಿಯನ್ನೇ ಹಿಡಿದಿರುವ ತಂಗಿಯ ಪ್ರೇಮಪ್ರಲಾಪವನ್ನು ಕೇಳಿ ಆಕಾಶವೇ ಕಳಚಿ ತಮ್ಮ ತಲೆಯ ಮೇಲೆ ಬಿದ್ದವರಂತಾದರು. ಆಶಾ, ನಿಶಾರ ಪ್ರೇಮಗೀತೆಯು ನೆರೆಹೊರೆಯಲ್ಲಿ, ಇಡೀ ಕೇರಿಯಲ್ಲಿ, ಊರಲ್ಲಿ, ಸಂಬಂಧಿಕರಲ್ಲಿ ಪಸರಿಸುತ್ತಾ, ತಮ್ಮ ಮನೆಯ ಮರ್ಯಾದೆ ಮಣ್ಣುಪಾಲಾಗುವುದರಲ್ಲಿ ಬಹಳ ಕಾಲವಿಲ್ಲ ಎಂದು ಹಲುಬಿದರು. ತಾವು ಪ್ರೀತಿಯಿಂದ ಬೆಳೆಸಿದ ಇಬ್ಬರೂ ಹೆಣ್ಣು ಮಕ್ಕಳು ಹೀಗೆ ಹುಚ್ಚು ಹುಚ್ಚಾಗಿ ಆಡುತ್ತಿರುವುದನ್ನು ಸಹಿಸಿಕೊಳ್ಳುವುದು ಹೇಗೆ ಅಂತಲೇ ಅವರಿಗೆ

ತಿಳಿಯದಾಯಿತು. ಬದುಕಿಗೆ ಈಗಷ್ಟೇ ಕಣ್ಣು ಬಿಡುತ್ತಿರುವ ಮಕ್ಕಳಿಗೆ ಜೀವನದ ಕಷ್ಟ ನಷ್ಟಗಳ ಬಗ್ಗೆ ತಿಳಿಸಿ ಹೇಳಲಿಕ್ಕೆ ಪ್ರಯತ್ನಿಸಿದರು. ಸಿಟ್ಟಿನಿಂದ ಬೈದರು. ತಾಯಿಯಂತೂ ಕಣ್ಣೀರ ಕೋಡಿಯಾದಳು. ತಮ್ಮ ಮಾತನ್ನು ಕೇಳದಿದ್ದರೆ ಕಾಲೇಜಿಗೆ ಹೋಗುವುದನ್ನು ಬಿಟ್ಟು, ಮನೆಯಲ್ಲಿ ಬಿದ್ದಿರುವಂತೆ ತಂದೆ ಖಡಕ್ಕಾಗಿಯೇ ಆದೇಶಿಸಿದರು.

ಹದಿಹರೆಯದ ಹೆಣ್ಣುಮಕ್ಕಳಿಗೆ, ಪಾಲಕರು ತಮ್ಮ ಪ್ರೀತಿಯನ್ನು ಧಿಕ್ಕರಿಸುತ್ತಿದ್ದಾರೆ ಅಂತಲೇ ಅನ್ನಿಸಿತು. ತಮ್ಮನ್ನು ಹೆತ್ತು ಹೊತ್ತು ಸಾಕಿ ಸಲಹಿದ ತಮ್ಮ ತಾಯಿತಂದೆಯರ ಬುದ್ಧಿಮಾತುಗಳು ಅವರಿಗೆ ಅರ್ಥವೇ ಆಗಲಿಲ್ಲ ಅಥವಾ, ಮಕ್ಕಳಿಗೆ ಅರ್ಥವಾಗುವಂತೆ ತಿಳಿಸಿ ಹೇಳಲಿಕ್ಕೆ ಬಹುತೇಕರಂತೆ ಆ ಪಾಲಕರಿಗೂ ತಿಳಿಯಲಿಲ್ಲ. ಅಪ್ಪ ಅಮ್ಮ ತಮ್ಮನ್ನು ಪ್ರೀತಿಸುವುದಿಲ್ಲ ಎಂದು ಅವರು ಅಂದುಕೊಂಡರು. ತಮ್ಮ ಪ್ರೀತಿಯನ್ನು ಅರ್ಥಮಾಡಿಕೊಂಡು ಪಾಲಕರು ತಮ್ಮನ್ನು ಪ್ರೋತ್ಸಾಹಿಸುವುದಿಲ್ಲ ಎಂದೂ ನೊಂದುಕೊಂಡರು.

ಅವೆಲ್ಲದರ ಪರಿಣಾಮವೋ ಎನ್ನುವಂತೆ ಆಗಬಾರದ ಅನಾಹುತವೊಂದು ಆಗಿಯೇ ಹೋಯಿತು. ಒಂದು ರಾತ್ರಿ ಊಟಮಾಡಿ ಮಲಗಿದ್ದ ಅಕ್ಕ ತಂಗಿ ಇಬ್ಬರೂ ಬೆಳಗಾಗುವುದರೊಳಗೆ ಆತ್ಮಹತ್ಯೆ ಮಾಡಿಕೊಂಡು ಇಹಲೋಕಯಾತ್ರೆಯನ್ನು ಮುಗಿಸಿಕೊಂಡಿದ್ದರು. ಬೆಳಗಾಗೆದ್ದು ತಮ್ಮ ಕರುಳಿನ ಕುಡಿಗಳು ಶವವಾಗಿ ನೇತಾಡುತ್ತಿರುವುದನ್ನು ನೋಡಿದ ಆ ನತದೃಷ್ಟ ತಾಯಿತಂದೆಯರ ದು:ಖ ಶಬ್ಧಗಳಿಗೆ ನಿಲುಕದ್ದು. ತಾವು ಮಕ್ಕಳಿಗೆ ಬೈದು ಬುದ್ಧಿ ಹೇಳಿದ್ದರ ಪರಿಣಾಮ ಇಷ್ಟೊಂದು ಘೋರವಾಗಿರಬಹುದೂಂತ ಯಾರೂ ಕೂಡ ಊಹಿಸಿರಲಾರರು. ತಮ್ಮ ಸಾವಿಗೆ ತಾವೇ ಕಾರಣ ಅಂತಲೂ ಆ ಕೂಸುಗಳು ಪತ್ರವನ್ನು ಬರೆದಿಟ್ಟಿದ್ದರು!

ಕೆಲವು ದಿನಗಳ ಹಿಂದೆ ಇಂತದ್ದೇ ಒಂದು ಘಟನೆಯನ್ನು ದಿನಪತ್ರಿಕೆಯಲ್ಲಿ ಓದಿ, ಟಿವಿ ನ್ಯೂಸುಗಳಲ್ಲಿ ನೋಡಿ ನನಗೆ ಕರುಳು ಚುರ್ ಅಂತು. ನನಗರಿವಿಲ್ಲದೆಯೇ ಕಣ್ಣು ಹನಿಗೂಡಿತ್ತು. ಪ್ರೀತಿ–ಪ್ರೇಮ ವೈಫಲ್ಯ, ಪರೀಕ್ಷೆಯಲ್ಲಿ ಫೇಲು, ಜಾತಿ ವೈಷಮ್ಯ, ಜೀವನದಲ್ಲಿ ಜಿಗುಪ್ಸೆ, ಡಿಪ್ರೆಶನ್, ಮುಂತಾದ ಬಹಳಷ್ಟು ಕಾರಣಗಳಿಂದ ನಮ್ಮ ವಿದ್ಯಾರ್ಥಿಗಳು, ಯುವಕರು ಆತ್ಮಹತ್ಯೆ ಮಾಡಿಕೊಳ್ಳುತ್ತಿರುವದು ಬಹಳ ದು:ಖದ ವಿಷಯ. ಮಕ್ಕಳು

ಯಾರದ್ದಾದರೂ ಆಗಿರಬಹುದು ಅವರು ನಮ್ಮ ಸಮಾಜದ ಆಸ್ತಿ. ಇಂತಹ ಸಾವುಗಳು ಪಾಲಕರಿಗಷ್ಟೇ ಅಲ್ಲ, ಇಡೀ ದೇಶಕ್ಕೆ ನಷ್ಟ. ಸಾಯಲೇಬಾರದ ಕಾರಣಗಳಿಗಾಗಿ ಆಗುವ ಸಾವುಗಳ ಬಗ್ಗೆ ನನಗಂತೂ ಯಾವಾಗಲೂ ಹೇಳಿಕೊಳ್ಳಲಾರದಷ್ಟು ನೋವಾಗುತ್ತದೆ.

ಮಕ್ಕಳಿಗೆ ಆತುರ ಜಾಸ್ತಿ. ಒಪ್ಪೋಣ. ಮಕ್ಕಳಿಗೆ ಉತ್ಸಾಹ ಜಾಸ್ತಿ. ಒಪ್ಪೋಣ. ಮಕ್ಕಳಿಗೆ ತಿಳುವಳಿಕೆ ಕಡಿಮೆ. ಒಪ್ಪೋಣ. ಮಕ್ಕಳ ಮನಸ್ಸು ಜೀವನದ ಜಂಜಡಗಳಿಂದ ಜರ್ಜರಿತವಾಗಿರುವುದಿಲ್ಲ. ಜೀವನಾನುಭವಗಳಿಂದ ಗಟ್ಟಿಯಾಗಿರುವುದಿಲ್ಲ. ಎಲ್ಲವನ್ನೂ ಒಪ್ಪೋಣ. ಆದರೆ, ಇದೇ ಸನ್ನಿವೇಶದಲ್ಲಿ,

ಸಾಕಷ್ಟು ಸಹನೆಯಿಂದ ವರ್ತಿಸಬೇಕಾದ ಪಾಲಕರೇಕೆ ಆತುರಾತುರವಾಗಿ ವರ್ತಿಸುತ್ತಾರೆ? ತಮ್ಮ ಮಕ್ಕಳ ಮನಸ್ಥಿತಿಯ ಬಗ್ಗೆ ತಿಳಿದುಕೊಳ್ಳುವುದಕ್ಕೆ ಏಕೆ ಪ್ರಯತ್ನಿಸುವುದಿಲ್ಲ? ತಾವು ಅವರನ್ನು ಎಷ್ಟೊಂದು ಜತನದಿಂದ, ಕಾಳಜಿಯಿಂದ ಬೆಳೆಸಿದ ಬಗ್ಗೆ, ಅದರಿಂದಾಗಿಯೇ ತಮ್ಮ ಮಕ್ಕಳ ಮನಸ್ಥಿತಿ ಇನ್ನೂ ಸೂಕ್ಷ್ಮವಾಗಿರುವುದು ಅನ್ನುವುದನ್ನು ಬಹುತೇಕ ಪಾಲಕರು ಏಕೆ

ಮರೆತುಬಿಟ್ಟಿರುತ್ತಾರೆ? ಮಕ್ಕಳು (ಮಗ/ಮಗಳು) ಮನೆಗೆ ಬಂದು, ತಾವು ಯಾರನ್ನೋ ಇಷ್ಟಪಟ್ಟಿರುವ ವಿಷಯವನ್ನು ಹೇಳಿದಾಗ, ತಾವು ಯಾರನ್ನೋ ಪ್ರೀತಿಸುತ್ತಿರುವುದಾಗಿ ಹೇಳಿದಾಗ, ಪಾಲಕರೇಕೆ ಕಂಗಾಲಾಗುತ್ತಾರೆ? ತಮ್ಮ ಮಕ್ಕಳು ಕೊಲೆಮಾಡಿ ಬಂದಿದ್ದಾರೇನೋ ಎನ್ನುವಂತೆ ಆಡುತ್ತಾರೆ? ಮಕ್ಕಳು ತಾಲಿಬಾನನ್ನು ಸೇರಿಕೊಂಡುಬಿಟ್ಟರೇನೋ ಅನ್ನುವಷ್ಟರ ಮಟ್ಟಿಗೆ ಹತಾಶರಾಗಿಹೋಗುತ್ತಾರೆ.

ಹೀಗೇಕೆ?

ಅದೇ, ಮಕ್ಕಳು ಚಿಕ್ಕವರಿದ್ದಾಗ ಬೇಕು ಬೇಕು ಎಂದು ಹೇಳಿದ್ದನ್ನು, ಒಂದೇ ಸಲಕ್ಕೆ ಬೇಡ, ಕೊಡಲ್ಲ, ಆಗಲ್ಲ ಅಂತೇನೂ ಹೇಳದೇ, ಎಷ್ಟೇ ಕಷ್ಟವಾದರೂ, ಪಾಪ, ಮಗು ಕೇಳಿದೆಯಲ್ಲಾ ಅಂತ ತಂದು ಕೊಡುವ ಪಾಲಕರೇ ಹೆಚ್ಚು. ತಮ್ಮ ಬಾಲ್ಯದಲ್ಲಿ ಸಿಗಲಿಲ್ಲ, ತಮ್ಮ ಮಕ್ಕಳಿಗಾದರೂ ಸಿಗಲಿ ಎಂದು ಬೇರೆ ಬೇರೆ ಚಾಕಲೇಟುಗಳನ್ನೂ, ಬಟ್ಟೆ–ಬರೆಗಳನ್ನೂ ತಂದು ಕೊಟ್ಟು ಖುಷಿಪಡುವ ಪಾಲಕರೇ ಹೆಚ್ಚು. ಇನ್ನು ಮಗುವಿನ ಬೇಡಿಕೆ ಬಹಳ ಬೆಲೆಯುಳ್ಳದ್ದಾಗಿದ್ದಾಗ, ಅದನ್ನು ತಂದು ಕೊಡುವ ಆರ್ಥಿಕ ಶಕ್ತಿ ಇಲ್ಲದಿರುವಾಗ, ಬಹಳಷ್ಟು ಪಾಲಕರು, ಮಗುವನ್ನು ಮುದ್ದಿನಿಂದ ರಮಿಸುತ್ತಾರೆ. ಹಟಮಾಡುವ ಮಗುವನ್ನು ಸಮಾಧಾನಮಾಡಲಿಕ್ಕೆ ಸಹನೆಯಿಂದ ಪ್ರಯತ್ನಿಸುತ್ತಾರೆ. ಅಮವಾಸ್ಯೆಯ ದಿನ ಆಕಾಶದಲ್ಲಿ ಚಂದಮಾಮನನ್ನು ತೋರಿಸುತ್ತಾ ಮುದ್ದಿಸುತ್ತಾರೆ. ಮಾತುಮಾತಿಗೆ ಹೊಡೆದು, ಬೈದು, ಗದರಿಸುವ ಪಾಲಕರ ಸಂಖ್ಯೆ ಇತ್ತೀಚಿಗೆ ಕಡಿಮೆಯಾಗುತ್ತಿದೆ ಅಂತಲೇ ಹೇಳಬಹುದು.

ಹೀಗೆ ಹೆತ್ತವರ ಪ್ರೀತಿಯಲ್ಲಿ ಮುದ್ದಿನಿಂದ ಬೆಳೆದ ಮಗು ದೊಡ್ಡವಳಾದಾಗ ಯಾವುದೋ ಒಂದು ವಸ್ತು ತನಗೆ ಬೇಕೇ ಬೇಕು ಅಂತ ಹಟಮಾಡಿದ ತಕ್ಷಣ ಅದನ್ನು ಪಾಲಕರು ನಿರಾಕರಿಸುವುದೇಕೆ? ಮನೆಗೆ ಬಂದು ಮಗಳು, ತಾನು ಯಾರನ್ನೋ ಪ್ರೀತಿಸುತ್ತಿದ್ದೇನೆ ಎಂದು ಹೇಳಿದ ಕೂಡಲೇ, ಆಕೆ ಕ್ಷಮಿಸಲಾಗದ ಪಾಪವನ್ನು ಮಾಡಿದ್ದಾಳೇನೋ ಎನ್ನುವ ಹಾಗೆ ಪಾಲಕರು ಅತಿರೇಕದಿಂದ ವರ್ತಿಸುವುದೇಕೆ? ತಮ್ಮ ಪಾಲಕರ ಮೇಲಿನ ನಂಬಿಕೆ ಹಾಗೂ ಪ್ರೀತಿ ಇರುವ ಕಾರಣದಿಂದಲೇ, ಹದಿಹರೆಯದ ಮಕ್ಕಳು ಮನೆಗೆ ಬಂದು ತಮ್ಮ ಪ್ರೀತಿಯ ಬಗ್ಗೆ ಹೇಳುತ್ತಾರೆ. ತಮ್ಮ ಪಾಲಕರಿಂದ

ಯಾವಾಗಲೂ ತಮಗೆ ಸಪೋರ್ಟ್ ಸಿಗುತ್ತದೆ ಎನ್ನುವ ನಂಬಿಕೆಯಿಂದ ಇರುತ್ತಾರೆ. ಅಂತಹ ಸೂಕ್ಷ್ಮವನ್ನು ಅರ್ಥಮಾಡಿಕೊಳ್ಳಲಾರದೇ, ಪಾಲಕರು ಏಕೆ ಅಸಹನೆಯಿಂದ ವರ್ತಿಸುತ್ತಾರೆ? ಅದೇ, ಪಾಲಕರ ಮೇಲೆ ನಂಬಿಕೆ ಇಲ್ಲದ ಮಕ್ಕಳು ಮನೆ ಬಿಟ್ಟು ಓಡಿಹೋಗುತ್ತಾರೆ. ಹಾದಿ ತಪ್ಪುತ್ತಾರೆ. ಜೀವನದಲ್ಲಿ ಕಷ್ಟವನ್ನು ಅನುಭವಿಸುತ್ತಾರೆ. ಇಂತಹ ಬಹಳಷ್ಟು ಘಟನೆಗಳು ನಮ್ಮ ಮುಂದಿವೆ.

ಇಂತಹ ಘಟನೆಯಲ್ಲಿ ಪಾಲಕರದ್ದು ತಪ್ಪು ಅಂತಾಗಲೀ, ಮಕ್ಕಳು ಮಾಡಿದ್ದೆಲ್ಲವನ್ನೂ ಪಾಲಕರು ಒಪ್ಪಿಕೊಳ್ಳಬೇಕು ಅಂತಾಗಲೀ ನಾನು ಹೇಳುತ್ತಿಲ್ಲ. ಯಾವಾಗಲೂ ಮಕ್ಕಳು ಹೇಳಿದಂತೆಯೇ ಪಾಲಕರು ಕೇಳಬೇಕು ಅಂತಲೂ ಹೇಳುತ್ತಿಲ್ಲ. ಮನೆಗೆ ಬಂದು ಮಕ್ಕಳು ಹೇಳಿದ ವಿಷಯವನ್ನು ಪಾಲಕರು ಸಹನೆಯಿಂದ ಕೇಳಬೇಕು. ತಕ್ಷಣ ಮರುಮಾತನಾಡಬಾರದು. ಕೋಪ ಮಾಡಿಕೊಳ್ಳಬಾರದು. ಕೂಗಾಡಬಾರದು. ನಿಂದಿಸಬಾರದು. ನಿಧಾನವಾಗಿ ಮಕ್ಕಳ ಮನಸ್ಸನ್ನು ಸರಿಯಾದ ನಿರ್ಧಾರವನ್ನು ತೆಗೆದುಕೊಳ್ಳುವ ಹಾಗೆ ಪರಿವರ್ತಿಸಬೇಕು. ಅದಕ್ಕೆ ಒಂದಿಷ್ಟು ಕಾಲಾವಕಾಶವನ್ನು ಕೊಡಬೇಕು. ಮಕ್ಕಳ ಮನಸ್ಸು ಮತ್ತು ವಯಸ್ಸು ಹಾಗಿರುತ್ತದೆ. ಅದಕ್ಕಿನ್ನೂ ಸಾಕಷ್ಟು ಜೀವನಾನುಭವ ಸಿಕ್ಕಿರುವುದಿಲ್ಲ. ಸರಿ ತಪ್ಪುಗಳನ್ನು ನಿರ್ಧರಿಸುವಷ್ಟು ಪಕ್ವವಾಗಿರುವುದಿಲ್ಲ. ಅದನ್ನು ಪಾಲಕರು ಅರ್ಥಮಾಡಿಕೊಳ್ಳಬೇಕು. ಪಾಲಕರಿಗೆ ಇಂಥವನ್ನು ಸಂಭಾಳಿಸುವುದು ಸಾಧ್ಯವಾಗುತ್ತಿಲ್ಲ ಅಥವಾ ತಮ್ಮ ಮಕ್ಕಳು ತಮ್ಮ ಮಾತನ್ನು ಕೇಳುತ್ತಿಲ್ಲ ಎಂದು ಅನ್ನಿಸಿದಾಗ ಆದಷ್ಟು ಬೇಗನೆ ತಮ್ಮ ಕುಟುಂಬದ ಹಿರಿಯರನ್ನು, ಪರಿಚಯದ ಗೌರವಾನ್ವಿತರನ್ನು ಅಥವಾ ತಜ್ಞ ಆಪ್ತಸಮಾಲೋಚಕರನ್ನು ಕಂಡು, ಸಮಸ್ಯೆಯ ಪರಿಹಾರಕ್ಕೆ ಪ್ರಯತ್ನಿಸಬೇಕು. ಯಾವುದೇ ಕಾರಣಕ್ಕೂ ಮಕ್ಕಳನ್ನು ಕಳೆದುಕೊಳ್ಳುವಂತಹ ನಿರ್ಧಾರಗಳನ್ನು ಮಾಡಬಾರದು.

ನಮ್ಮ ಮಕ್ಕಳು ಕೇವಲ ನಮ್ಮ ಮಕ್ಕಳು ಅಷ್ಟೇ! ಅವರಾಗಿಯೇ ನಮಗೆ ಅರ್ಜಿ ಹಾಕಿಕೊಂಡು ನಮ್ಮ ಮಕ್ಕಳಾಗಿ ಹುಟ್ಟಿದವರಲ್ಲ. ನಾವು ಬಯಸಿ ಬಯಸಿ, ಬಹಳಷ್ಟು ಸಲ ಕಾಡಿ ಬೇಡಿಕೊಂಡು ಅವರನ್ನು ನಮ್ಮ ಜೀವನೊದಳಗೆ ಕರೆದುಕೊಂಡು ಬಂದವರು ನಾವು. ಅವರ ಹುಟ್ಟಿನಿಂದಾಗಿಯೇ ಹೆಮ್ಮೆ ಪಟ್ಟವರು ನಾವು. ಮಕ್ಕಳಿಂದಾಗಿಯೇ

ತಾನೆ ನಮ್ಮ ಜೀವನ ಅರಳಿದ್ದು? ಅದಕ್ಕೊಂದಿಷ್ಟು ಅರ್ಥ ಬಂದಿದ್ದು? ಸುತ್ತಲಿನ ಸಮಾಜದಲ್ಲಿ ಸ್ಥಾನ ಮಾನ ಸಿಕ್ಕಿದ್ದು? ಹೇಗೇ ನೋಡಿದರೂ ಮಕ್ಕಳು ನಮಗೆ ಸಂತೋಷವನ್ನು ಕೊಡುವುದಕ್ಕಾಗಿ ಹುಟ್ಟಿದವರು. ನಮ್ಮ ಬದುಕಿನ ಸಾರ್ಥಕತೆಗಾಗಿ ಹುಟ್ಟಿದವರು. ನಮ್ಮ ಮನೆತನವನ್ನು ಮುಂದುವರೆಸುವುದಕ್ಕಾಗಿ ಹುಟ್ಟಿದವರು.

ನಮಗೆ ನಮ್ಮ ಮಕ್ಕಳು ಬಹಳಷ್ಟು ಸಂತೋಷವನ್ನು ಕೊಟ್ಟಿರುತ್ತಾರೆ. ನಾವು ಮಕ್ಕಳಾಗಿದ್ದು ಬೆಳೆದಂತೆಯೇ, ಸಾಕಷ್ಟು ಸಲ ನಮ್ಮ ಪಾಲಕರ ಮಾತುಗಳೆಲ್ಲವನ್ನೂ ನಾವು ಧಿಕ್ಕರಿಸಿದ್ದಂತೆಯೇ, ನಮ್ಮ ಮಕ್ಕಳೂ ಸಹ ಅವೆಲ್ಲ ಏರುಪೇರುಗಳ ಜೊತೆಗೆ ಸಹಜವಾಗಿ ಬೆಳೆಯುತ್ತಿರುತ್ತಾರೆ. ಬೆಳವಣಿಗೆಯ ಸಂಘರ್ಷವನ್ನು ಅನುಭವಿಸುತ್ತಿರುತ್ತಾರೆ. ಹಾಗಾಗಿ ಪಾಲಕರು ಮಕ್ಕಳನ್ನು ಸಂಪೂರ್ಣವಾಗಿ ಪ್ರೀತಿಸಬೇಕು. ಅದಕ್ಕಿಂತಲೂ ಒಂದಿಷ್ಟು ಹೆಚ್ಚೇ ಎನ್ನುವಷ್ಟು ತಮ್ಮ ಮಕ್ಕಳನ್ನು ನಂಬಬೇಕು. ಅಪ್ಪಿತಪ್ಪಿಯೂ ಮಕ್ಕಳ ಬಗ್ಗೆ ಗೂಢಚಾರಿಕೆಯನ್ನಂತೂ ಮಾಡಲೇಬಾರದು. ಮಕ್ಕಳನ್ನು ನಾವು ಪ್ರೀತಿಸಿದಷ್ಟೇ ತೀವ್ರವಾಗಿ ಅವರೂ ನಮ್ಮನ್ನು ಪ್ರೀತಿಸುತ್ತಾರೆ. ನಮ್ಮ ಮಕ್ಕಳು ನಮ್ಮನ್ನು ಸಂಪೂರ್ಣವಾಗಿ ಪ್ರೀತಿಸುವಂತೆ ನಾವು ಅವರನ್ನು ಬೆಳೆಸುವತ್ತ ಪ್ರಾಮಾಣಿಕವಾಗಿ ಪ್ರಯತ್ನಿಸಬೇಕು. ನಮ್ಮ ಮಕ್ಕಳನ್ನು ನಾವು ಗೌರವಿಸಬೇಕು. ಅವರ ಬಗ್ಗೆ ನಮಗಿರುವ ಪ್ರೀತಿ ಮತ್ತು ನಮಗೆ ಅವರ ಅವಶ್ಯಕತೆಯ ಬಗ್ಗೆ ಅವರಿಗೆ ಅರಿವಾಗುವಂತೆ ಇರಬೇಕು. ಪಾಲಕರು ತಮ್ಮ ಮಕ್ಕಳ ಮೇಲಿನ ತಮ್ಮ ಅವಲಂಬನೆಯನ್ನು ಅವರಿಗೆ ಹೇಳಿಕೊಂಡರೂ ತಪ್ಪಲ್ಲ. ಯಾಕೆಂದರೆ ಅವರು ಯಾವಾಗಲೂ ಕೇವಲ ನಮ್ಮ ಮಕ್ಕಳು ಮಾತ್ರ. ಮಕ್ಕಳ ಮತ್ತು ಪಾಲಕರ ಸಂಬಂಧದಲ್ಲಿ ಯಾರದ್ದೂ ಅಹಂ ಮತ್ತು ಪ್ರತಿಷ್ಠೆ ಮಧ್ಯೆ ಬರಬಾರದು. ಮಕ್ಕಳು ತಮ್ಮ ಮಾತನ್ನು ಕೇಳಬೇಕು ಅಂತಲೂ, ಮಕ್ಕಳೇ ಸೋಲಲಿ ಅಂತಲೂ ಪಾಲಕರು ಹಟವನ್ನು ಮಾಡಬಾರದು. ಸೋತು ಗೆಲ್ಲುವ ಅವಕಾಶವನ್ನು ಪಾಲಕರು ಸಮರ್ಥವಾಗಿ ಬಳಸಿಕೊಳ್ಳಬೇಕು. ಎಷ್ಟೇ ಆಲೋಚಿಸಿದರೂ, ಎಷ್ಟೇ ವಾದಮಾಡಿದರೂ, ಎಷ್ಟೇ ವಿಮರ್ಶೆಮಾಡಿದರೂ ಮಕ್ಕಳು ಮತ್ತು ಪಾಲಕರ ಮಧ್ಯೆ ಯಾವತ್ತೂ ಯಾವುದಕ್ಕೂ ಸ್ಪರ್ಧೆ ಇರಬಾರದು. ಮಕ್ಕಳು ಸಹ ಪಾಲಕರನ್ನು ಪ್ರೀತಿಸುವುದು ಮತ್ತು ಗೌರವಿಸುವುದು ಇರಬೇಕು.

ಯಾವತ್ತಿಗೂ ನಾವು ನಮ್ಮ ಮಕ್ಕಳ ಯಜಮಾನರಲ್ಲ. ನಮ್ಮ ಮಕ್ಕಳು ನಮ್ಮ ಗುಲಾಮರಲ್ಲ. ಇದನ್ನು ಅರಿತುಕೊಂಡರೆ ಮಕ್ಕಳ ಮತ್ತು ಪಾಲಕರ ನಡುವ ಸಂಘರ್ಷಗಳು ಕಡಿಮೆಯಾಗುತ್ತವೆ. ಪ್ರೀತಿ, ವಿಶ್ವಾಸ ಅನುಬಂಧ ಬೆಳೆಯುತ್ತದೆ. ಪರಸ್ಪರ ಬದುಕಿನಲ್ಲಿ ಸಂತೋಷವಿರುತ್ತದೆ. ಸಾರ್ಥಕತೆ ಇರುತ್ತದೆ.

ಅನಾರೋಗ್ಯದ ಆಸರೆ! 6

ನಾವೆಲ್ಲರೂ ಆರೋಗ್ಯಪೂರ್ಣ ಜೀವನವನ್ನು ಇಷ್ಟಪಡುತ್ತೇವೆ. ಆರೋಗ್ಯವಂತರಾಗಿರಬೇಕೂಂತ ಆಶಿಸುತ್ತೇವೆ. ಅದಕ್ಕಾಗಿಯೇ ಬಹಳಷ್ಟು ಶ್ರಮಪಡುತ್ತೇವೆ. 'ಆರೋಗ್ಯವೇ ಭಾಗ್ಯ' ಎಂದು ನಂಬಿಕೊಂಡಿದ್ದೇವೆ. ಬದುಕಿನ ಎಲ್ಲಾ ಭಾಗ್ಯಗಳನ್ನು ಅನುಭವಿಸಲಿಕ್ಕೆ ಆರೋಗ್ಯಭಾಗ್ಯ ಇರಬೇಕು ಎನ್ನುವುದನ್ನು ಕಂಡುಕೊಂಡಿದ್ದೇವೆ. ಆರೋಗ್ಯವಂತರ ಶರೀರದ ಠೇಂಕಾರ ಮತ್ತು ಅವರ ಮನಸ್ಸಿನ ಉತ್ಸಾಹವನ್ನು ನೋಡುವುದೇ ಚಂದ. ಅವರ ಜೀವನೋತ್ಸಾದ ಕಾಂತಿಯೇ ಚಂದ. ಆರೋಗ್ಯವಂತ ವ್ಯಕ್ತಿ ನಿಂತಲ್ಲಿ, ಕೂತಲ್ಲಿ ಸೌಂದರ್ಯ ಹೊರಹೊಮ್ಮುತ್ತದೆ. ಸುತ್ತಲಿನವರ ಕಣ್ಣೋಟ ಕ್ಷಣಕ್ಕಾದರೂ ಅವರನ್ನು ಆವರಿಸುತ್ತದೆ. ಅಕಸ್ಮಾತ್ ಆರೋಗ್ಯವೇ ಸರಿಯಾಗಿ ಇಲ್ಲದಿದ್ದರೆ, ಏನಿದ್ದರೇನು ಪ್ರಯೋಜನ? ಆರೋಗ್ಯವಿಲ್ಲದರ ಬದುಕಿನಲ್ಲಿ ಸಂತೋಷ ಇರುವುದಿಲ್ಲ. ಸಂತೋಷವಿಲ್ಲದ ಬದುಕನ್ನು ಯಾರೂ ಬಯಸುವುದಿಲ್ಲ. ಇದು ನಮ್ಮೆಲ್ಲರ ಬದುಕಿನ ರೀತಿ.

ಈ ಆಲೋಚನೆಗೆ ತೀರಾ ಭಿನ್ನವಾದ ಬಹಳ ವಿಚಿತ್ರವಾದ ಇನ್ನೊಂದು ವಿಷಯವಿದೆ. ಅದನ್ನು ಕೇಳಿದರೆ, 'ಹೀಗೂ

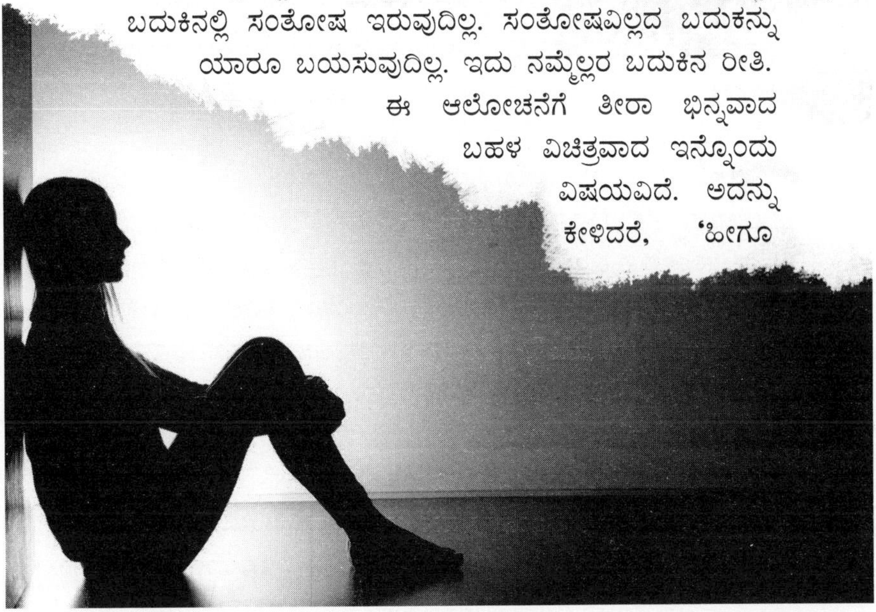

ಉಂಟೇ!?' ಎಂದು ನೀವು ಹುಬ್ಬೇರಿಸಬಹುದು. ಆರೋಗ್ಯವನ್ನು ಪ್ರೀತಿಸುವವರಿರುವಂತೆಯೇ, ಅನಾರೋಗ್ಯವನ್ನು ಪ್ರೀತಿಸುವವರಿರುತ್ತಾರೆ! ತಮ್ಮ ಮನಸ್ಸು ಹಾಗೂ ಶರೀರದಲ್ಲಿ ಅನಾರೋಗ್ಯವನ್ನು ಸಲಹುತ್ತ ಇರುತ್ತಾರೆ. ಇವರು ಅನಾರೋಗ್ಯದ ಆಸರೆಯನ್ನು ಪಡೆದುಕೊಂಡಿರುತ್ತಾರೆ! ಅನಾರೋಗ್ಯವನ್ನು ಆಕರ್ಷಿಸುತ್ತ ಇರುತ್ತಾರೆ.

ಹೀಗೆ ಹೇಳಿದರೆ ತಕ್ಷಣಕ್ಕೆ ನೀವು ನಂಬಲಾರಿರಿ. ಇಂತಹ ವ್ಯಕ್ತಿಗಳ ಲಕ್ಷಣವನ್ನು ಹೇಳಿದರೆ, ನೀವು ನಿಮ್ಮ ಪರಿಚಯದವರಲ್ಲಿ ಅಥವಾ ನಿಮ್ಮ ನೆರೆಹೊರೆಯಲ್ಲಿ ಇರಬಹುದಾದ ಇಂತಹವರನ್ನು ಗುರುತಿಸಬಹುದು. ಅಕಸ್ಮಾತ್ ನಿಮ್ಮಲ್ಲಿಯೇ ಇಂತಹ ಗುಣಲಕ್ಷಣಗಳು ಕಂಡುಬಂದರೆ ಪ್ರಾಮಾಣಿಕವಾಗಿ ಗಮನಿಸಿಕೊಳ್ಳಬಹುದು.

ಅನಾರೋಗ್ಯ ಪ್ರಿಯರನ್ನು ನೀವು ಯಾವಾಗ ಮಾತನಾಡಿಸಿದರೂ ಕೂಡ, ಅವರು ತಮ್ಮ ಅನಾರೋಗ್ಯದ ಬಗ್ಗೆಯೇ ಮಾತನಾಡುತ್ತಾರೆ. ತಮ್ಮ ಅನಾರೋಗ್ಯಕ್ಕೆ ಸಾಕಷ್ಟು ಕಾರಣಗಳನ್ನು ಕೊಡುತ್ತಾರೆ. ನಿಮ್ಮಿಂದ ಒಂದಿಷ್ಟು ಸಾಂತ್ವನದ ಮಾತುಗಳನ್ನು ಅಪೇಕ್ಷಿಸುತ್ತಾರೆ. ಹಾಗಂತ ಅವರಲ್ಲಿ ಬಹುತೇಕರಿಗೆ ತಾವು ಬುದ್ಧ್ಯಾಪೂರ್ವಕವಾಗಿ ನೋವಿನ ಆಸರೆಯನ್ನು ಪಡೆದುಕೊಂಡಿರುವ ಬಗ್ಗೆ ಖಂಡಿತವಾಗಿಯೂ ತಿಳಿದಿರುವುದಿಲ್ಲ. ಹಾಗಾಗಿ ನೋವು ಮಾತ್ರ ಅವರ ವ್ಯಕ್ತಿತ್ವದ ಅಂಗವಾಗಿರುತ್ತದೆ. ಅನಾರೋಗ್ಯವಿಲ್ಲದೇ (ನೋವಿಲ್ಲದೇ) ಅವರಿಲ್ಲ ಅಂತಾಗಿರುತ್ತದೆ.

'ಚೆನ್ನಾಗಿದ್ದೀರಾ?' ಎಂದು ನೀವು ಕೇಳಿದರೆ ಸಾಕು, ಅವರು, 'ಏನೂ ಇದ್ದೀನಪ್ಪಾ. ಏನು ಚೆನ್ನವೋ ಏನೋ, ಬೆಳಗ್ಗೆ ಹಾಸಿಗೆಯಿಂದ ಏಳುವಾಗಲೇ ಈ ತಲೆನೋವು ಹಿಡಿದುಕೊಂಡಿರುತ್ತದೆ! ಇಡೀ ದಿನ ನರಕಯಾತನೆ..' ಅಂತ ಹೇಳುತ್ತಾರೆ. ಇನ್ನು ಕೆಲವರು, 'ಹೊಟ್ಟೆಯಲ್ಲಿ ಒಂಥರಾ ಕಿರಿಕಿರಿಯಾಗುತ್ತಿದೆ, ಮಾರಾಯಾ! ಹಸಿವಾಗುತ್ತದೆ. ಆದರೆ, ತಿನ್ನಲಿಕ್ಕೆ ಮನಸ್ಸಾಗುವುದಿಲ್ಲ' ಅಂತ ಎರಡು ಸುತ್ತು ತಮ್ಮ ಹೊಟ್ಟೆಯನ್ನು ನೀವಿಕೊಳ್ಳುತ್ತಾರೆ. ಮತ್ತೆ ಕೆಲವರು ತಮ್ಮ ಅನಾರೋಗ್ಯದ ಬಗ್ಗೆ ಹೇಳುತ್ತಾ, ನಿಮ್ಮ ಆರೋಗ್ಯದ ಬಗ್ಗೆ ತಮ್ಮದೇ ರೀತಿಯಲ್ಲಿ ಕೊಂಕು ಮಾತನಾಡುತ್ತಾರೆ. ನೀವು ಅವರಿಗೆ ಲೋಕಾರೂಢಿಯ ಮಾತುಗಳನ್ನಾಡಿಯೋ, ನಿಮ್ಮನ್ನು ಹಿಂದೊಮ್ಮೆ ಕಾಡಿದ್ದ ಹೊಟ್ಟೆಯ ತೊಂದರೆಯ ಬಗ್ಗೆ ನಾಲ್ಕು ಮಾತುಗಳನ್ನಾಡಿಯೋ, ಅವರಿಗೆ

ಧೈರ್ಯ ಹೇಳುತ್ತೀರಿ. ಇನ್ನಷ್ಟು ಕಾಳಜಿಯಪೂರ್ವಕವಾಗಿ ಅವರಿಗೆ 'ನೀವು, ಆಸ್ಪತ್ರೆಗೆ ಹೋಗಿದ್ದೀರಾ? ಒಳ್ಳೆಯ ವೈದ್ಯರಿಗೆ ತೋರಿಸಿದ್ದೀರಾ?' ಎಂದು ಕೇಳಿದಿರೋ, ಅವರ ನೋವಿನ ಇತಿಹಾಸ ಹಾಗೂ ಅವರ ದುರದೃಷ್ಟದ ಪುರಾಣವನ್ನು ಶುರುಮಾಡುತ್ತಾರೆ. 'ಎಷ್ಟೊಂದು ಆಸ್ಪತ್ರಗಳಿಗೆ ಅಲೆದದ್ದಾಯಿತು. ಎಷ್ಟೊಂದು ಡಾಕ್ಟರಿಗೆ ತೋರಿಸಿದ್ದಾಯಿತು. ಯಾವ ಡಾಕ್ಟರಿಂದಲೂ ಕಡಿಮೆ ಮಾಡಕಾಗಿಲ್ಲರೀ!' ಎಂದು ಒಂದಿಷ್ಟು ಹೆಮ್ಮೆಯಿಂದಲೇ ಮಾತನಾಡುತ್ತಾರೆ. 'ವರ್ಷಗಳಿಂದ ಎಷ್ಟೆಲ್ಲ ಔಷಧಿ – ಮಾತ್ರೆ ತಿಂದಿದ್ದಾಯಿತು ಕಡಿಮೆನೇ ಆಗುತ್ತಿಲ್ಲ ಕರ್ಮದ್ದು' ಅಂತ ವಿಷಾದದಿಂದಲೂ ಹೇಳುತ್ತಾರೆ. ಎಷ್ಟೂಂತ ಡಾಕ್ಟರಿಗೆ ತೋರಿಸೋದು, ಎಷ್ಟೂಂತ ಗುಳಿಗೆ ತಿನ್ನೋದು? ಪೇನ್ ಕಿಲ್ಲರ್ (Pain Killer) ತಿಂದಾಗ ಸ್ವಲ್ಪ ಆರಾಮಂತನ್ನಿಸುತ್ತದೆ. ಅದರ ಪ್ರಭಾವ ಮುಗಿಯುತ್ತಿದ್ದಂತೆಯೇ ಮತ್ತೆ ನೋವು ಶುರುವಾಗುತ್ತದೆ. ಹೀಗೇ ದಿನಕಳೆಯಬೇಕೂಂತ ಹಣೆಯಲ್ಲಿಯೇ ಬರೆದಿದೇಂತ ಕಾಣುತ್ತದೆ! ಅಂತ ಮತ್ತೂ ನರಳುತ್ತಾರೆ. ಅವರ ನೋವಿನ ಕತೆಗೆ ಬಹಳ ವರ್ಷಗಳ ಇತಿಹಾಸವೂ ಇರುತ್ತದೆ. ಅವಕ್ಕೆ ಅವರದ್ದೇ ಆದ ಪ್ರಮಾಣವೂ ಇರುತ್ತದೆ. ಅವರು ಅನುಭವಿಸುತ್ತಿರುವ ತಲೆನೋವು, ಕಾಲುನೋವು, ಅಂಗಾಲಿನ ಉರಿ, ಆಗಾಗ ಕೈಕಾಲು ನಡುಗುವುದು ಅಥವಾ ಬೇರೆ ಯಾವುದೋ ನೋವು ಅವರ ಮುಖದಲ್ಲಿಯೇ ನಿಮಗೆ ಕಾಣುತ್ತದೆ.

> **"ಕೆಲವರಿಗೆ ಇರುವ ಆರೋಗ್ಯಕ್ಕಿಂತಲೂ ಇಲ್ಲದ ಅನಾರೋಗ್ಯದ ಬಗ್ಗೆಯೇ ಚಿಂತೆ. ಅಂಥವರು ನಿತ್ಯದ ಜೀವನವನ್ನು ದುರಂತಕ್ಕೆ ನೂಕುತ್ತಿರುತ್ತಾರೆ. ಇತರರ ಸಂತಸಕ್ಕೂ ಮಾರಕವಾಗಿರುತ್ತಾರೆ. ನೆಮ್ಮದಿಯ ಬದುಕಿಗೆ ದೇಹ ಮನಸ್ಸುಗಳ ಸಮತೋಲನ, ಆರೋಗ್ಯ ಅತ್ಯಗತ್ಯವಾಗಿದೆ."**

ಅವರು ಯಾವಾಗಲೂ ತಮ್ಮ ಮುಖದಲ್ಲಿ ಯಾತನೆಯನ್ನು ವ್ಯಕ್ತಪಡಿಸುತ್ತಲೇ ಇರುತ್ತಾರೆ. ತಮ್ಮ ಯಾತನೆಯಿಂದ ತಮ್ಮ ಮನೆಯವರಿಗೂ ನೆಮ್ಮದಿಯಿಲ್ಲ ಅಂತಲೂ ಅವರು ಹೇಳುತ್ತಾರೆ. ಮನುಷ್ಯರಾಗಿ ಹುಟ್ಟಿದ

ನಂತರ ಯಾವಾಗಲೂ ಆರೋಗ್ಯವಾಗಿ, ಯಾವಾಗಲೂ ಸಂತೋಷದಿಂದ ಇರಕಾಗುತ್ಯೇ? ಎಂದೂ ಕೆಲವರು ಪ್ರಶ್ನಿಸುತ್ತಾರೆ. ಕಳೆದ ಜನ್ಮದ್ದೋ, ಈ ಜನ್ಮದ್ದೋ ಕರ್ಮವನ್ನು ಅನುಭವಿಸುತ್ತ ಬದುಕಬೇಕು, ಅಂತೆಲ್ಲ ಅರೆವೇದಾಂತವನ್ನೂ ಮಾತನಾಡುತ್ತಾರೆ. ಆದರೆ ಅನಾರೋಗ್ಯದ ಆಸರೆಯಿಂದ ಹೊರಗೆ ಬರುವುದಕ್ಕಾಗಿ ಅವರು ಪ್ರಾಮಾಣಿಕ ಪ್ರಯತ್ನವನ್ನೇನೂ ಮಾಡುವುದಿಲ್ಲ. ತಮ್ಮ ತಲೆನೋವನ್ನೇ ಅವರು ತಮ್ಮ ಐಡೆಂಟಿಟಿಯನ್ನಾಗಿ ಮಾಡಿಕೊಂಡಿರುತ್ತಾರೆ. ತಮ್ಮ ಕಾಲುನೋವು ಕಡಿಮೆಯಾಗಿಬಿಟ್ಟರೆ ತನ್ನನ್ನು ಯರೂ ಗಮನಿಸುವುದಿಲ್ಲ ಎಂದೇ ಅಂದುಕೊಂಡಿರುತ್ತಾರೆ. ದಿನಕಳೆದಂತೆ ಅವರ ನೋವು ಬಂಗಾರದ ಬೆಲೆಯಂತೆ ಏರುತ್ತಲೇ ಇರುತ್ತದೆ!

'ನಿಮಗಂತೂ ನನ್ನ ತಲೆನೋವಿನ ಬಗ್ಗೆ ಕಾಳಜಿಯೇ ಇಲ್ಲ! ನೀವಾಯಿತು, ನಿಮ್ಮ ಕೆಲಸವಾಯಿತು.' ಅಂತ ಹೇಳುವ ಹೆಂಡತಿಯನ್ನೋ, 'ನನ್ನ ಅನಾರೋಗ್ಯದ ಬಗ್ಗೆ, ನನ್ನ ಟೆನ್ಶನ್ ಬಗ್ಗೆ ನಿನಗೆ ಒಂದಿಷ್ಟೂ ಕಾಳಜಿಯೇ ಇಲ್ಲ. ಯಾವಾಗ ನೋಡಿದರೂ ಶಾಪಿಂಗ್, ಮೀಟಿಂಗು, ದೇವಸ್ಥಾನ ಅಂತಿರ್ತೀಯಾ!..' ಎನ್ನುವ ಮಧ್ಯವಯಸ್ಕ ಗಂಡನನ್ನೋ ನೋಡಿರುತ್ತೀರಿ. ಇವರ ಮಾತುಗಳಲ್ಲಿಯೇ ಇವರ ಸಮಸ್ಯೆಯ ಪರಿಚಯ ಹಾಗೂ ಅದರ ಪರಿಹಾರೋಪಾಯ ಇರುತ್ತದೆ. ಅದನ್ನು ಸಂಬಂಧಪಟ್ಟವರು ಅರ್ಥಮಾಡಿಕೊಂಡು ಅದಕ್ಕೆ ಪೂರಕವಾಗಿ ಸ್ಪಂದಿಸಬೇಕಾಗುತ್ತದೆ.

ಇನ್ನು ಕೆಲವರಿಗೆ ಅಮಾವಾಸ್ಯೆ-ಹುಣ್ಣಿಮೆ ಸಮಯದಲ್ಲಿ (ಕೆಲವು ಹೆಂಗಸರಿಗೆ ಋತುಸ್ರಾವದ ದಿನಗಳಲ್ಲಿ) ಇಂತಹ ಭಾವಾತಿರೇಕಗಳು ಉದ್ರೇಕಗೊಳ್ಳುತ್ತವೆ. ಖಿನ್ನತೆಗೆ ಒಳಗಾಗುತ್ತಾರೆ. ಅಸಹನೆಯಿಂದ ಸಿಡಿಮಿಡಿಗೊಳ್ಳುತ್ತಾರೆ. ಮನೆಯವರು ತನ್ನ ಬಗ್ಗೆ ಒಂದಿಷ್ಟೂ ಕಾಳಜಿಯನ್ನು, ಆಸ್ತೆಯನ್ನು ತೋರಿಸುವುದಿಲ್ಲ ಎಂದು ಅಂದುಕೊಳ್ಳುತ್ತಾರೆ. ಇವರಿಗೆ ಚಿಕ್ಕ ಪುಟ್ಟ ವಿಷಯಕ್ಕೂ ಕೋಪ ಬರುತ್ತದೆ. ಅವರು ಇರುವ ಪರಿಸರವನ್ನವಲಂಬಿಸಿ ಅವರ ಕೋಪದ ತೀವ್ರತೆ ವ್ಯಕ್ತವಾಗುತ್ತದೆ. ಮಕ್ಕಳನ್ನು, ಸಂಗಾತಿಯನ್ನು, ಪಾಲಕರನ್ನು ಬೈಯುತ್ತಿರುತ್ತಾರೆ.

ಸಾರಿಗೆ ಉಪ್ಪು ಕಡಿಮೆಯಾಯಿತೆಂದೋ, ಕಾಫಿಗೆ ಪೌಡರು ಜಾಸ್ತಿಯಾಯಿತೆಂದೋ, ಸಂತೆಯಿಂದ ತಂದ ತರಕಾರಿ ಒಣಗಿದೆಯೆಂದೋ, ಮೊಬೈಲಿನಲ್ಲಿ ನಗುನಗುತ್ತ ಉಲಿಯುವವರು

ತನ್ನತ್ರ ಮಾತ್ರ ಸಿಡುಕುತ್ತಾರೆಂದೋ... ಹೀಗೇ ನೂರಾರು ನವನವೀನ ಕಾರಣಗಳನ್ನು ಹುಡುಕಿ, ಹೆಕ್ಕಿ ಹರಿತವಾದ ಮಾತಿನಿಂದ ತನ್ನ ಮನೆಯವರನ್ನು ಝಾಡಿಸುತ್ತಿರುತ್ತಾರೆ. ತನ್ನ ನೋವು ಕಡಿಮೆಯಾಗದೇ ಇರಲಿಕ್ಕೆ ಇನ್ನೊಬ್ಬ ವ್ಯಕ್ತಿಯನ್ನಾಗಲೀ, ಬದಲಾದ ಹವಾಮಾನವನ್ನಾಗಲೀ, ಕಾರಣವನ್ನಾಗಿಯೂ ಮಾಡಿಕೊಂಡಿರುತ್ತಾರೆ. ಬಹಳಷ್ಟು ಸಂದರ್ಭಗಳಲ್ಲಿ ಅವರ ನೋವಿಗೆ ಕಾರಣ ಅವರಿಗೆ ತೀರಾ ಅಪ್ತವಾಗಿ ಸಂಬಂಧಪಟ್ಟ ವ್ಯಕ್ತಿಯೇ ಆಗಿರುತ್ತಾರೆ. ಆ ವ್ಯಕ್ತಿಯ ಬಗ್ಗೆ ಅಥವಾ ಕಾರಣದ ಬಗ್ಗೆ ಅವರು ಆಗಾಗ ಸೂಚ್ಯವಾಗಿ ಹೇಳುತ್ತಲೂ ಇರುತ್ತಾರೆ. ಆದರೆ ಸ್ಪಷ್ಟವಾಗಿ ಮಾತ್ರ ಆ ವ್ಯಕ್ತಿಯ ಬಗ್ಗೆ ಅವರು ಹೇಳುವುದಿಲ್ಲ.

ಅದೇ ನೋವಿನಲ್ಲಿ ಕೆಲವು ವರ್ಷಗಳು ಕಳೆಯುತ್ತವೆ. ಅಷ್ಟರಲ್ಲಿ ಅವರ ಮುಖಭಾವವೇ ಬದಲಾಗಿಹೋಗಿರುತ್ತದೆ. ಆಕರ್ಷಕವಾಗಿದ್ದ ಅವರ ಮುಖ ಅನಾಕರ್ಷಕವಾಗಿಬಿಟ್ಟಿರುತ್ತದೆ. ಕಣ್ಣುಗಳಲ್ಲಿ ಗಾಬರಿ ಕಾಣಿಸುತ್ತದೆ. ಅಂತರಂಗದಲ್ಲಿ ಅವರಿಗೆ ದಿಗಿಲು, ಆತಂಕ ತುಂಬಿರುತ್ತದೆ. ಅಂತಹ ವ್ಯಕ್ತಿಗಳು ಬದುಕಿನ ಭವ್ಯತೆಯನ್ನು, ಬದುಕಿನ ಮಹತ್ವವನ್ನು ಮರೆತಿರುತ್ತಾರೆ. ತಮ್ಮ ಕ್ರಿಯಾಶೀಲತೆಯನ್ನು ಕಳೆದುಕೊಳ್ಳುತ್ತಾರೆ. ಜೀವನೋತ್ಸಾಹವನ್ನು ಕಳೆದುಕೊಂಡು ದಿನದಿಂದ ದಿನಕ್ಕೆ ಬರಡಾಗುತ್ತಿರುವ ಸೋರೆಕಾಯಿಯಂತೆ ಆಗುತ್ತಾರೆ.

ಇಂತಹ ಲಕ್ಷಣಗಳನ್ನು ನಿಮ್ಮವರಲ್ಲಿಯಾಗಲೀ, ನಿಮ್ಮಲ್ಲಿಯೇ ಆಗಲಿ ಗುರುತಿಸಿಕೊಂಡರೆ, ಅದು ಪೂರ್ವಾರ್ಧದಲ್ಲಿ ಪುಣ್ಯದ ಕೆಲಸ. ಉಳಿದರ್ಧಕ್ಕಾಗಿ, ಆದಷ್ಟು ಬೇಗನೇ ಸೂಕ್ತ ಮನೋಚಿಕಿತ್ಸಕರನ್ನು/ ಸಂಮೋಹಿನಿ ತಜ್ಞರನ್ನು ಸಂಪರ್ಕಿಸಬೇಕು. ಅವರ ಮಾರ್ಗದರ್ಶನದಲ್ಲಿ ಸೂಕ್ತ ಚಿಕಿತ್ಸೆಯನ್ನು ಕೊಡಿಸಬೇಕು. ಮತ್ತೂ ಮುಖ್ಯವಾಗಿ ಇಂತವರಿಗೆ ಪ್ರೀತಿಯ ಅವಶ್ಯಕತೆ ಇರುತ್ತದೆ. ಅಂದರೆ, ಚಿಕಿತ್ಸೆಯ ಜೊತೆಗೆ ನೀವು ಪ್ರೀತಿಯನ್ನೂ, ಕಾಳಜಿಯನ್ನೂ ತೋರಿಸಿದರೆ ಬಹುಬೇಗ ಗುಣಮುಖರಾಗುತ್ತಾರೆ. ನಿಮ್ಮ ಪ್ರೀತಿ ಅಥವಾ ಕಾಳಜಿ ನಟನೆಯಾಗಿರಬಾರದು. ನಿಮ್ಮ ಪ್ರೀತಿ ಪ್ರಾಮಾಣಿಕವಾಗಿರಬೇಕು. ನಿಮ್ಮ ಪ್ರೀತಿಯ ಆಸರೆ ಸಿಗದಿರುವ ಕಾರಣದಿಂದಲೇ ಇಂತಹವರು ಅನಾರೋಗ್ಯದ ಆಸರೆಯನ್ನು ಪಡೆದುಕೊಂಡಿರುತ್ತಾರೆ ಅಥವಾ ತನಗೆ

ಸಂಬಂಧಪಟ್ಟವರಿಂದ ಸರಿಯಾದ ಕಾಳಜಿ ಹಾಗೂ ಪ್ರಾಮಾಣಿಕವಾದ ಪ್ರೀತಿ ಸಿಗುತ್ತಿಲ್ಲ ಎಂದು ಅವರು ಅಂದುಕೊಂಡಿರುತ್ತಾರೆ. ಇಂತಹ ಸಮಸ್ಯೆಯನ್ನು ಎಷ್ಟು ಬೇಗ ಗುರುತಿಸಿ, ಸೂಕ್ತ ಆರೈಕೆ ಮಾಡಲಿಕ್ಕೆ ಸಾಧ್ಯವೋ, ಅಷ್ಟು ಬೇಗ ಅವರು ಸುಧಾರಿಸುತ್ತಾರೆ. ತಮ್ಮ ಜೀವನದ ಆನಂದವನ್ನು ಅನುಭವಿಸಲಿಕ್ಕೆ ಸಾಧ್ಯವಾಗುತ್ತದೆ. ಮತ್ತೂ ಮುಖ್ಯವಾಗಿ ಅವರ ಜೊತೆಗೆ ಇರುವವರಿಗೂ ಸಂತೋಷಪಡಲಿಕ್ಕೆ ಸಾಧ್ಯವಾಗುತ್ತದೆ.

ನಿಮ್ಮನ್ನು ನೀವು ಸಮಾಧಾನದಿಂದ ಇರಿಸಿಕೊಳ್ಳುವುದರಿಂದ ಹಾಗೂ ಯಾವುದೇ ಸನ್ನಿವೇಶ ಅಥವಾ ಸಂದರ್ಭಗಳಲ್ಲಿಯೂ ಸಹ ನಿಮ್ಮನ್ನು ನೀವು ಸಮಚಿತ್ತದಿಂದ ಇರಿಸಿಕೊಳ್ಳುವುದನ್ನು ಅಭ್ಯಾಸ ಮಾಡಿಕೊಳ್ಳುವುದರಿಂದ ಅಥವಾ ನಿತ್ಯವೂ ಧ್ಯಾನವನ್ನು ಮಾಡುವುದರಿಂದ ಇಂತಹ ಸಮಸ್ಯೆಗಳಿಂದ ಬಚಾವಾಗಲಿಕ್ಕೆ ಸಾಧ್ಯ.

7 ಮನ ಮಂದಿರದೊಳಗೆ ಕೋಣೆಗಳಿರಲಿ...

ಕೆಲವರಿಗೆ ದಿನಗಳು ಹುಟ್ಟುವುದೇ ಹಾಗೆ.

ಬೆಳಿಗ್ಗೆ ಹಾಸಿಗೆಯಿಂದ ಏಳುತ್ತಲೇ ಮೂಡು ಹಾಳಾಗಿರುತ್ತದೆ. ಯಾವ ಕೆಲಸವನ್ನು ಮಾಡಲಿಕ್ಕೂ ಮನಸ್ಸು ಬರುವುದಿಲ್ಲ. ಆಫೀಸಿಗೆ ಹೋಗಲಿಕ್ಕಂತೂ ಮೂಡು ಇರುವುದೇ ಇಲ್ಲ. ಮನಸ್ಸಿನ ತುಂಬಾ ಬೇಸರ, ಏಕತಾನತೆ ತುಂಬಿಕೊಂಡಿರುತ್ತದೆ. ಇನ್ನೂ ರಾತ್ರಿ ನಿದ್ರೆಯ ಅರೆ ಮಂಪರು ಹೋಗಿರುವುದಿಲ್ಲ. ಬೆಳಗಿನ ಸೂರ್ಯೋದಯ ಉತ್ಸಾಹವನ್ನು ತಂದಿರುವುದಿಲ್ಲ. ಒಲ್ಲದ ಮನಸ್ಸಿನಿಂದ ಏನೋ ಒಂದು ತಿಂಡಿ ಮಾಡುವ ಹೆಂಡತಿ, ಒಲ್ಲದ ಮನಸ್ಸಿನಿಂದ ಕೆಲಸಕ್ಕೆ ಹೊರಡುವ ಗಂಡ, ಮನಸ್ಸಿನಲ್ಲಿ ಕಿರಿಕಿರಿಯನ್ನೇ ತುಂಬಿಕೊಂಡು, ಸರಿಯಾಗಿ ತಿಂಡಿಯನ್ನೂ ತಿನ್ನದೇ ಶಾಲೆ,

ಕಾಲೇಜಿಗೆ ಹೊರಡುವ ಮಕ್ಕಳು. ಹೀಗೆ ಸ್ಪಷ್ಟವಾದ ಕಾರಣವಿಲ್ಲದೇ ಎಲ್ಲರ ಮನಸ್ಸೂ ರಾಡಿಯಾಗಿರುತ್ತದೆ. ಪ್ರತಿ ಬೆಳಗು ತಂದುಕೊಡುವ ಯಾವುದೇ ಉತ್ಸಾಹವೂ ಇವರ ಮನಸ್ಸಿನಲ್ಲಿ ಇಲ್ಲ. ಇವರು ಕೀಲಿ ಕೊಟ್ಟು ಬಿಟ್ಟ ಯಂತ್ರಗಳಂತೆ ವರ್ತಿಸುತ್ತಾರೆ.

ಕೆಲವರು ಕಛೇರಿಗೆ ಬರುತ್ತಿರುವ ಹಾಗೆಯೇ, ತಮ್ಮ ಕೈ ಕೆಳಗಿನ ಉದ್ಯೋಗಿಗಳಿಗೆ ಗದರಿಸುತ್ತಿರುತ್ತಾರೆ. ಸಿಡುಕುತ್ತಲೇ ಇರುತ್ತಾರೆ. ಇನ್ನು ಕೆಲವರು ಕಚೇರಿಯಲ್ಲಿ ಹಿರಿಯ ಅಧಿಕಾರಿಗಳಿಂದ ಬೈಸಿಕೊಂಡಿರುತ್ತಾರೆ. ಮೇಲಧಿಕಾರಿಯ ಎದುರಿಗೆ ಕೈಕಟ್ಟಿಕೊಂಡು, ಬೆನ್ನು ಬಾಗಿಸಿ ಅತಿವಿನಯವನ್ನು ಪ್ರದರ್ಶಿಸುತ್ತಿರುತ್ತಾರೆ. ಆಗ ಅದುಮಿಟ್ಟುಕೊಂಡಿದ್ದ ಸಿಟ್ಟನ್ನು, ಬೇಸರವನ್ನು ಮನೆಗೆ ಬಂದು ಹೆಂಡತಿ–ಮಕ್ಕಳ ಮೇಲೆ ತೀರಿಸುತ್ತಾರೆ. ಅಂತವರು ಆಫೀಸಿನಲ್ಲಿ ಸಹಜವಾಗಿಯೇ ಅಸಂತೋಷದಿಂದಲೇ (ಹುಸಿ ಸಂತೋಷವನ್ನು ತೋರಿಸುತ್ತಾ) ಇರುತ್ತಾರೆ. ಮನೆಗೆ ಬಂದರೂ ಅಸಂತೋಷದಿಂದಲೇ ಇರುತ್ತಾರೆ. ಇಂಥವರು ತಮ್ಮ ವರ್ತನೆಯಿಂದ ಆಫೀಸಿನಲ್ಲಿಯೂ ಹಾಗೂ ಮನೆಯಲ್ಲಿಯೂ ಅಶಾಂತ ವಾತಾವರಣವನ್ನು ಸೃಷ್ಟಿಸುತ್ತಾರೆ. ರೇಗಿಸಿಕೊಳ್ಳುವ ಮತ್ತು ರೇಗಾಡುವ ಇವರು ನಿತ್ಯ ಸಂತೋಷದಿಂದ ನಿತ್ಯವೂ ವಂಚಿತರಾಗುತ್ತ ಇರುತ್ತಾರೆ.

ಇದಕ್ಕೆ ವ್ಯತಿರಿಕ್ತವಾಗಿ ಕೆಲವರಿರುತ್ತಾರೆ.

ಅವರು ಆಫೀಸಿನ ಕೆಲಸವನ್ನೂ ಅಚ್ಚುಕಟ್ಟಾಗಿ ಮಾಡಿ ಮುಗಿಸಿರುತ್ತಾರೆ. ಹಾಗೆಯೇ ಮನೆಯಲ್ಲಿಯೂ ತಮ್ಮ ಪಾಲಿನ ಕೆಲಸವನ್ನು ಮಾಡುತ್ತಾರೆ. ಸಮಾಧಾನದಿಂದ ಇದ್ದುಕೊಂಡು ಆದಷ್ಟು ಮಟ್ಟಿಗೆ ಒಳ್ಳೆಯ ಗಂಡ, ಒಳ್ಳೆಯ ಅಪ್ಪ, ಒಳ್ಳೆಯ ಅಣ್ಣ/ತಮ್ಮ, ಅಕ್ಕ/ತಂಗಿ/ಅಮ್ಮ ಆಗಿರುತ್ತಾರೆ. ಅವರು ಮನಸ್ಸನ್ನು ಅಷ್ಟಿಷ್ಟು ಪಳಗಿಸಿಕೊಂಡಿರುತ್ತಾರೆ. ಅವರಿಗೆ ತಮ್ಮ ಪಾತ್ರದ ಪರಿಚಯ ವಿರುತ್ತದೆ. ಅವರು ಮನೆಯಿಂದ ಹೊರಡುವಾಗ ಮನೆಯನ್ನು ಅಂದರೆ, ಮನೆಯ ಸಮಸ್ಯೆಗಳನ್ನು ಕಚೇರಿಗೆ ಕೊಂಡೊಯ್ಯುವುದಿಲ್ಲ. ಹಾಗೆಯೇ, ಕಛೇರಿಯ ಫೈಲುಗಳನ್ನು ಅಥವಾ ಸಮಸ್ಯೆಗಳನ್ನು ಮನೆಗೆ ಹೊತ್ತೊಯ್ಯುವುದಿಲ್ಲ. ಹಾಗಾಗಿ ಅವರು ಎರಡೂ ಕಡೆಗಳಲ್ಲಿ ಹೆಚ್ಚು ನಿರಾಳವಾಗಿರುತ್ತಾರೆ. ಅಲ್ಲಿಯ ಕೆಲಸವನ್ನು ಅಲ್ಲಿಯೇ ಮಾಡಿ ಮುಗಿಸಿಕೊಂಡಿರುತ್ತಾರೆ. ಇಂಥವರು ಮನೆಯಲ್ಲಾಗಲೀ, ಕಛೇರಿಯಲ್ಲಾಗಲೀ

ಜಗಳಗಂಟರಾಗಿರುವುದಿಲ್ಲ. ರೇಗಾಡುವವರಾಗಿರುವುದಿಲ್ಲ. ತಾವಾಯಿತು ತಮ್ಮ ಕೆಲಸವಾಯಿತು ಅಂತಿರುತ್ತಾರೆ. ಹೆಚ್ಚು ಸಮಾಧಾನಿಗಳಾಗಿರುತ್ತಾರೆ. ಬಹುತೇಕವಾಗಿ ದುಶ್ಚಟಗಳಿಂದ ದೂರವಿರುತ್ತಾರೆ. ಹೀಗಿರುವ ಕೆಲವರು ತಮಗೆ ಗೊತ್ತಿಲ್ಲದೆಯೇ ತಮ್ಮ ಮನಸ್ಸಿನಲ್ಲಿ ಸಾಕಷ್ಟು ಕೋಣೆಗಳನ್ನು ಮಾಡಿಕೊಂಡಿರುತ್ತಾರೆ. ಆಯಾ ಸಂದರ್ಭಗಳಿಗೆ ಅನುಗುಣವಾಗಿ ಅವರು ಆಯಾ ಕೋಣೆಗಳಿಗೆ ಶಿಫ್ಟ್ ಆಗುತ್ತಿರುತ್ತಾರೆ!

ಹೀಗೆ ನಾವೂ ಸಹ ನಮ್ಮ ಮನವೆಂಬ ಮಂದಿರದೊಳಗೆ ಕೋಣೆಗಳನ್ನು ಮಾಡಿಕೊಳ್ಳುವುದು ಹೇಗೆ?

ಮೊದಲಿಗೆ ನಿಮ್ಮ ಮನಸ್ಸನ್ನು ಒಂದಿಷ್ಟು ದಿನಗಳ ಕಾಲ ನೀವೇ ಗಮನಿಸಿಕೊಳ್ಳಿ. ಉದಾಹರಣೆಗೆ ಒಂದು ವಾರಗಳ ಕಾಲ ಪ್ರತಿದಿನ ಪದೇ ಪದೇ ನಿಮ್ಮ ಮನಸ್ಸನ್ನು ಗಮನಿಸಿ. ನಿಮಗೆ ಯಾವ ಯಾವ ಆಲೋಚನೆಗಳು ಪದೇ ಪದೇ ಬರುತ್ತವೆ ಎನ್ನುವುದನ್ನು ಗಮನಿಸಿಕೊಳ್ಳಿ. ಯಾವ ಯಾವ ಭಾವನೆಗಳು ನಿಮ್ಮ ನಿಯಂತ್ರಣವನ್ನು ಮೀರಿ ಹೋಗುತ್ತವೆ ಎನ್ನುವುದನ್ನು ಗುರುತಿಸಿಕೊಳ್ಳಿ. ಅವುಗಳನ್ನು ಒಂದು ನೋಟ್ ಪುಸ್ತಕದಲ್ಲಿ ಬರೆದುಕೊಳ್ಳಿ. ನಿಮ್ಮ ದಿನಚರಿಯನ್ನು ಸಹ ಬರೆದಿಟ್ಟುಕೊಳ್ಳಿ. ಎಲ್ಲೆಲ್ಲಿ ಯಾವ್ಯಾವ ಸಂದರ್ಭಗಳಲ್ಲಿ ನಿಮಗೆ ಯವ್ಯಾವ ಭಾವನೆಗಳಿಂದ ಸಮಸ್ಯೆಯಾಗುತ್ತಿದೆ ಎನ್ನುವುದನ್ನು ಗುರುತಿಸಿಕೊಳ್ಳಿ. ದು:ಖ, ಕೋಪ, ಭಯ, ಅಸಹಾಯಕತೆ, ಅಸೂಯೆ, ಕಿರಿಕಿರಿ ಮುಂತಾದ ಭಾವನೆಗಳು ಯಾವ್ಯಾವ ಸಂದರ್ಭಗಳಲ್ಲಿ ಬರುತ್ತವೆ ಎನ್ನುವುದನ್ನು ಗಮನಿಸಿ ಬರೆದುಕೊಳ್ಳಿ.

ಕನಿಷ್ಟ ಒಂದು ವಾರ ಇವಿಷ್ಟು ಕೆಲಸವಾದ ನಂತರ ಒಂದು ದಿನ ಸಾಯಂಕಾಲ ಏಳೂವರೆಯಷ್ಟರಲ್ಲಿ ಮನೆಗೆ ಬನ್ನಿ. ಕೈಕಾಲು ಮುಖವನ್ನು ತೊಳೆದುಕೊಂಡು ಅಥವಾ ಸ್ನಾನವನ್ನು ಮಾಡಿಕೊಂಡು ಸ್ವಚ್ಛವಾಗಿ. ಒಂದು ಲೋಟ ಬಿಸಿನೀರನ್ನಾಗಲೀ, ಕಾಫಿ ಅಥವಾ ಟೀ ಯನ್ನಾಗಲೀ ಕುಡಿದುಕೊಳ್ಳಿ. ಬೆಚ್ಚಗಿನ ಹಾಲಾದರೂ ಆಗಬಹುದು. ರಾತ್ರಿಯ ಊಟಕ್ಕಿಂತಲೂ ಕನಿಷ್ಟ ಒಂದು ಗಂಟೆ ಮುಂಚಿತವಾಗಿ ಸುಖಾಸನದಲ್ಲಿ ಕುಳಿತುಕೊಳ್ಳಿ. ಎರಡು ನಿಮಿಷಗಳಷ್ಟು ಕಾಲ ನಿಮ್ಮ ಉಸಿರಾಟವನ್ನು ಗಮನಿಸಿಕೊಳ್ಳಿ. ನೀವು ಕಳೆದ ವಾರದಲ್ಲಿ ಗುರುತಿಸಿಕೊಂಡಂತೆ ನಿಮಗೆ ಯಾವ್ಯಾವ ಭಾವನೆಗಳಿಂದ ಸಮಸ್ಯೆಯಾಗುತ್ತಿದೆ ಎನ್ನುವುದನ್ನು ನೆನಪಿಸಿಕೊಳ್ಳಿ. ನಂತರ ನಿಮ್ಮ ದಿನಚರಿ

ಹೇಗಿದೆ ಎನ್ನುವುದನ್ನೂ ನೆನಪಿಸಿಕೊಳ್ಳಿ.

ನಂತರ ದೀರ್ಘವಾಗಿ ಮೂರು ಸಲ ಉಸಿರಾಡಿ. ಪವಿತ್ರವಾದ ಪ್ರಾಣವಾಯುವನ್ನು ಮೂಗಿನಿಂದ ಒಳಗೆ ಎಳೆದುಕೊಳ್ಳಿ. ಕೆಲವು ಕ್ಷಣಗಳ ಕಾಲ ಅದನ್ನು ನಿಮ್ಮ ಹೊಟ್ಟೆಯೊಳಗೆ ಇಟ್ಟುಕೊಳ್ಳಿ. ನಂತರ ನಿಧಾನವಾಗಿ ಬಾಯಿಯ ಮೂಲಕ ಉಸಿರನ್ನು ಹೊರಗೆ ಕಳಿಸಿ. ಹೀಗೇ ಮೂರು ಸಲ ಮಾಡಿ.

"ನಮ್ಮ ಮನದೊಳಗೆ ಮನೆಗಳಿದ್ದರೆ ಮನಸ್ಸು ಮುದಗೊಳ್ಳುವುದು ತಡವಾಗಲಿಕ್ಕಿಲ್ಲ. ಈ ಮನೆಗಳಲ್ಲಿ ಆಗಾಗ ಇಣುಕುತ್ತಿದ್ದರೆ ಮನಸ್ಸನ್ನು ಹಿಡಿತದಲ್ಲಿಡುವುದು ಕಷ್ಟವಾಗಲಿಕ್ಕಿಲ್ಲ."

ಆ ಮೇಲೆ ನಿಮ್ಮ ಮನಸ್ಸಿನ ಮನೆಯೊಳಗೆ ಕೃತಕವಾಗಿ ಕೆಲವು ಕೋಣೆಗಳನ್ನು ಮಾಡಿಕೊಳ್ಳಿ. ಒಂದೊಂದು ಕೋಣೆಗೂ ಒಂದೊಂದು ಬಣ್ಣವನ್ನು ಹಚ್ಚಿರಿ. ನಂತರ ಅವುಗಳ ಬಾಗಿಲಿಗೆ ಒಂದೊಂದು ಬೋರ್ಡುನ್ನು ಹಾಕಿರಿ. ಪ್ರತಿಯೊಂದು ಕೋಣೆಗೂ ಒಂದೊಂದು ಹೆಸರು ಬರೆಯಿರಿ. ಉದಾಹರಣೆಗೆ: ಒಂದು ಕೋಣೆಗೆ ತೋಟ ಅಂತ ಬೋರ್ಡು ಹಾಕಿ. ಎರಡನೆಯ ಕೋಣೆಗೆ ಆಫೀಸು ಅಂತಲೂ ಮೂರನೆಯ ಕೋಣೆಗೆ ಕೆಲಸ ಅಂತಲೂ ನಾಲ್ಕನೆಯ ಕೋಣೆಗೆ ಹೆಂಡತಿ ಅಂತಲೂ ಐದನೆಯ ಕೋಣೆಗೆ ವಿಶ್ರಾಂತಿ ಅಂತಲೂ ಆರನೆಯ ಕೋಣೆಗೆ ಕೋಪ ಅಂತಲೂ ಏಳನೆಯ ಕೋಣೆಗೆ ಆರೋಗ್ಯ ಅಂತಲೂ ಎಂಟನೆಯ ಕೋಣೆಗೆ ಸಂತೋಷ ಅಂತಲೂ ಒಂಭತ್ತನೆಯ ಕೋಣೆಗೆ ಅಸೂಯೆ ಅಂತಲೂ ಹೀಗೇ ನಿಮಗೆ ಬೇಕು ಬೇಕೆನ್ನಿಸಿದಷ್ಟು ಕೋಣೆಗಳನ್ನು ಮಾಡಿಕೊಳ್ಳಿ. ಒಂದು ಸಲ ಕೋಣೆಗಳಿಗೆ ಹೆಸರಿಡುವ ಕಾರ್ಯಕ್ರಮ ಮುಗಿದ ನಂತರ ಎಲ್ಲ ಕೋಣೆಗಳನ್ನೂ ಹೊರಗಿನಿಂದ ಇಣುಕಿ ಇಣುಕಿ ನೋಡಿಕೊಂಡು ಬನ್ನಿ.

ದೀರ್ಘವಾಗಿ ಉಸಿರಾಡಿ. ಒಮ್ಮೆ ಕಣ್ಣು ಬಿಡಿ.

ದೀರ್ಘವಾಗಿ ಉಸಿರಾಡಿ. ಮತ್ತೆ ಕಣ್ಣು ಮುಚ್ಚಿಕೊಳ್ಳಿ.

ಮೊದಲಿನಂತೆ ಎಲ್ಲಾ ಕೋಣೆಗಳನ್ನು ಇನ್ನೊಮ್ಮೆ ಹೊರಗಿನಿಂದ

ಇಣುಕಿ ನೋಡಿಕೊಂಡು ಬನ್ನಿ. ನಿಮಗೆ ಯಾವ ಕೋಣೆಗೆ ಹೋಗಲಿಕ್ಕೆ ಇಷ್ಟವಾಗುತ್ತದೆಯೋ, ಆ ಕೋಣೆಯೊಳಗೆ ಹೋಗಿ. ಉದಾಹರಣೆಗೆ: ನಿಮಗೆ ತೋಟದ ಕೋಣೆಯೊಳಗೆ ಹೋಗಬೇಕೂಂತ ಅನ್ನಿಸಿದರೆ, ಅದರೊಳಗೆ ಹೋಗಿ. ಅದನ್ನು ಪ್ರವೇಶಿಸುತ್ತಿರುವಂತೆಯೇ, ನಿಮಗೆ ತೋಟದಲ್ಲಿರುವ ಅನುಭವವಾಗುತ್ತದೆ. ತೋಟದಲ್ಲಿ ಹಾಯಾಗಿ

ತಂಪುಗಾಳಿಯನ್ನು, ಹೂವುಗಳ ಸುವಾಸನೆಯನ್ನು ಆಘ್ರಾಣಿಸುತ್ತಾ ತಿರುಗಾಡಿದ ಅನುಭವವಾಗುತ್ತದೆ. ನಿರಾಳವಾಗಿ ಉಸಿರಾಡಿ. ಮನಸ್ಸು ಮತ್ತು ಶರೀರದಲ್ಲಿ ಉತ್ಸಾಹ ಬರುತ್ತದೆ. ಅದನ್ನು ಅನುಭವಿಸಿ.

ಅಥವಾ ಕೋಪದ ಕೋಣೆಗೆ ಹೋಗಿ ನೋಡಿ. ಒಮ್ಮೆಲೇ ಹಿಂದಿನ ಕೋಪದ ಸನ್ನಿವೇಶ ಸೃಷ್ಟಿಯಾಗುತ್ತದೆ. ಅಥವಾ ಬಹಳಷ್ಟು ಕೋಪದ

ಘಟನೆಗಳು ನೆನಪಾಗಬಹುದು. ಅದರಿಂದ ಮನಸ್ಸು ಉದ್ವಿಗ್ನಗೊಳ್ಳುತ್ತದೆ. ಅದನ್ನು ಸಂಪೂರ್ಣವಾಗಿ ಅನುಭವಿಸಿ. ಕೋಪದ ಕೋಣೆಯಲ್ಲಿನ ಕಹಿಯನ್ನೆಲ್ಲ ಮನಸ್ಸಿನಲ್ಲಿ ತುಂಬಿಕೊಂಡ ನಂತರ ಅಲ್ಲಿಂದ ಶಾಂತಿ/ಸಮಾಧಾನದ ಕೋಣೆಯೊಳಗೆ ಹೋಗಿ. ಅದೊಂದು ಥರಾ ಹವಾನಿಯಂತ್ರಿತ ಕೋಣೆಯಂತಿರುತ್ತದೆ. ಅಲ್ಲಿ ನಿಮಗೆ ಆಹ್ಲಾದಕರವಾದ ಭಾವನೆ ಬರುತ್ತದೆ. ಮನಸ್ಸು ಹಗುರಾಗುತ್ತದೆ. ಕೋಪದ ಕಹಿಯೆಲ್ಲವೂ ಕರಗಿ ಹೋಗುತ್ತಿರುವುದನ್ನು ಕಲ್ಪಿಸಿಕೊಳ್ಳಿ. ನಿಮಗೆ ಬೇಕೆನ್ನಿಸುವಷ್ಟು ಹೊತ್ತು ಅಲ್ಲಿಯೇ ಇರಿ. ಮನಸ್ಸು ನಿರಾಳವಾದ ನಂತರ ಅಲ್ಲಿಂದ ಹೊರಗೆ ಬನ್ನಿ.

ದೀರ್ಘವಾಗಿ ಉಸಿರಾಡಿ. ಒಮ್ಮೆ ಕಣ್ಣು ಬಿಡಿ.

ಕಛೇರಿಯ ನಿರ್ವಹಣೆ!

ದೀರ್ಘವಾಗಿ ಉಸಿರಾಡಿ. ಮತ್ತೆ ಕಣ್ಣು ಮುಚ್ಚಿಕೊಳ್ಳಿ.

ಹೀಗೇ ಆಫೀಸಿನ ಕೋಣೆಯೊಳಗೆ ಹೊಗಿ. ಯಾವುದೇ ಮಾನಸಿಕ ಉದ್ವಿಗ್ನತೆಯಿಲ್ಲದೇ ಅಲ್ಲಿ ಓಡಾಡಿ. ಎಲ್ಲರೂ ಅಲ್ಲಿ ಗೊಂಬೆಗಳಂತೆ ಅವರವರ ಕೆಲಸವನ್ನು ಮಾಡುತ್ತಿರುವುದನ್ನು ಗಮನಿಸಿ. ನಿಮಗೆ ಎಲ್ಲರೂ ಕಾಣುತ್ತಿದ್ದಾರೆ. ಆದರೆ ನೀವು ಮಾತ್ರ ಅವರಿಗೆ ಕಾಣುತ್ತಿಲ್ಲ. ಹಾಗಾಗಿ ನಿಮಗಿಷ್ಟ ಬಂದವರನ್ನು ನಿಮಗಿಷ್ಟ ಬಂದಂತೆ ಮಾತನಾಡಿಸಿ. ನಿಮ್ಮ ಜಾಗದಲ್ಲಿ ಕುಳಿತುಕೊಳ್ಳಿ. ಅಲ್ಲಿ ನಿರುಮ್ಮಳವಾಗಿ, ನಿಮ್ಮ ಪಾಲಿನ ಕೆಲಸವನ್ನು ನೀಟಾಗಿ ಮಾಡಿ ಮುಗಿಸಿ. ಅಲ್ಲಿರುವವರಲ್ಲಿ ಯಾರ್‍ಯಾರು ನಿಮ್ಮ ಹತ್ತಿರ ಹೇಗೆ ವರ್ತಿಸಬೇಕು ಎಂದು ನೀವು ಅಂದುಕೊಳ್ಳುತ್ತೀರೋ ಹಾಗೆಯೇ ವರ್ತಿಸುತ್ತಿರುವುದನ್ನು ಗಮನಿಸಿ ಮತ್ತು ಅದನ್ನು ಮನಸ್ಪೂರ್ವಕವಾಗಿ ಅನುಭವಿಸಿ. ಆ ಸಂತೋಷವನ್ನು ನಿಮ್ಮ ಮನಸ್ಸಿನಲ್ಲಿ ತುಂಬಿಕೊಳ್ಳಿ. ಮತ್ತು ನಿಮಗೆ ಯಾರನ್ನು ಕಂಡರೆ ಬೇಸರವೋ, ಕೋಪವೋ ಅವರೆದುರಿಗೆ ಹೋಗಿ ನಿಂತುಕೊಳ್ಳಿ. ಅವರ ಕಣ್ಣುಗಳಲ್ಲಿ ದೃಷ್ಟಿ ನೆಟ್ಟು, ನಿಮ್ಮ ಮನಸ್ಸಿಗೆ ಅನ್ನಿಸಿದ್ದನ್ನು ಅವರೆದುರಿಗೆ ಸ್ಪಷ್ಟವಾಗಿ ಮತ್ತು ನೇರವಾಗಿ ಹೇಳಿ. ಪದೇ ಪದೇ ಅದನ್ನು ಅವರಿಗೆ ಹೇಳಿಕೊಳ್ಳಿ. ನಂತರ ನೀವೇ ಅವರನ್ನು ಕ್ಷಮಿಸಿರುವುದಾಗಿಯೂ ಹೇಳಿ. ಇವಿಷ್ಟಾಗುವಾಗ ನಿಮ್ಮ ಮನಸ್ಸಿಗೆ ನೆಮ್ಮದಿ ಉಂಟಾಗುವುದನ್ನು ಗಮನಿಸಿಕೊಳ್ಳಿ. ಅದನ್ನು ಅನುಭವಿಸಿ. ನಿಮ್ಮನ್ನು ನೀವು

ಅಭಿನಂದಿಸಿಕೊಳ್ಳಿ. ನಂತರ ದೀರ್ಘವಾಗಿ ಉಸಿರಾಡಿ. ಕಣ್ಣನ್ನು ಬಿಡಿ.

ಹೀಗೇ ನಿಮಗೆ ಬೇಕು ಬೇಕಾದ ಕೋಣೆಯೊಳಗೆ ಹೋಗಿ, ನಿಮಗೆ ಬೇಕಾದಷ್ಟು ಹೊತ್ತು ಅಲ್ಲಿ ಇರಿ. ಪ್ರತಿಯೊಂದು ಕೋಣೆಗೆ ಹೋಗಿ ಬಂದ ನಂತರ ದೀರ್ಘವಾಗಿ ಉಸಿರಾಡಿ. ಕಣ್ಣನ್ನು ಬಿಡಿ. ಇವಿಷ್ಟನ್ನೂ ನೀವು ಕೇವಲ ಹತ್ತು ನಿಮಿಷಗಳಲ್ಲಿ ಮಾಡಿ ಮುಗಿಸಬಹುದು. ಇದನ್ನು ಪ್ರತಿದಿನ ಅಭ್ಯಾಸ ಮಾಡಿ. ಮೂರು ವಾರಗಳ ಸತತ ಅಭ್ಯಾಸದಷ್ಟರಲ್ಲಿಯೇ ನಿಮಗೆ ನಿಮ್ಮ ಮನಸ್ಸಿನಲ್ಲಿಯೇ ಬಹಳಷ್ಟು ಧನಾತ್ಮಕ ಬದಲಾವಣೆಗಳಾಗಿರುವುದು ಅನುಭವಕ್ಕೆ ಬರುತ್ತದೆ. ನಿಮ್ಮ ಗಮನಕ್ಕೆ ಬರುವುದಕ್ಕೂ ಮೊದಲೇ ನಿಮ್ಮನ್ನು ನೋಡುತ್ತಿರುವವರು ನಿಮ್ಮಲ್ಲಿ ಉಂಟಾಗುತ್ತಿರುವ ಧನಾತ್ಮಕ ಬದಲಾವಣೆಗಳನ್ನು ನಿಮ್ಮ ಗಮನಕ್ಕೆ ತರುತ್ತಾರೆ. ಅವರ ಒಳ್ಳೆಯ ಮಾತುಗಳನ್ನು ಮನಸ್ಪೂರ್ವಕವಾಗಿ ಒಪ್ಪಿಕೊಳ್ಳಿ.

ಮೂರುವಾರದ ಅಭ್ಯಾಸದ ನಂತರ ಇದನ್ನು ಅಭ್ಯಾಸ ಮಾಡುವಾಗ ಕೋಪ, ಅಸೂಯೆ, ಕಿರಿಕಿರಿ, ದ್ವೇಷ, ಮುಂತಾದ ಕೋಣೆಗಳು ಕಿರಿದಾಗುತ್ತಿರುವಂತೆ ಭಾವಿಸಿಕೊಳ್ಳಿ. ಆರೋಗ್ಯ, ಕೆಲಸ, ತೋಟ, ನೆಮ್ಮದಿ/ಶಾಂತಿ, ಮುಂತಾದ ಧನಾತ್ಮಕವಾದ ಕೋಣೆಗಳು ವಿಶಾಲವಾಗುತ್ತಿರುವಂತೆಯೂ ಅಂದುಕೊಳ್ಳಿ. ಕೆಲವು ತಿಂಗಳುಗಳ ಸತತ ಅಭ್ಯಾಸದ ನಂತರ ನಿಮ್ಮ ಮನದ ಮಹಾ ಮನೆಯೊಳಗೆ ಸ್ವಚ್ಛವಾದ, ಸುಂದರವಾದ, ವಿಶಾಲವಾದ ಧನಾತ್ಮಕ ಬೋರ್ಡುಗಳ ಕೋಣೆಗಳಷ್ಟೇ ಇರುವುದು ಗಮನಕ್ಕೆ ಬರುತ್ತದೆ. ಅವುಗಳಿಗೆ ನಿಮಗಿಷ್ಟಬಂದ ಬಣ್ಣಗಳನ್ನು ಹಚ್ಚಿರಿ. ಹೆಚ್ಚೆಚ್ಚು ಹೊತ್ತು ಧನಾತ್ಮಕವಾದ ಕೋಣೆಯೊಳಗೆ ಇರುವುದನ್ನು ರೂಢಿಸಿಕೊಳ್ಳಿ. ಯಾವುದೋ ಸಂದರ್ಭದಲ್ಲಿ ಉಂಟಾದ ನಿರಾಸೆಯನ್ನೋ, ಭಯವನ್ನೋ, ಕೋಪವನ್ನೋ, ನಿರುತ್ಸಾಹವನ್ನೋ ಉಳಿದ ಸನ್ನಿವೇಶಗಳಿಗೆ, ಉಳಿದ ಕೋಣೆಯೊಳಗೆ ತಂದುಕೊಳ್ಳಬೇಡಿ. ಎಲ್ಲ ಸಂದರ್ಭಗಳನ್ನೂ ಪ್ರತ್ಯೇಕವಾಗಿ ಗಮನಿಸುತ್ತಾ ಇರಿ ಮತ್ತು ಪ್ರತ್ಯೇಕವಾಗಿಯೇ ಆಯಾ ಸನ್ನಿವೇಶದಲ್ಲಿ ಭಾಗವಹಿಸುವ ಅಭ್ಯಾಸವನ್ನು ಮಾಡಿಕೊಳ್ಳಿ. ಸ್ವಯಂಸಂಮೋಹನವನ್ನು ಅಭ್ಯಾಸ ಮಾಡುವವರಿಗೆ ಇದು ಸಹಜವಾಗಿಯೇ ಒಲಿದಿರುತ್ತದೆ! ನೀವೂ ಸಹ ನಿತ್ಯವೂ ಇದನ್ನು ಅಭ್ಯಾಸ ಮಾಡಿ.

ಇಷ್ಟಾಗುವಷ್ಟರಲ್ಲಿ ನಿಮ್ಮ ಮನಸ್ಸಿನಲ್ಲಿ ಸಾಕಷ್ಟು ಬದಲಾವಣೆಗಳಾಗಿರುತ್ತವೆ. ಮೊದಲೆಲ್ಲಾ ಇರುಸುಮುರುಸಾಗುತ್ತಲೋ, ಅಸಹಾಯಕತೆಯ ಭಾವದಿಂದಲೋ, ಕೋಪದಿಂದಲೋ ಇರುತ್ತಿರುವ ಸಂದರ್ಭಗಳಲ್ಲಿಯೇ ಈಗ ನೀವು ಎಷ್ಟೊಂದು ನಿರಾಳವಾಗಿ, ಕೂಲಾಗಿ ಇರುವುದನ್ನು ಕಾಣುವಾಗ ನಿಮಗೇ ನಿಮ್ಮಲ್ಲಿ ಉಂಟಾದ ಬದಲಾವಣೆಗಳ ಬಗ್ಗೆ ಸಖೇದಾಶ್ಚರ್ಯವೆನ್ನಿಸುತ್ತದೆ. ಹೆಂಡತಿಯ ನಡುವಳಿಕೆಯಲ್ಲಿ, ಮಕ್ಕಳ ನಡುವಳಿಕೆಯಲ್ಲಿ, ಗೆಳೆಯರ ವರ್ತನೆಯಲ್ಲಿ, ಸಹೋದ್ಯೋಗಿಗಳ ವರ್ತನೆಯಲ್ಲಿ ಬದಲಾವಣೆಗಳಾಗಿವೆ ಅಂತಲೂ ನಿಮಗೆ ಅನ್ನಿಸುತ್ತದೆ! ಎಲ್ಲ ಧನಾತ್ಮಕ ಬದಲಾವಣೆಗಳನ್ನೂ ಮನಸ್ಪೂರ್ವಕವಾಗಿ ಒಪ್ಪಿಕೊಳ್ಳಿ. ನಿಮ್ಮ ಬಗ್ಗೆ ನೀವು ಹೆಮ್ಮೆ ಪಟ್ಟುಕೊಳ್ಳಿ. ಪ್ರತಿದಿನ ಸಾಯಂಕಾಲ ಹತ್ತು ನಿಮಿಷಗಳಷ್ಟಾದರೂ ನಿಮ್ಮ ಮನಸ್ಸಿನ ಕೋಣೆಗಳ ಪ್ರವಾಸದ (ಧ್ಯಾನದ) ಅಭ್ಯಾಸವನ್ನು ಮುಂದುವರೆಸಿ.

ಅಂತೂ ನಿಮ್ಮ ದಿನಗಳು ಕೂಲಾಗಿರಲಿ. ನಿಮ್ಮ ಆರೋಗ್ಯ ಚೆನ್ನಾಗಿರಲಿ. ನಿಮ್ಮ ಬದುಕಿನಲ್ಲಿ ಭವ್ಯತೆ ಇರಲಿ. ನಿಮ್ಮ ನಿತ್ಯಜೀವನ ಸಂತೋಷದಿಂದ ಕೂಡಿರಲಿ.

ಅವರಂತಾಗುವ ಆಸೆ! 8

ಇದೊಂದು ಬಹಳ ವಿಚಿತ್ರವಾದ ಆಸೆ.

ಬಹುತೇಕ ಎಲ್ಲರಿಗೂ ಆದರ್ಶವ್ಯಕ್ತಿ ಇರುತ್ತಾರೆ. ಕೆಲವರಿಗೆ ಕನಿಷ್ಟ ಒಬ್ಬರಾದರೂ ಆದರ್ಶವ್ಯಕ್ತಿ ಇರುತ್ತಾರೆ. ತಾನೂ ಸಹ ತನ್ನ ಆದರ್ಶವ್ಯಕ್ತಿಯ ಹಾಗೆ ಆಗಬೇಕೆನ್ನುವ ಮಹದಾಸೆಯನ್ನು ಹೊಂದಿರುತ್ತಾರೆ. ಅದಕ್ಕಾಗಿ ಸಾಕಷ್ಟು ಪ್ರಯತ್ನವನ್ನೂ ಮಾಡುತ್ತಿರುತ್ತಾರೆ. ಎಷ್ಟು ಜನರ ಪ್ರಯತ್ನ ಫಲಕಾರಿಯಾಗುತ್ತದೆಯೋ ಅರಿಯೆ. ಆದರೆ ನನ್ನ ಪ್ರಕಾರ ತಮ್ಮ ಆದರ್ಶವ್ಯಕ್ತಿಯಂತೆಯೇ ಆಗಬೇಕೆನ್ನುವ ಎಲ್ಲರ ಬಯಕೆಯಲ್ಲಿಯೇ ಸಮಸ್ಯೆ ಇದೆ! ಜಗತ್ತಿನಲ್ಲಿ ಯಾರೂ ಮತ್ತೊಬ್ಬರಂತೆ ಆಗಲಿಕ್ಕೆ ಆಗುವುದಿಲ್ಲ. ಬಹಳ ಸರಳವಾಗಿ ಹೇಳಬೇಕೆಂದರೆ, ಹಾಗೆ ಆಗಲಿಕ್ಕೆ ಪ್ರಕೃತಿಯಲ್ಲಿಯೇ ಅವಕಾಶ ಇಲ್ಲ!

ಇದೊಂದು ಬಹಳ ವಿಚಿತ್ರವಾದ ಸತ್ಯ.

ಬರಿ ಕಣ್ಣಿನಿಂದ ನೋಡಲಿಕ್ಕೆ ಎಲ್ಲವೂ ಸಾಮಾನ್ಯವಾಗಿ ಒಂದರ ಹಾಗೆ ಮತ್ತೊಂದು ಕಂಡರೂ ಒಂದರಂತೆ ಮತ್ತೊಂದಿಲ್ಲ. ಎಲ್ಲವೂ ಬೇರೆ ಬೇರೆಯಾಗಿದೆ. ಅವಳಿ ಮಕ್ಕಳಲ್ಲಿಯೂ ಸಾಕಷ್ಟು ವ್ಯತ್ಯಾಸಗಳಿರುತ್ತವೆ. ಮತ್ತು ಎಲ್ಲದರಲ್ಲಿರುವ ಅಲ್ಪ ಸ್ವಲ್ಪ ವ್ಯತ್ಯಾಸವೇ ಜಗತ್ತನ್ನು ಇನ್ನೂ ಸಹನೀಯವನ್ನಾಗಿ ಇರಿಸಿದೆ. ಮುಂದೆ ಕೂಡ ಜಗತ್ತು ಸುಂದರವಾಗಿ ಇರಲಿಕ್ಕೆ ಇದೇ ಕಾರಣವಾಗಿದೆ.

ಉತ್ತಮವಾದ ಉದಾಹರಣೆ ಎಂದರೆ, ನಮ್ಮ ಮನೆಯ ಮುಂದಿನ ತೋಟದಲ್ಲಿ ಇರುವುದೆಲ್ಲವೂ ಒಂದೇ ಜಾತಿಯ ಗಿಡಗಳಾದರೆ, ಒಂದೇ ಬಣ್ಣದ ಹೂವಾದರೆ ಅದನ್ನೇ ಪ್ರತಿದಿನ ನೋಡಿ ನೋಡಿ ಕೆಲವೇ ದಿನಗಳಲ್ಲಿ ನಮಗೆ ಬೋರಾಗಿಹೋಗುತ್ತದೆ. ತೋಟದಲ್ಲಿ ಬೇರೆ ಬೇರೆ ಆಕಾರದ ಬೇರ ಬೇರೆ ಬಣ್ಣಗಳ ಬೇರೆ ಬೇರೆ ಪರಿಮಳದ ಬೇರೆ ಬೇರೆ ಹೆಸರಿನ ಹೂವುಗಳಿದ್ದರೆ ಕಣ್ಣಿಗೆ ಚಂದ. ಬೇರೆ ಬೇರೆ ಹಣ್ಣುಗಳನ್ನು ಕೊಡುವ ಗಿಡ ಮರಗಳಿದ್ದರೆ ತಿನ್ನುವ ಸಡಗರವೂ ಅಷ್ಟೇ ಅಂದ. ಆಗ ತೋಟದ ಬೆಲೆಯೂ ಹೆಚ್ಚು. ಅದರ ಬಗ್ಗೆ ಆಕರ್ಷಣೆಯೂ ಹೆಚ್ಚು. ಅದರ ಮಹತ್ವವೂ ಹೆಚ್ಚು.

ಇದು ಪ್ರಕೃತಿಯ ಸಡಗರ.

ಹಾಗೆಯೇ, ಜೀವನದಲ್ಲಿಯೂ ಸಹ ವೈವಿಧ್ಯತೆಯೇ ಮಹತ್ವದ್ದಾಗಿದೆ. ಒಬ್ಬರಂತೆ ಇನ್ನೊಬ್ಬರಿಲ್ಲದಿರುವುದು ಸೋಜಿಗವಾಗಿದೆ. ಒಬ್ಬರು ಇನ್ನೊಬ್ಬರಂತೆ ಆಗಲಿಕ್ಕೆ ಆಗದಿರುವುದೂ ಮತ್ತಷ್ಟು ಸೋಜಿಗವಾಗಿದೆ. ಈಗ ಭೂಮಿಯ ಮೇಲೆ ಅಜಮಾಸು ಏಳುನೂರು ಕೋಟಿ ಜನರು ಬದುಕಿದ್ದಾರೆ. ಅವರಲ್ಲಿ ಒಬ್ಬರ ಹೆಬ್ಬೆರಳಿನ ಗುರುತು ಇನ್ನೊಬ್ಬರ ಹೆಬ್ಬೆರಳಿನ ಗುರುತಿಗೆ ಸರಿಹೊಂದಲಾರದು. ಒಬ್ಬರ ಕಣ್ಣಿನ ರೆಟೀನಾ ಇನ್ನೊಬ್ಬರ ಕಣ್ಣಿನ ರೆಟೀನಾಗಿಂತ ಭಿನ್ನವಾಗಿರುತ್ತದೆ. ಎಲ್ಲರ ಬೆರಳಚ್ಚು ಬೇರೆ ಬೇರೆಯಾಗಿದೆ. ಎಲ್ಲರ ಕಣ್ಣಿನ ರೆಟೀನಾ ಬೇರೆ ಬೇರೆಯಾಗಿದೆ. ಅಷ್ಟೊಂದು ಸೂಕ್ಷ್ಮವಾಗಿ ಪ್ರಕೃತಿ ಎಲ್ಲರನ್ನೂ ಸೃಷ್ಟಿಸಿದೆ. ಎಲ್ಲರನ್ನೂ ಅಷ್ಟೊಂದು ಮುತುವರ್ಜಿಯಿಂದ ಪ್ರತ್ಯೇಕವಾಗಿಯೇ ಸೃಷ್ಟಿಸಿದೆ. ಎಲ್ಲರನ್ನೂ ವಿಶೇಷವಾಗಿಯೇ ಸೃಷ್ಟಿಸಿದೆ. ಎಲ್ಲರನ್ನೂ ಅಷ್ಟೇ ಕಾಳಜಿಯಿಂದ ಮತ್ತು

ಸಾಕಷ್ಟು ವ್ಯತ್ಯಾಸಗಳಿಂದ ಸೃಷ್ಟಿಸಿದೆ.

ನಮ್ಮೆಲ್ಲರ ಪ್ರೀತಿಯ ಪೂಜ್ಯ ಎಸ್ಪಿಬಿಯಂತೆಯೇ ಹಾಡಬೇಕೊಂತ ಪ್ರಯತ್ನ ಪಟ್ಟವರು ಮತ್ತು ಹಾಗೆಯೇ ಹಾಡುವವರು ಬಹಳ ಜನ ಇದ್ದಾರು. ಆದರೆ ಅವರ್‍ಯಾರೂ ಎಸ್ಪಿಬಿಯಷ್ಟು ಎತ್ತರಕ್ಕೇರಲಾರರು. ಅಷ್ಟೇ ಏಕೆ ಅವರ್‍ಯಾರೂ ವಿಶೇಷವ್ಯಕ್ತಿತ್ವದವರಾಗಿ ಜನಮಾನಸದಲ್ಲಿ ಉಳಿಯಲಾರರು. ಶತಮಾನಗಳೇ ಕಳೆದರೂ ನಮ್ಮ ಎಸ್ಪಿಬಿ ಅಮರರಾಗಿರುತ್ತಾರೆ. ಅವರಂತೆಯೇ ಹಾಡುವವರೆಷ್ಟೇ ಜನರಿದ್ದರೂ ಕೂಡ ಅವರ್‍ಯಾರೂ ಕೂಡ ಅಮರರಾಗಿ ಉಳಿಯಲಾರರು. ಎಸ್ಪಿಬಿ ಎಂದರೆ ಮಾಸ್ಟರ್ ಪೀಸ್! ಸೃಷ್ಟಿ ಯಾವತ್ತೂ ಒಂದೇ ಥರದ ಎರಡು ಮಾಸ್ಟರ್ ಪೀಸ್‌ಗಳನ್ನು ಸೃಷ್ಟಿಸಿರುವುದಿಲ್ಲ. ಮತ್ತೂ ಸೂಕ್ಷ್ಮವಾಗಿ ಹೇಳಬೇಕೆಂದರೆ, ಪ್ರಕೃತಿ ಸೃಷ್ಟಿಸುವುದು ಪ್ರತಿಯೊಂದೂ ಸಹ ಮಾಸ್ಟರ್ ಪೀಸ್‌ಗಳೇ ಆಗಿವೆ!! **ನೀವೂ ಸಹ ಪ್ರಕೃತಿಯು ಪ್ರೀತಿಯಿಂದ ಸೃಷ್ಟಿಸಿದ ಮತ್ತೊಂದು ಮಾಸ್ಟರ್ ಪೀಸ್ ಆಗಿದ್ದೀರಿ!**

ಹಾಗಾಗಿ ಒಬ್ಬರಂತೆ ಇಬ್ಬರು ಇರಲಿಕ್ಕಾಗದು. ಹಾಗೆಯೇ ಜಗತ್ತಿನಲ್ಲಿ ಒಬ್ಬನೇ ಅರಿಸ್ಟಾಟಲ್, ಒಬ್ಬನೇ ಅರ್ಜುನ, ಒಬ್ಬನೇ ಬ್ರೂಸ್ಲೀ, ಒಬ್ಬನೇ ಜೆಟ್ ಲೀ, ಒಬ್ಬನೇ ರಜನಿಕಾಂತ್, ಒಬ್ಬನೇ ಅಮಿತಾಭ್, ಒಬ್ಬನೇ ರಾಜಕುಮಾರ್, ಒಬ್ಬನೇ ಸಚಿನ್, ಒಬ್ಬನೇ ವಾಜಪೇಯೀ, ಒಬ್ಬನೇ ಧೀರೂಭಾಯಿ ಅಂಬಾನಿ, ಒಬ್ಬನೇ ಅದಾನಿ, ಒಬ್ಬನೇ ವಿಜಯ್ ಸಂಕೇಶ್ವರ್, ಒಬ್ಬನೇ ಜೇಮ್ಸ್ ಕ್ಯಾಮರೂನ್, ಅಬ್ದುಲ್ ಕಲಾಮ್..!.. ಒಬ್ಬರೇ ಇಂದಿರಾ ಗಾಂಧೀ, ಒಬ್ಬರೇ ಮದರ್ ತರೆಸಾ, ಒಬ್ಬರೇ ಜಂಕೋತಾಬಿ..!.. ಹೀಗೇ ಲಕ್ಷಾಂತರ ಯಶಸ್ವೀ ವ್ಯಕ್ತಿಗಳ ಪಟ್ಟಿಯನ್ನು ಮಾಡಿದರೂ ಸಹ ಎಲ್ಲಿಯೂ ಒಬ್ಬರಂತೆಯೇ ಇರುವ ಇನ್ನೊಬ್ಬ ವ್ಯಕ್ತಿ ಸಿಗಲಾರ. ಇಲ್ಲಿ ಪ್ರತಿಯೊಬ್ಬರೂ ಅವರವರ ದಾರಿಯಲ್ಲಿ ಅವರಿಷ್ಟದಂತೆ ನಡೆದವರು. ಅವರವರ ಗಮ್ಯವನ್ನು ಸೇರಿದವರು. ಉಳಿದವರ ದೃಷ್ಟಿಯಲ್ಲಿ ಇವರೆಲ್ಲರೂ 'ಜೀವನದಲ್ಲಿ ಯಶಸ್ವಿಯಾದವರು' ಅಂತ ಅನ್ನಿಸಿಕೊಂಡವರು.

ಹೀಗೆ ಯಶಸ್ವೀ ವ್ಯಕ್ತಿಗಳಂತೆ ತಾನೂ ಸಹ ತನ್ನ ಜೀವನದಲ್ಲಿ ಯಶಸ್ವೀ ವ್ಯಕ್ತಿ ಆಗಬೇಕು ಅಂತ ಆಸೆ ಪಡುವುದು ಅಸಹಜವೇನಲ್ಲ. ಆದರೆ ಅವರ ಪ್ರತಿಕೃತಿಯಾಗಲಿಕ್ಕೆ ಪ್ರಯತ್ನಿಸುವುದು ಸರಿಯಲ್ಲ. ಆದು ಸಾಧ್ಯವಾಗುವುದಿಲ್ಲ. ಅವರ ಜೀವನದಿಂದ ಸ್ಫೂರ್ತಿಯನ್ನು ಪಡೆದುಕೊಳ್ಳಬಹುದು. ಸಾಕಷ್ಟು

ಸ್ಫೂರ್ತಿಯನ್ನು ಪಡೆದುಕೊಂಡು ತಮ್ಮ ಜೀವನವನ್ನು ತಾವೇ ನಿರ್ಮಿಸಿಕೊಳ್ಳಬೇಕು. ಒಳ್ಳೆಯ ನಟರಿಂದ ಸ್ಫೂರ್ತಿಯನ್ನು ಪಡೆದುಕೊಂಡು ಮತ್ತೂ ಒಳ್ಳೆಯ ನಟನಾಗಲಿಕ್ಕೆ ಪ್ರಯತ್ನಿಸಿ ಯಶಸ್ವಿಯಾಗಬಹುದು. ಆದರೆ ತನ್ನ ಆದರ್ಶ ನಟನಂತೆಯೇ ನಟನೆಯನ್ನು ಕಾಪಿ ಮಾಡುವುದರಿಂದ, ಯಶಸ್ವಿಯಾಗಲಿಕ್ಕೆ ಸಾಧ್ಯವಾಗುವುದಿಲ್ಲ. ನಮ್ಮಲ್ಲಿ ಒರಿಜಿನಲ್ ಅಮಿತಾಬ್ ಇರುವಾಗ ಅವರಂತೆಯೇ ಮಿಮಿಕ್ರಿಮಾಡುವವರು ಬೇಕಾಗಿಲ್ಲ. ಅವರ್‍ಯಾರೂ ಅಮಿತಾಬರ ಎತ್ತರಕ್ಕೆ ಏರಲಾರರು. ಮಿಮಿಕ್ರಿಮಾಡುವವರು ಜನರಲ್ಲಿ ತಮಾಷೆಯವರಾಗಿಬಿಡುತ್ತಾರೆ. ಅವರ್‍ಯಾರೂ ಯಾವತ್ತಿಗೂ ಅಮಿತಾಬರಷ್ಟು ಗೌರವಾರ್ಹರಾಗುವುದಿಲ್ಲ.

ಈ ಜೀವನದ ಸೊಗಸು ಮತ್ತು ಸತ್ಯವೇನೆಂದರೆ ಪ್ರತಿಯೊಬ್ಬರೂ ತಮ್ಮ ಜೀವನದ ಗಮ್ಯವನ್ನು ತಾವೇ ಕಂಡುಕೊಳ್ಳಬೇಕು. ಅದನ್ನು ತಲುಪಲಿಕ್ಕಾಗಿ ತಾವೇ ಪ್ರಯತ್ನಿಸಬೇಕು. ಮತ್ತು ತನ್ನ ದಾರಿಯಲ್ಲಿ ನಡೆದವರು ಖಂಡಿತವಾಗಿಯೂ ಅವರ ಜೀವನದಲ್ಲಿ ಯಶಸ್ಸನ್ನು ಗಳಿಸುತ್ತಾರೆ.

ಬೇರೆಯವರು ಹೇಳಿದರೂಂತ ತಮಗೆ ಇಷ್ಟವಿರದ ಮತ್ತು ತಮಗೆ ಸ್ಪಷ್ಟತೆ ಇರದ ಕ್ಷೇತ್ರದಲ್ಲಿ ಎಷ್ಟೇ ಮುಂದುವರೆದರೂ ಯಶಸ್ಸನ್ನು ಗಳಿಸಲಿಕ್ಕೆ ಸಾಧ್ಯವಾಗದು. ನನ್ನ ಒಬ್ಬ ಗೆಳೆಯ ಹೇಳಿದಂತೆ, ಸಚಿನ್ ತೆಂಡೂಲ್ಕರ್ ಅವರನ್ನು ಸಂಗೀತಗಾರನ್ನಾಗಿಯೂ, ಲತಾ ಮಂಗೇಶ್ಕರ್ ಅವರನ್ನು ಚೆಸ್

ಆಟಗಾರರನ್ನಾಗಿಯೂ ಮಾಡಲಿಕ್ಕೆ ಪ್ರಯತ್ನಿಸಿರುತ್ತಿದ್ದರೆ ನಮ್ಮ ದೇಶ ಕ್ರಿಕೆಟ್ಟಿನ ಜೀವಂತ ದೇವರನ್ನೂ, ಸಂಗೀತದ ಜೀವಂತ ದೇವತೆಯನ್ನೂ ಕಳೆದುಕೊಳ್ಳುತ್ತಿತ್ತು. ಕೋಟ್ಯಾಂತರ ಜನರು ಅಪರೂಪದ ಸಂತೋಷವನ್ನು ಕಳೆದುಕೊಳ್ಳುತ್ತಿದ್ದೆವು. ಆದರೆ ಪ್ರಕೃತಿ ಮಾತ್ರ ಹಾಗೆ ಮಾಡಲಿಲ್ಲ. ಯಾರ್ಯಾರು ಏನೇನು ಆಗಬೇಕೋ ಅವರವರು ಅದದೇ ಆಗುವಂತೆ ಮಾಡುತ್ತದೆ. ಹಾಗಾಗಿ ನಾವೆಲ್ಲರೂ ಸೃಷ್ಟಿಗೆ ಋಣಿಯಾಗಿರಬೇಕು. **ನಮ್ಮನ್ನು ನಮ್ಮನ್ನಾಗಿ ಇಟ್ಟಿದ್ದಕ್ಕೆ ಮತ್ತು ನಾವು ನಮ್ಮ ದಾರಿಯಲ್ಲಿ ಮುಂದುವರೆಯುವ ಶಕ್ತಿಯನ್ನು ಕರುಣಿಸಿರುವುದಕ್ಕಾಗಿ ನಾವು ನಿತ್ಯವೂ ಋಣಿಯಾಗಿರಬೇಕು.**

ಅವರಂತೆ ಆಗುವ ಆಸೆ ತಪ್ಪಲ್ಲ. ಆದರೆ ಅವರಂತೆ ಆಗಲಿಕ್ಕೆ ಅಗುವುದಿಲ್ಲ ಎನ್ನುವುದು ಮಾತ್ರ ಸತ್ಯ. ಹಾಗಾಗಿ ಇಲ್ಲಿ ಪ್ರತಿಯೊಬ್ಬರಿಗೂ ಅವರಾಗಿಯೇ ಎಷ್ಟು ಎತ್ತರಕ್ಕೆ ಬೇಕೋ ಅಷ್ಟು ಎತ್ತರಕ್ಕೆ ಬೆಳೆಯುವ ಅವಕಾಶ ಇದೆ. ಎಷ್ಟೇ ಜನ ನಟರಿದ್ದರೂ ನಿಮ್ಮಂತೆ ನಟಿಸುವವರು, ಎಷ್ಟೇ ಜನ ಹಾಡುವವರಿದ್ದರೂ ನಿಮ್ಮಂತೆ ಹಾಡುವವರು, ಎಷ್ಟೇ ಜನ ರಾಜಕಾರಣಿಗಳಿದ್ದರೂ, ನಿಮ್ಮಂತೆ ರಾಜಕಾರಣ ಮಾಡುವವರಿಗೆ ಜಗತ್ತಿನಲ್ಲಿ ನಿಮ್ಮದೇ ಆದ ಅವಕಾಶ ಇದ್ದೇ ಇದೆ. ನಿಮ್ಮಂತೆ ನಟಿಸುವವರಾಗಲೀ, ನಿಮ್ಮಂತೆ ಹಾಡುವವರಾಗಲೀ, ನಿಮ್ಮಂತೆ ರಾಜಕಾರಣ ಮಾಡುವವರಾಗಲಿ ಇಲ್ಲೆಲ್ಲೂ ಖಂಡಿತವಾಗಿಯೂ ಮತ್ತೊಬ್ಬರಿಲ್ಲ. ನಿಮ್ಮ ಪ್ರತಿಕೃತಿ ಯಾರೂ ಇಲ್ಲ. ನೀವು ಬೇರೊಬ್ಬರ ಪ್ರತಿಕೃತಿಯಾಗಿಲ್ಲ. ನೀವು ನೀವೇ ಆಗಿದ್ದೀರಿ. ಅದು ವಿಶೇಷ. ಅದು ಅಗತ್ಯ. ಅದು ಅಭಿನಂದನಾರ್ಹ. ನೀವು ಯಶಸ್ಸನ್ನು ಗಳಿಸುವುದು ಸತ್ಯ. ಇಲ್ಲಿ ನೀವಾಗಿಯೇ ಉಳಿಯಲಿಕ್ಕೆ ಮತ್ತು ಬೆಳೆಯಲಿಕ್ಕೆ ಸಾಕಷ್ಟು ಅವಕಾಶ ಯಾವಾಗಲೂ ಇದ್ದೇ ಇದೆ. ಇದೇ ಪ್ರಕೃತಿಯ ಸೋಜಿಗ ಮತ್ತು ಸೊಬಗು. ನೀವು ನಿಮ್ಮಂತೆ ಉಳಿದು ಬೆಳೆಯುವಿರಾದಾಗ ಎಲ್ಲರೂ ನಿಮ್ಮನ್ನು ಒಪ್ಪಿಕೊಳ್ಳುತ್ತಾರೆ. ಹೀಗಾದಾಗ ನೀವು ನಿತ್ಯ ಸಂತೋಷಿಯಾಗಿ ಬದುಕಬಹುದಾಗಿದೆ.

ಸಂತೋಷವನ್ನು ಹಂಚಲಿಕ್ಕಾಗಿಯೇ ಹುಟ್ಟಿದವರು ನಾವು! 9

ನಮ್ಮೆಲ್ಲರದ್ದೂ ಬಹಳ ಸಾಮಾನ್ಯವಾದ ಆಸೆಯೊಂದಿದೆ.

ಸಂತೋಷದಿಂದ ಬದುಕಬೇಕು ಎನ್ನುವ ತೀರಾ ಸಾಮಾನ್ಯವಾದ ಆಸೆ ಅದು!

ಸಂತೋಷದಿಂದ ಬದುಕಬೇಕು ಅಂತ ಆಸೆ ಇರುವುದು ತೀರ ಸಹಜ ಮತ್ತು ಸತ್ಯವಾಗಿಯೂ ಸಂತೋಷದಿಂದ ಬದುಕಲಿಕ್ಕಾಗಿಯೇ ಹುಟ್ಟಿದವರು ನಾವು!

ಹಾಗಾದರೆ, ಸಂತೋಷವಾಗಿ ಇದ್ದೀವಾ ಅಂತ ಪ್ರಶ್ನಿಸಿಕೊಂಡರೆ, ಸಂಪೂರ್ಣವಾಗಿ ಸಂತೋಷದಿಂದ ಇದ್ದೇವೆ ಎಂದು ಹೇಳುವವರು ನಮ್ಮ ಸುತ್ತ ಮುತ್ತ ಹತ್ತೂರಿನಲ್ಲೆಲ್ಲೂ ಸಿಗಲಿಕ್ಕಿಲ್ಲ. ಸಂಸಾರ ಅಂದ ಮೇಲೆ

ಯಾರಿಂದಾದರೂ ಹಾಗೆಲ್ಲ ಸಂತೋಷದಿಂದ ಇರಲಿಕ್ಕೆ ಸಾಧ್ಯವಾ ಎಂದೇ ಕೇಳುತ್ತಾರೆ. ಜಗತ್ತಿನಲ್ಲಿ ಯಾರೂ ಕೂಡ ಯಾವಾಗಲೂ ಸಂತೋಷದಿಂದ ಇರಲಾರರು ಅಂತಲೂ ಹೇಳುತ್ತಾರೆ. ಇನ್ನು ಕೆಲವರು ತಾವು ಸಂತೋಷವಾಗಿ ಇಲ್ಲದಿರುವುದಕ್ಕೆ ಸಾಕಷ್ಟು ಕಾರಣಗಳನ್ನು ಪಟ್ಟಿ ಮಾಡಿಕೊಂಡಿರುತ್ತಾರೆ. ತನ್ನ ಅಸಂತೋಷಕ್ಕೆ ಯಾರ್ಯಾರು ಕಾರಣ ಅಂತಲೂ, ತನ್ನ ಅಸಂತೋಷಕ್ಕೆ ಯಾವುದೆಲ್ಲ ಇಲ್ಲದಿರುವುದು ಕಾರಣ ಅಂತಲೂ ಹೇಳುತ್ತಾರೆ. ತಾನು ಬೇರೇನೋ ಕೆಲಸವನ್ನು ಮಾಡಿರುತ್ತಿದ್ದರೆ ಸಂತೋಷವಾಗಿರುತ್ತಿದ್ದೆ ಅಂತಲೋ, ತನಗೆ ಬೇರೊಂದು ಕಂಪನಿಯಲ್ಲಿ ಕೆಲಸ ಸಿಕ್ಕಿರುತ್ತಿದ್ದರೆ ಸಂತೋಷವಾಗಿರುತ್ತಿದ್ದೆ ಅಂತಲೋ, ತಾನು ಬೇರೊಬ್ಬ ವ್ಯಕ್ತಿಯನ್ನು ಮದುವೆಯಾಗಿರುತ್ತಿದ್ದರೆ ಖಂಡಿತವಾಗಿಯೂ ಸಂತೋಷವಾಗಿರುತ್ತಿದ್ದೆ ಅಂತಲೋ, ಪದೇ ಪದೇ ತನಗೆ ನೆಗಡಿಯಾಗುವುದು ಇಲ್ಲವಾಗಿದ್ದರೆ ಸಂತೋಷವಾಗಿರುತ್ತಿದ್ದೆ ಅಂತಲೋ, ತಾನು ಬೆಳ್ಳಗಿರುತ್ತಿದ್ದರೆ, ತಾನು ಇನ್ನೂ ಮೂರಿಂಚು ಎತ್ತರವಾಗಿರುತ್ತಿದ್ದರೆ, ತಾನು ಸಿಕ್ಸ್ ಪ್ಯಾಕ್ ಮಾಡಿಕೊಂಡಿರುತ್ತಿದ್ದರೆ ಅಥವಾ ಅದೇನನ್ನೋ ಗೆದ್ದುಕೊಂಡಿರುತ್ತಿದ್ದರೆ ಸಂತೋಷವಾಗಿರುತ್ತಿದ್ದೆ ಅಂತಲೋ, ಅಮೇರಿಕದಲ್ಲಿ ಹುಟ್ಟಿರುತ್ತಿದ್ದರೆ ನಿಜಕ್ಕೂ ಸಂತೋಷದಿಂದ ಇರುತ್ತಿದ್ದೆ ಅಂತಲೋ ಹೇಳುವವರು ಸಿಗುತ್ತಾರೆ!

ಅವರಂದುಕೊಂಡಂತೆಯೇ ಆಗಿರುತ್ತಿದ್ದರೆ ನಿಜಕ್ಕೂ ಅವರು ನಿತ್ಯ ಸಂತೋಷದಿಂದ ಇರುತ್ತಿದ್ದರಾ?

ಇಲ್ಲ!

ಹಾಗಿರುತ್ತಿದ್ದರೆ ಅಥವಾ ಹಾಗಾದಾಗ ಅಥವಾ ಅಲ್ಲೆಲ್ಲೋ ಇರುತ್ತಿದ್ದರೆ, ಮಲ್ಯನ ಮಗನಾಗಿರುತ್ತಿದ್ದರೆ, ಒಬಾಮಾನ ಮಗಳಾಗಿರುತ್ತಿದ್ದರೆ ನಿಜಕ್ಕೂ ಸಂತೋಷವಾಗಿ ಇರುತ್ತಿದ್ದೆವಾ?

ಖಂಡಿತ ಇಲ್ಲ!

ತನ್ನ ಸಂತೋಷಕ್ಕೆ ಬೇರೊಂದು ವ್ಯಕ್ತಿ, ಶಕ್ತಿ ಅಥವಾ ಸನ್ನಿವೇಶ ಕಾರಣ ಎನ್ನುವ ಮನಸ್ಥಿತಿಯ ವ್ಯಕ್ತಿ ಎಲ್ಲೇ ಇದ್ದರೂ, ಹೇಗೇ ಇದ್ದರೂ ಸಂತೋಷದಿಂದ ಇರಲಾರ. ಅಕಸ್ಮಾತ್ ಅವನು ಆಸೆ ಪಡುತ್ತಿರುವುದು ಸಿಕ್ಕರೂ ಸಹ ಅಲ್ಲಿಂದ ಮುಂದೆ ಆತ ಸಂತೋಷವಾಗಿ ಬದುಕುತ್ತಾನೆ ಎನ್ನುವಂತಿಲ್ಲ. ತನ್ನಲ್ಲಿ ಇರುವುದರಲ್ಲಿ ಈಗ ಸಂತೋಷವನ್ನು ಕಾಣಲಾರದ

ವ್ಯಕ್ತಿ ಮುಂದೊಮ್ಮೆ ಅವನು ಆಸೆ ಪಡುತ್ತಿರುವುದು ಸಿಕ್ಕಾಗಲೂ ಸಹ ಮತ್ತೇನನ್ನೋ ಆಸೆಪಡುತ್ತ ಇರುತ್ತಾನೆಯೇ ವಿನ: ಹೃತ್ಪೂರ್ವಕವಾಗಿ ಸಂತೋಷವನ್ನು ಅನುಭವಿಸಲಾರ. ಮಳೆಗಾಲದಲ್ಲಿ ಮಳೆ ಬರುತ್ತಿದ್ದರೆ ಬಿಸಿಲನ್ನು ಬಯಸುತ್ತಾ ಬೇಸರಿಸಿಕೊಳ್ಳುವವರಿದ್ದಾರೆ. ಬೇಸಿಗೆಯಲ್ಲಿ ಧಗೆ ಧಗೆ ಎನ್ನುತ್ತಾ ಮಳೆಗಾಲದ ತಂಪನ್ನು ಬಯಸುತ್ತಾ ದು:ಖಿಸುತ್ತಾರೆ. ಇನ್ನು ಚಳಿಗಾಲದ ಕತೆಯಂತೂ ಹೇಳತೀರದು. ಅವರು ಬೇಸಿಗೆಯಲ್ಲಿ ಬಿಸಿಲನ್ನು ಸಂತೋಷದಿಂದ ಅನುಭವಿಸಲಾರರು. ಮುಂದೆ ಮಳೆಗಾಲ, ಚಳಿಗಾಲದಲ್ಲಿಯೂ ಇದೇ ಕತೆ. ಇವರೆಲ್ಲರೂ ಇರುವುದನ್ನು ಬಿಟ್ಟು, ಇಲ್ಲದಿರುವುದರಲ್ಲಿ ತಮ್ಮ ಸಂತೋಷವನ್ನು ಇಟ್ಟುಕೊಂಡಿರುತ್ತಾರೆ! ಇಂತಹ ಮನಸ್ಥಿತಿಯ ಮನುಷ್ಯರು ಯಾವಾಗಲೂ ಸಂತೋಷಪಡಲಾರರು. ಅವರು ಅಸಂತೋಷಪಡಲಿಕ್ಕಾಗಿಯೇ ಹುಟ್ಟಿದವರು! ಅವರು ಸಂತೋಷವನ್ನು ಗುರುತಿಸಲಾರರು. ಇನ್ನೂ ವಿಚಿತ್ರವೆಂದರೆ, ಅವರು ಸಂತೋಷಪಡುವವರನ್ನು ಕೂಡ ಸಹಿಸಲಾರರು! ಇತರರು ಸಂತೋಷವಾಗಿದ್ದಾರೆ ಅಂತಂದುಕೊಂಡು ಇವರು ಅಸಂತೋಷವನ್ನು ಅನುಭವಿಸುತ್ತಾರೆ! ಇಂತಹ ವ್ಯಕ್ತಿಗಳಿಗೆ ಸುಖವಾದ ನಿದ್ರೆಯೂ ಬರುವುದಿಲ್ಲ. ರಾತ್ರಿ ಆರೆಂಟು ತಾಸು ಸೊಗಸಾದ ನಿದ್ರೆಯೇ ಬರದಿದ್ದರೆ ಯಾರಾದರೂ ಮತ್ತೆಂತಹ ಸಂತೋಷವನ್ನು ಅನುಭವಿಸಿಯಾರು?

> **“ಸಂತೋಷಕ್ಕೆ ಬೇರೊಂದು ವ್ಯಕ್ತಿ, ಶಕ್ತಿ ಅಥವಾ ಸನ್ನಿವೇಶ ಕಾರಣ ಎನ್ನುವ ಮನಸ್ಥಿತಿಯ ವ್ಯಕ್ತಿ ಎಲ್ಲೇ ಇದ್ದರೂ, ಹೇಗೆ ಇದ್ದರೂ ಸಂತೋಷದಿಂದ ಇರಲಾರ. ಅಕಸ್ಮಾತ್ ಅವನು ಆಸೆಪಡುತ್ತಿರುವುದು ಸಿಕ್ಕರೂ ಅವನು ಸಂತೋಷವಾಗಿ ಬದುಕುತ್ತಾನೆ ಎನ್ನುವಂತಿಲ್ಲ.”**

“ನಿಮಗೆ ಏನು ಸಿಕ್ಕರೆ ಸಂತೋಷವಾಗಿರುತ್ತೀರಾ?” ಎಂದು ಮಿ. ರಾವ್ ಅವರನ್ನು ಕೇಳಿದೆ. “ನನಗೆ ಅರ್ಜೆಂಟಿಗೆ ಒಂದು ಕೋಟಿ ರೂಪಾಯಿ ಸಿಕ್ಕರೆ ನನ್ನ ಸದ್ಯದ ಸಮಸ್ಯೆಗಳು ನಿವಾರಣೆಯಾಗುತ್ತವೆ. ನಂತರ ನಾನು ಸಂತೋಷವಾಗಿರುತ್ತೇನೆ!” ಅಂದರು.

“ಸರಿ. ನಾಳೆಯೇ ನಿಮಗೆ ಒಂದು ಕೋಟಿ ರೂಪಾಯಿ ಸಿಕ್ಕಿತು

ಅಂತಿಟ್ಟುಕೊ.." ನನ್ನ ಮಾತನ್ನು ಅರ್ಧದಲ್ಲಿಯೇ ತಡೆದು, ಮಿ.ರಾವ್, "ತಮಾಷೆ ಮಾಡಬೇಡಿ, ಸ್ವಾಮೀ." ಅಂತ ನಕ್ಕರು. ನಾನು ನಗಲಿಲ್ಲ. ಮತ್ತೆ ನನ್ನ ಮಾತನ್ನು ಮುಂದುವರೆಸಿದೆ. "ನಾಳೆಯೇ ನಿಮಗೆ ಒಂದು ಕೋಟಿ ರೂಪಾಯಿ ಸಿಕ್ಕಿತು ಅಂತಿಟ್ಟುಕೊಳ್ಳಿ.. ನಿಮ್ಮ ಸಮಸ್ಯೆಗಳೆಲ್ಲ ಪರಿಹಾರವಾಗುತ್ತವೆ.." ಮತ್ತೆ ನನ್ನ ಮಾತನ್ನು ಅರ್ಧದಲ್ಲಿಯೇ ತಡೆದು ಮಿ. ರಾವ್, "ನಿಜಕ್ಕೂ ನನಗೆ ಸಂತೋಷವಾಗುತ್ತದೆ" ಎಂದು ಕಣ್ಣರಳಿಸಿದರು. ಅವರ ಮುಖದಲ್ಲಿ ಮಿಂಚು ಹಾದು ಹೋಯಿತು. "ಅದು ಸರಿ. ಮಿ.ರಾವ್, ಆ ಒಂದು ಕೋಟಿಯಲ್ಲಿ ಹತ್ತು ಪರ್ಸೆಂಟನ್ನು ನನಗೆ ಕೊಡಬೇಕು!" ಅಂದೆ. ಅದಕ್ಕಾತ, "ಅರೆರೇ, ಕೋಟಿ ಸಿಗುವುದು ನನಗೆ. ಅದರಲ್ಲಿ ನಿಮಗೇತಕ್ಕೆ ಪಾಲು ಕೊಡಬೇಕು? ಅದಾಗಲ್ಲ!!" ಅಂದುಬಿಟ್ಟ. ಇನ್ನೂ ಕೈಸೇರದ ಹಣದಲ್ಲಿ ಒಂದಿಷ್ಟನ್ನು ಕೊಡಲಿಕ್ಕೆ ಮನಸ್ಸಿಲ್ಲದ ಮಿ. ರಾವ್‌ಗೆ ಸಂತೋಷ ಎನ್ನುವುದು ಕನ್ನಡಿಯೊಳಗಿನ ಗಂಟು.

ಹಂಚಿಕೊಂಡರೆ ಮಾತ್ರ ಸಂತೋಷ ಹೆಚ್ಚುತ್ತದೆ ಎನ್ನುವುದು ನಿಸರ್ಗದ ನಿಯಮ. ಆಪ್ತೇಷ್ಟರಲ್ಲಿ ಹಂಚಿಕೊಳ್ಳುವುದರಿಂದ ದು:ಖ ಕಡಿಮೆಯಾಗುತ್ತದೆ ಎನ್ನುವುದೂ ಅಷ್ಟೇ ನಿಜ. ಇಲ್ಲಿ ಹೇಳಬೇಕಾಗಿರುವ ಮತ್ತೊಂದು ಮುಖ್ಯವಾದ ವಿಷಯವೇನೆಂದರೆ ಹಣವೇ ಬೇರೆ. ಸಂತೋಷವೇ ಬೇರೆ. ಹಣದಿಂದ ಸಂತೋಷವನ್ನು ಖರೀದಿಸಲಿಕ್ಕೆ ಸಾಧ್ಯವಿಲ್ಲ. ಹಣ ಎನ್ನುವುದು ಬದುಕಿಗೆ ಒಂದಿಷ್ಟು ಭದ್ರತೆಯನ್ನು ಒದಗಿಸುತ್ತದೆ. ಆ ಮೂಲಕ ಖಂಡಿತವಾಗಿಯೂ ಒಂದಿಷ್ಟು ನೆಮ್ಮದಿ ಸಿಗುತ್ತದೆ. ಅಷ್ಟರ ಮಟ್ಟಿಗೆ ಎಲ್ಲರಿಗೂ ಹಣದ ಅಗತ್ಯವಿದೆ. ಅವರವರ ಅಗತ್ಯ ಮತ್ತು ಅರ್ಹತೆಗೆ ತಕ್ಕಂತೆ ಎಲ್ಲರೂ ದುಡಿಯುತ್ತಾರೆ ಮತ್ತು ಹಣವನ್ನು ಗಳಿಸುತ್ತಾರೆ. ಇದು ಜೀವನ ಧರ್ಮ. ಒಳ್ಳೆಯ ಗೆಳೆಯರು, ಒಳ್ಳೆಯ ಓದು, ಒಳ್ಳೆಯ ಹವ್ಯಾಸ, ಬರವಣಿಗೆ, ನೃತ್ಯ, ನಿತ್ಯ ವ್ಯಾಯಾಮ, ಪ್ರವಾಸ, ಧನಾತ್ಮಕ ಆಲೋಚನೆ, ಹೊಸ ಹೊಸ ಕಲಿಕೆ ಎಲ್ಲವೂ ಬದುಕಿನಲ್ಲಿ ಸಂತೋಷವನ್ನು ಕೊಡುತ್ತವೆ.

ಇನ್ನು ಮನಸ್ಸಿಗೆ ಬೇಸರವಾದಾಗ ತನ್ನ ಜೇಬಿನಲ್ಲಿರುವ ಹಣವನ್ನು ತೆಗೆದು ಎಣಿಸುವುದರಿಂದಾಗಲೀ, ತನ್ನ ಬೆಲೆಬಾಳುವ ಕಾರನ್ನು ಸವರುವುದರಿಂದಾಗಲೀ, ತನ್ನ ಬಂಗಾರದ ಹಾರವನ್ನು ಹಾಕಿಕೊಳ್ಳುವುದರಿಂದಾಗಲೀ ಸಂತೋಷ ಸಿಗುತ್ತದೆ ಎಂದು ಯಾರೂ

ಹೇಳಲಾರರು.

ಬೇಸರವಾದಾಗ, ಒಂಟಿತನ ಕಾಡಿದಾಗ ತಕ್ಷಣಕ್ಕೆ ಹೀಗೆ ಮಾಡಿ. ಹುಲ್ಲಹಾಸಿನ ಮಲೆ ಅಂಗಾತ ಮಲಗಿಕೊಳ್ಳಿ. ಅಥವಾ ಗೋಡೆಗೋ, ಮರಕ್ಕೋ ಒರಗಿ ನಿಂತುಕೊಳ್ಳಿ. ಕತ್ತೆತ್ತಿ ಆಕಾಶವನ್ನು ನೋಡಿ. ಮೇಲೆ ಆಕಾಶದಲ್ಲಿ ಬಣ್ಣ ಬಣ್ಣಗಳ ಮೋಡಗಳ ಚಲನೆಯನ್ನು ನೋಡಿ. ಕ್ಷಣಕ್ಷಣಕ್ಕೆ ಅವುಗಳ ಆಕಾರದಲ್ಲಿ ಆಗುತ್ತಿರುವ ಬದಲಾವಣೆಗಳನ್ನು ಗುರುತಿಸಿ.

ಮೂರರಿಂದ ಐದು ನಿಮಿಷಗಳಲ್ಲಿ ನಿಮ್ಮ ಮನಸ್ಸು ಸಾಕಷ್ಟು ಉಲ್ಲಸಿತವಾಗುವುದನ್ನು ಕಂಡುಕೊಳ್ಳಿ. ಹಾಗೆಯೇ ನಿಮ್ಮ ಎರಡೂ ಕೈಗಳನ್ನು ಮೇಲೆತ್ತಿ, ಹಸ್ತಗಳಿಂದ ಮೋಡಗಳನ್ನು ಚದುರಿಸುವ ಆಟವಾಡಿ. ಮೂರರಿಂದ ಐದು ನಿಮಿಷ ಹೀಗೆ ಒಬ್ಬರೇ ಆಡಬಹುದಾದ ಆಕಾಶದ ಆಟವನ್ನು ಆಡಿದ ನಂತರ ನಿಮ್ಮ ಮನಸ್ಸು ಮತ್ತು ಶರೀರದಲ್ಲಿ ಸುಸ್ತು ಕಡಿಮೆಯಾಗಿ, ಗೆಲುವಿನ ಭಾವನೆ ತುಂಬಿಕೊಂಡಿರುವುದನ್ನು ಅನುಭವಿಸಿ.

ಹೀಗೇ ತೀರಾ ನೈಸರ್ಗಿಕವಾಗಿ ಕ್ಷಣಕ್ಷಣವೂ ಸಂತೋಷದಿಂದ ಇರಲಿಕ್ಕೆ ನಿಮ್ಮ ಸುತ್ತಮುತ್ತಲೂ ಇರುವ ಅವಕಾಶಗಳನ್ನು ಗುರುತಿಸಿಕೊಳ್ಳಿ. ಈ ಕ್ಷಣದಲ್ಲಿ ಸಂತೋಷವಾಗಿರಬೇಕು ಅಂತ ನಿರ್ಧರಿಸಿಕೊಳ್ಳಿ. ಸಂತೋಷವನ್ನು ಒಪ್ಪಿಕೊಳ್ಳುವ ಮನಸ್ಥಿತಿಯನ್ನು ಸಿದ್ಧಮಾಡಿಕೊಳ್ಳಿ.

ನಿಮ್ಮ ಕಾರಿನಲ್ಲಿಯೋ, ಪಾರ್ಕಿನ ಬೆಂಚಿನ ಮೇಲೋ, ನಿಮ್ಮ ಮನೆಯ ಅಂಗಳದಲ್ಲಿಯೋ, ಆಫೀಸಿನ ಖುರ್ಚಿಯಲ್ಲಿಯೋ ಕುಳಿತುಕೊಳ್ಳಿ. ಕಣ್ಣುಗಳನ್ನು ಮುಚ್ಚಿಕೊಳ್ಳಿ. ದೀರ್ಘವಾಗಿ ಉಸಿರಾಡಿ. ಮೂಗಿನ ಮೂಲಕ ಪವಿತ್ರವಾದ ಪ್ರಾಣವಾಯುವನ್ನು ಒಳಗೆಳೆದುಕೊಳ್ಳಿ. ಅದನ್ನು ಕೆಲವು ಕ್ಷಣಗಳವರೆಗೆ ಹೊಟ್ಟೆಯೊಳಗೆ ಇಟ್ಟುಕೊಳ್ಳಿ. ನಂತರ ನಿಧಾನವಾಗಿ ನಿಮ್ಮ ಬಾಯಿಯ ಮೂಲಕ ಹೊರಗೆ ಕಳಿಸಿ. ನಂತರ ಕೆಲವು ಕ್ಷಣಗಳವರೆಗೆ ನಿಮ್ಮ ಶರೀರದೊಳಗೆ ಗಾಳಿಯು ಇಲ್ಲದಂತೆ ಇರಿ. ನಂತರ ಮತ್ತೆ ಮೂಗಿನ ಮೂಲಕ ಪವಿತ್ರವಾದ ಗಾಳಿಯನ್ನು ನಿಧಾನವಾಗಿ ಒಳಗೆಳೆದುಕೊಳ್ಳಿ. ಅದನ್ನು ಕೆಲವು ಕ್ಷಣಗಳವರೆಗೆ ಹೊಟ್ಟೆಯೊಳಗೆ ಇಟ್ಟುಕೊಳ್ಳಿ. ನಂತರ ನಿಧಾನವಾಗಿ ನಿಮ್ಮ ಬಾಯಿಯ ಮೂಲಕ ಹೊರಗೆ ಕಳಿಸಿ. ನಂತರ ಕೆಲವು ಕ್ಷಣಗಳವರೆಗೆ ನಿಮ್ಮ ಶರೀರದೊಳಗೆ ಗಾಳಿಯು ಇಲ್ಲದಂತೆ ಇರಿ. ಇದನ್ನು ಹತ್ತೆಂಟು ಸಲ ಮಾಡಿ. ನಂತರ ಎದ್ದುನಿಂತುಕೊಳ್ಳಿ, ಕಣ್ಣುಗಳನ್ನು ಬಿಟ್ಟು ಸುತ್ತಲೂ ನೋಡಿ. ನಿಮ್ಮ ಮನಸ್ಸು ಮತ್ತು ಶರೀರದಲ್ಲಿ ಹೊಸತನ ಮತ್ತು ಸಂತೋಷ ತುಂಬಿಕೊಂಡಿರುವದನ್ನು ಕಂಡುಕೊಳ್ಳಿ. ಇದನ್ನು ಮಾಡಲಿಕ್ಕೆ ನಿಮಗೆ ಒಂದರೆಡು ನಿಮಿಷಗಳಷ್ಟೇ ಸಾಕು.

ಹೀಗೇ ನಿಮ್ಮನ್ನು ನೀವು ಸಂತೋಷವನ್ನಾಗಿಟ್ಟುಕೊಳ್ಳುವುದಕ್ಕೆ ನಿಮ್ಮ ಸುತ್ತಮುತ್ತಲೂ ಸಾಕಷ್ಟು ಅವಕಾಶಗಳಿರುವುದನ್ನು ಗಮನಿಸಿ. ಮತ್ತು ಅವುಗಳನ್ನು ನಿಮ್ಮ ಸಂತೋಷಕ್ಕಾಗಿ ಬಳಸುವುದನ್ನು ರೂಢಿಮಾಡಿಕೊಳ್ಳಿ. ನಿಮ್ಮ ಸಂತೋಷವನ್ನು ನಿಮ್ಮವರೊಂದಿಗೆ ಹಂಚಿಕೊಳ್ಳಿ. ಯಾಕೆಂದರೆ ಸಂತೋಷದಿಂದ ಬದುಕುವುದಕ್ಕಾಗಿಯೇ ಮತ್ತು ಸಂತೋಷವನ್ನು ಹಂಚಲಿಕ್ಕಾಗಿಯೇ ಹುಟ್ಟಿದವರು ನಾವು!

ನಿಮ್ಮ ಜೊತೆಗೆ ನೀವಿದ್ದೀರಾ? 10

ಬಹುತೇಕವಾಗಿ ನಾವೆಲ್ಲರೂ ಇರುವುದೇ ಹೀಗೆ.

ನಮಗೆ ನಮ್ಮ ನೆರೆಹೊರೆಯವರ ಬಗ್ಗೆ ಬಹಳಷ್ಟು ಗೊತ್ತಿರುತ್ತದೆ. ನಮಗೆ ಸಿನಿಮಾ ನಟರ ಬಗ್ಗೆ, ರಾಜಕಾರಣಿಗಳ ಬಗ್ಗೆ ಗೊತ್ತಿರುತ್ತದೆ. ನಮಗೆ ಯಾವಾಗಲೂ ಉಳಿದವರ ಬಗ್ಗೆ ಅವರಿವರ ಬಗ್ಗೆ ಇನ್ನಷ್ಟು ಮತ್ತಷ್ಟು ತಿಳಿದುಕೊಳ್ಳುವ ಆಸೆ ಇರುತ್ತದೆ. ಆದರೆ, ನಮಗೆ ನಮ್ಮ ಬಗ್ಗೆ ಬಹಳ ಕಡಿಮೆ ಗೊತ್ತಿರುತ್ತದೆ. ಅಥವಾ ಬಹಳಷ್ಟು ಸಲ ನಮಗೆ ನಮ್ಮ ಬಗ್ಗೆ ರವಷ್ಟೂ ಗೊತ್ತಿರುವುದೇ ಇಲ್ಲ! ಉಳಿದವರ ಬಗ್ಗೆ ನಮಗೆ ಇರುವ ಕುತೂಹಲ ಜಾಸ್ತಿ. ನಮ್ಮ ಬಗ್ಗೆ ನಮಗಿರುವ ಆಸಕ್ತಿ ಬಹುತೇಕ ನಾಸ್ತಿ! ನಮ್ಮ ಬಗ್ಗೆ ನಾವು ತಿಳಿದುಕೊಳ್ಳಲಿಕ್ಕಿದೆ ಅಥವಾ ತಿಳಿದುಕೊಳ್ಳಬೇಕಾಗಿದೆ

ಎನ್ನುವುದನ್ನು ನಮಗೆ ಹಿರಿಯರ್ಯಾರೂ ಹೇಳಿರುವುದಿಲ್ಲ. ಹಾಗಾಗಿಯೇ ನಾವು ನಾವಾಗಿಯೇ ಉಳಿಯುವುದಕ್ಕಾಗುವುದಿಲ್ಲ ಮತ್ತು ನೇರವಾಗಿ ಬೆಳೆಯುವುದಿಲ್ಲ.

ನಾವು ಬೇರೆಯವರ ಜೊತೆಗೆ ಮಾತನಾಡುವಾಗ ನಮ್ಮ ಮಾತುಗಳನ್ನೇ ಗಮನಿಸಿಕೊಂಡಾಗ, ನಾವು ಎಷ್ಟೊಂದು ಆಸಕ್ತಿಯಿಂದ ಅವರಿವರ ಬಗ್ಗೆ ಅದೆಷ್ಟೆಲ್ಲಾ ಮಾತನಾಡುತ್ತೇವೆ ಎನ್ನುವುದನ್ನು ನಾವೇ ತಿಳಿದುಕೊಳ್ಳಬಹುದು. ಬೆಳಗಿನಿಂದ ರಾತ್ರಿಯವರೆಗೆ ನಾವೆಲ್ಲರೂ ಸಿಕ್ಕಸಿಕ್ಕವರತ್ರ ಮಾತನಾಡುತ್ತ ಇರುತ್ತೇವೆ. ಅದನ್ನು ಹೊರತಾಗಿಯೂ ನಮ್ಮೊಳಗೇ ನಾವು ಮಾತನಾಡಿಕೊಳ್ಳುತ್ತಲೇ ಇರುತ್ತೇವೆ. (ಕೆಲವರಂತೂ ರಾತ್ರಿ ನಿದ್ರೆ ಮಾಡಿದಾಗ ಜೋರಾಗಿ ಗೊರಕೆ ಹೊಡೆಯುತ್ತ ಅಕ್ಕಪಕ್ಕದವರಿಗೆ ನಿದ್ರೆ ಬರದಂತೆ ಮಾಡುತ್ತಿರುತ್ತಾರೆ!) ಹೊರಗಿನಿಂದ ನೋಡುವವರಿಗೆ ನಾವು ಮೌನವಾಗಿರುವಂತೆ ಕಂಡರೂ, ನಾವು ಮಾತ್ರ ನಮ್ಮೊಳಗಿನ ಮಾತುಕತೆಯಲ್ಲಿ ಮಗ್ನರಾಗಿರುತ್ತೇವೆ. ಕೆಲವರಂತೂ ಹೊರಗಿನಿಂದ ಯಾರಾದರೂ ಕೂಗಿ ಕರೆದರೂ ಕೇಳಿಸಲಾರದಷ್ಟು ತಮ್ಮೊಳಗಿನ ಮಾತು ಕತೆಯಲ್ಲಿ ಮೈಮರೆತಿರುತ್ತಾರೆ.

ಸಾಮಾನ್ಯವಾಗಿ ಮನುಷ್ಯರು ಇರುವುದೇ ಹೀಗೆ!

ನಮ್ಮ ದೈನಂದಿನ ಬಹಳಷ್ಟು ಸಮಸ್ಯೆಗಳಿಗೆ ನಾವು ಹೀಗಿರುವುದೇ ಕಾರಣ ಅಂತಾದರೆ ಗಾಬರಿಯಾಗುತ್ತದೆಯಲ್ಲವೇ?!.

ಹೌದು.

ನಾವು ಅನುಭವಿಸುವ ಬಹಳಷ್ಟು ಮನೋದೈಹಿಕ ಸಮಸ್ಯೆಗಳಿಗೆ ನಮ್ಮನ್ನು ನಾವು ಸರಿಯಾಗಿ ಗಮನಿಸಿಕೊಳ್ಳದೇ ಇರುವುದೇ ಕಾರಣವಾಗಿದೆ. ಇದರ ಜೊತೆಗೆ ಉಳಿದವರ ಬಗ್ಗೆ ಅಗತ್ಯಕ್ಕಿಂತಲೂ ಹೆಚ್ಚಿಗೆ ಆಲೋಚನೆ ಮಾಡುವುದೂ ಮತ್ತೊಂದು ಬಹುಮುಖ್ಯ ಕಾರಣವಾಗಿದೆ. ಅವರಿವರ ಬಗ್ಗೆ ಆಲೋಚಿಸುತ್ತಾ ನಮ್ಮ ಮನಸ್ಸನ್ನು ಗಲೀಜುಮಡಿಕೊಳ್ಳುತ್ತಾ ಇರುತ್ತೇವೆ. ನಮ್ಮ ಮನಸ್ಸು ಹಾಳಾದರೆ ತಕ್ಷಣ ನಮ್ಮ ಭಾವನೆಗಳು ಗಲಿಬಿಲಿಗೊಳ್ಳುತ್ತವೆ. ಹಾಗಾದಕೂಡಲೇ ನಮ್ಮ ಮನಸ್ಸು ಮತ್ತು ಶರೀರದ ನಡುವಿನ ಸಾಮರಸ್ಯ ಹದಗೆಡಲಿಕ್ಕೆ ಶುರುವಾಗುತ್ತದೆ. ಆಗ ನಾವು ಮನೋದೈಹಿಕ ಯಾತನೆಯನ್ನು ಅನುಭವಿಸಲಿಕ್ಕೆ ಶುರುಮಾಡುತ್ತೇವೆ. ಪರಿಸ್ಥಿತಿ ಹೀಗೇ

ಮುಂದುವರಿಯುತ್ತಾ ಕಾಲ ಕಳೆಯುತ್ತಿದ್ದಂತೆ ಕೆಲವಷ್ಟು ರೋಗಗಳು ಉಲ್ಬಣಿಸಲಿಕ್ಕೆ ಶುರುವಾಗುತ್ತವೆ. ಅಂತಹ ರೋಗಗಳಿಗೆ ತಕ್ಷಣಕ್ಕೆ ನಾವು ಔಷಧಿಯನ್ನು ಮಾಡುತ್ತೇವೆ. ಹಾಗೆ ಮಾಡುವ ಬಹಳಷ್ಟು ಔಷಧಿಗಳು ಕೇವಲ ಶರೀರಕ್ಕೆ ಮಾಡುವಂತಹದ್ದು ಆಗಿರುತ್ತದೆ. ಆದರೆ, ಔಷಧಿ ಬೇಕಾಗಿರುವುದು ಮನಸ್ಸು ಮತ್ತು ಶರೀರ ಎರಡಕ್ಕೂ ಆಗಿರುತ್ತದೆ. ಆದರೆ, ಮನಸ್ಸಿನ ಬಗ್ಗೆ ಗಮನ ಹರಿಸದ ನಾವು ನಮ್ಮ ರೋಗದ ಅನುಭವವು ಶರೀರದಲ್ಲಿ ಉಂಟಾಗಿರುವುದರಿಂದ ಶರೀರಕ್ಕೆ ಔಷಧಿಯನ್ನು ಮಾಡುತ್ತೇವೆ. ಎಷ್ಟೇ ಉಪಚಾರ ಮಾಡಿದರೂ, ವೈದ್ಯರುಗಳನ್ನು ಬದಲಾಯಿಸಿದರೂ, ಔಷಧಿಗಳನ್ನು ಬದಲಾಯಿಸಿದರೂ, ರೋಗ ನಿಯಂತ್ರಣಕ್ಕೆ ಬರದಿರುವಾಗ ಮತ್ತಷ್ಟು ಗಾಬರಿಗೊಳ್ಳುತ್ತೇವೆ. ಮನಸ್ಸಿನಂತರಾಳದಲ್ಲಿ ಭಯ ಶುರುವಾಗುತ್ತದೆ. ಭಯದಿಂದಾಗಿ ಆರೋಗ್ಯ ಮತ್ತಷ್ಟು ಹದಗೆಡುತ್ತದೆ. ಒಂದೊಂದಾಗಿ ಶರೀರದ ಭಾಗಗಳು ಸಮತೋಲನವನ್ನು ಕಳೆದುಕೊಳ್ಳಲಿಕ್ಕೆ ಪ್ರಾರಂಭಿಸುತ್ತವೆ.

> " ದಿನಕ್ಕೊಮ್ಮೆಯಾದರೂ ನಾವು ನಮ್ಮ ಜೊತೆಗೆ ಮಾತನಾಡಬೇಕು. ನಾವು ನಮ್ಮ ಮನಸ್ಸಿನ ಮಾತುಗಳನ್ನು ಗಮನವಿಟ್ಟು ಕೇಳಿಸಿಕೊಳ್ಳಬೇಕು. ಅದರ ಬೇಕು ಬೇಡಗಳನ್ನು ಕೇಳಿಸಿಕೊಳ್ಳಬೇಕು. ನಮ್ಮ ಮನಸ್ಸಿಗೆ ನೋವಾಗುವಂತಹ ಯಾವುದೇ ಕೆಲಸವನ್ನಾದರೂ ಮಾಡಬಾರದು. ಮನಸ್ಸು ತನಗಾಗುವ ನೋವನ್ನು ಮರೆಯುವುದಿಲ್ಲ. ಮತ್ತು ಹಾಗೆ ಮನಸ್ಸಿನಾಳದಲ್ಲಿ ಶೇಖರಣೆಗೊಂಡ ನೋವು ಮುಂದೊಮ್ಮೆ ರೋಗವಾಗಿ ಪ್ರಕಟವಾಗುತ್ತದೆ. "

ಹಾಗಾಗಿ, ನಾವು ಯಾವಾಗಲೂ ನಮ್ಮ ಮನಸ್ಸಿನ ಬಗ್ಗೆ ಮತ್ತು ಅದರ ಆರೋಗ್ಯದ ಬಗ್ಗೆ ಹೆಚ್ಚು ಗಮನವನ್ನಿಡಬೇಕು. ಧನಾತ್ಮಕ ಆಲೋಚನೆಗಳಿಂದ ಹೆಚ್ಚು ನೆಮ್ಮದಿಯಿಂದ ಇರುವ ಮನಸ್ಸಿನ ಮನುಷ್ಯರ ಆಯುರಾರೋಗ್ಯ ಹೆಚ್ಚು ಚೆನ್ನಾಗಿರುತ್ತದೆ. ತಮಾಷೆಯ ಸಂಗತಿ ಏನೆಂದರೆ, ದೇಶದ ಬಗ್ಗೆ, ಮೋದಿಯ ಬಗ್ಗೆ ವಿಚಾರಮಾಡುವಷ್ಟು ಮತ್ತು ಮಾತನಾಡುವಷ್ಟು ಕುತೂಹಲದಿಂದ ಮತ್ತು ಆಸಕ್ತಿಯಿಂದ ನಾವು ಶ್ರೀಮನ್ನಾರಾಯಣನ

ಬಗ್ಗೆ ಮಾತನಾಡುವುದಿಲ್ಲ. ಇನ್ನು, ನಮ್ಮ ದೇಹ ದೇಗುಲದೊಳಗಿರುವ ಜೀವಾತ್ಮನ ಬಗ್ಗೆ ಆಲೋಚಿಸುವುದಂತೂ ಬಹಳ ದೂರದ ಮಾತಾಯಿತು!

ನಮ್ಮ ಬಗ್ಗೆ ನಾವು ಆಲೋಚನೆ ಮಾಡದಿದ್ದರೆ ಮತ್ತೆ ಯಾರು ನಮ್ಮ ಬಗ್ಗೆ ಆಲೋಚನೆ ಮಾಡಬೇಕು, ನೀವೇ ಹೇಳಿ. ಸೋ, ಮೊದಲು ನಮ್ಮ ಬಗ್ಗೆ ನಾವು ಆಲೋಚಿಸುವುದನ್ನು ರೂಢಿಮಾಡಿಕೊಳ್ಳಬೇಕು. ವಿಶ್ವವಂದ್ಯ ಸ್ವಾಮಿ ವಿವೇಕಾನಂದರು ಹೇಳಿದ ಚೈತನ್ಯಪೂರ್ಣವಾದ ಮಾತು ನನಗಿಲ್ಲಿ ನೆನಪಾಗುತ್ತದೆ. "ದಿನದಲ್ಲಿ ಒಮ್ಮೆಯಾದರು ನಿಮ್ಮ ಜೊತೆಗೆ ನೀವು ಮಾತನಾಡಿರಿ. ಇಲ್ಲವಾದರೆ ಜಗತ್ತಿನ ಅತ್ಯದ್ಭುತ ವ್ಯಕ್ತಿಯೊಬ್ಬರ ಜೊತೆಗೆ ಇರುವ ಅವಕಾಶವನ್ನು ಕಳೆದುಕೊಳ್ಳುತ್ತೀರಿ"

ಅಂದರೆ, ನೀವು ಜಗತ್ತಿನ ಒಬ್ಬ ಅತ್ಯದ್ಭುತ ವ್ಯಕ್ತಿ. ಹಾಗಂತ ಸ್ವಾಮೀಜಿ ಹೇಳಿದ್ದಾರೆ. ಅವರು ಹೇಳಿದಂತೆ ನಮಗೆ ನಮ್ಮ ಬಗ್ಗೆ ಅನ್ನಿಸಬೇಕಲ್ಲ! ಸ್ವಾಮೀಜಿಯವರು ಜಗತ್ತಿನ ಅತ್ಯದ್ಭುತ ವ್ಯಕ್ತಿ ಎನ್ನುವುದನ್ನು ನಾವೆಲ್ಲರೂ ಮನಸಾರೆ ಒಪ್ಪುತ್ತೇವೆ. ಆದರೆ, ಅವರು ಹೇಳಿದಂತೆ ನಮ್ಮಲ್ಲಿರುವ ಶಕ್ತಿಶಾಲಿ ವ್ಯಕ್ತಿತ್ವವನ್ನು ಪತ್ತೆಹಚ್ಚುವಲ್ಲಿ ನಾವು ಎಡವುತ್ತೇವೆ. ಅಲ್ಲಿಯೇ ಇರುವುದು ಈ ಜಗದ ಸೋಜಿಗ. ಮಾಯೆಯು ಮುಸುಕಿರುವುದರಿಂದ ತನ್ನೊಳಗಿನ ಚೈತನ್ಯವನ್ನು ಅರಿತುಕೊಳ್ಳುವುದು ಎಲ್ಲರಿಂದಲೂ ಸಾಧ್ಯವಾಗುವುದಿಲ್ಲ. ತನ್ನನ್ನು ತಾನು ಜಗತ್ತಿನ ಅಪರೂಪದ ವ್ಯಕ್ತಿ ಅಂತ ತಿಳಿದುಕೊಳ್ಳುವುದು ಅಹಂಕಾರವಾಗುತ್ತದೆಯಲ್ಲವೇ? ಎಂದು ಕೆಲವರು ಪ್ರಶ್ನಿಸುತ್ತಾರೆ. ಆದರೆ, ಅದು ಹಾಗಲ್ಲ. ತನ್ನ ಸಾಮರ್ಥ್ಯವನ್ನು ತಾನು ಅರಿತುಕೊಳ್ಳುವುದು ಮತ್ತು ತಾನು ಸಂತೋಷದಿಂದ ಇರುವುದು ಹಾಗೂ ಇತರರ ಸಂತೋಷಕ್ಕಾಗಿ ಬದುಕುವುದು ಅಹಂಕಾರವಾಗುವುದಿಲ್ಲ. ಅದು ಸಾರ್ಥಕ ಬದುಕಿನ ಮಾದರಿಯಾಗುತ್ತದೆ. ತಾನು ಕುರುಡನಾದರೂ ಕೈಯಲ್ಲಿ ಬ್ಯಾಟರಿಯನ್ನಿಟ್ಟುಕೊಂಡು ಕಣ್ಣಿರುವವರ ದಾರಿಗೆ ಬೆಳಕನ್ನು ತೋರಿಸಿದವನು ಹೇಗೆ ಅದ್ಭುತ ವ್ಯಕ್ತಿಯೋ, ಹಾಗೆಯೇ, ಕುರುಡನಷ್ಟಾದರೂ ಬೆಳಕನ್ನು ಕೊಡುವುದು ಉಳಿದವರ ಕರ್ತವ್ಯವಾಗುತ್ತದೆಯಲ್ಲವೇನು?

ಇನ್ನೂ ವಿಶೇಷವೆಂದರೆ, ಸೃಷ್ಟಿಯಲ್ಲಿ ಎಲ್ಲವೂ ಅಪರೂಪದ್ದೇ ಆಗಿವೆ. ಅಮೂಲ್ಯ ಅಲ್ಲದಿರುವುದನ್ನು ಸೃಷ್ಟಿ ಸೃಷ್ಟಿಸುವುದಿಲ್ಲ. ಅಕಸ್ಮಾತ್ ಅಂತಹುದೇನಾದರೂ ಸೃಷ್ಟಿಯಾಗಿದ್ದೇ ಆದರೆ ಅದು ಉಳಿದು

ಬೆಳೆಯುವುದಿಲ್ಲ. ಅಶಕ್ತವಾದದ್ದೆಲ್ಲವೂ ನಶಿಸಿ ಹೋಗುತ್ತದೆ. ಅದು ಕಾಲನಿಯಮವೇ ಆಗಿದೆ.

ತನ್ನೊಳಗಿನ ಚೈತನ್ಯವನ್ನು ತಾನರಿತುಕೊಂಡು, ಅದನ್ನು ತನ್ನ ಮತ್ತು ಇತರರ ಸಂತೋಷಕ್ಕಾಗಿ ಬಳಸಿಕೊಳ್ಳುವುದರಲ್ಲಿಯೇ ಬದುಕಿನ ನಿಜವಾದ ಸಾರ್ಥಕತೆ ಇದೆ. ಅದನ್ನೇ ಸ್ವಾಮೀಜಿ ಜಗತ್ತಿನ ಜನರಿಗೆ ತಿಳಿಸಿ ಹೇಳಲಿಕ್ಕೆ ಪ್ರಯತ್ನಿಸಿದ್ದಾರೆ. ಸ್ವಾಮೀಜಿಯವರ ಜೀವನ ಸಂದೇಶಗಳನ್ನು ಅನುಸರಿಸುತ್ತ ನಡೆದರೆ ಯಾರದ್ದೇ ಆದರೂ ಜೀವನವೊಂದು ನಿತ್ಯ ಸಂತೋಷದ ಜಾತ್ರೆ!

> ದೀರ್ಘವಾಗಿ ಉಸಿರಾಡಿ. ಹಾಗೆಯೇ ನಿಮ್ಮ ಉಸಿರಾಟದ ಮೇಲೆ ಗಮನವನ್ನೆಲ್ಲ ಕೇಂದ್ರೀಕರಿಸಿ. ಮೂರು ನಿಮಿಷಗಳ ಕಾಲ ಇದನ್ನೇ ಮುಂದುವರೆಸಿ. ನಂತರ ಬೆಳಗಿನಿಂದ ಇಲ್ಲಿಯತನಕ ನಿಮ್ಮ ದಿನಚರಿಯನ್ನು ಗಮನಿಸಿ. ಇಡೀ ದಿನ ನಡೆದ ಎಲ್ಲ ಘಟನೆಗಳು ಟಿವಿ ಧಾರಾವಾಹಿಯಂತೆ ನಿಮ್ಮ ಮನಸ್ಸಿನ ಪರದೆಯ ಮೇಲೆ ಬಂದುಹೋಗುತ್ತವೆ. ಮೂರು ಸಲ ಉಸಿರಾಡಿ. ನಂತರ ಕಣ್ಣು ಬಿಡಿ. ಮೂರು ಸಲ ಉಸಿರಾಡಿ. ಮತ್ತೆ ಕಣ್ಣುಗಳನ್ನು ಮುಚ್ಚಿಕೊಳ್ಳಿ.

ಹಾಗಾದರೆ, ದಿನಕ್ಕೊಮ್ಮೆಯಾದರೂ ನಾವು ನಮ್ಮ ಜೊತೆಗೆ ಮಾತನಾಡಬೇಕು. ನಾವು ನಮ್ಮ ಮನಸ್ಸಿನ ಮಾತುಗಳನ್ನು ಗಮನವಿಟ್ಟು ಕೇಳಿಸಿಕೊಳ್ಳಬೇಕು. ಅದರ ಬೇಕು ಬೇಡಗಳನ್ನು ಕೇಳಿಸಿಕೊಳ್ಳಬೇಕು. ಮನಸ್ಸಿಗೆ ನೋವಾಗುವ ಕೆಲಸವನ್ನು ಮಾಡಬಾರದು. ಮನಸ್ಸಿಗೆ ಗೆಲುವಾಗುವ ಕೆಲಸವನ್ನು ಮಾಡಬೇಕು ಮತ್ತು ಕಾರಣ ಯಾವುದೇ ಆದರೂ, ಬೇರೆಯವರನ್ನು ಮೆಚ್ಚಿಸಲಿಕ್ಕಾಗಿ ಅಂತ, ನಮ್ಮ ಮನಸ್ಸಿಗೆ ನೋವಾಗುವಂತಹ ಯಾವುದೇ ಕೆಲಸವನ್ನಾದರೂ ಮಾಡಬಾರದು. ಮನಸ್ಸು ತನಗಾಗುವ ನೋವನ್ನು ಮರೆಯುವುದಿಲ್ಲ ಮತ್ತು ಹಾಗೆ ಮನಸ್ಸಿನಾಳದಲ್ಲಿ ಶೇಖರಣೆಗೊಂಡ ನೋವು ಮುಂದೊಮ್ಮೆ ರೋಗವಾಗಿ ಪ್ರಕಟವಾಗುತ್ತದೆ! ಆಗ ಮತ್ತೂ ನೋವಿನಲ್ಲಿ ಬದುಕಬೇಕಾದ ಬವಣೆ ನಿಮ್ಮದಾಗುತ್ತದೆ.

ನಮ್ಮ ಮನಸ್ಸಿನ ಜೊತೆಗೆ ಅದರ ನೆಮ್ಮದಿಗಾಗಿ ನಾವು ಇರುವುದರಿಂದ

ನಮ್ಮೊಳಗೆ ಸಮಾಧಾನ ಸಿಗುತ್ತದೆ. ಹೊರಗಡೆಯ ಯಾವುದರಿಂದಲೂ ಯಾವಾಗಲೂ ಸಿಗಲಾರದ ನೆಮ್ಮದಿ ಹಾಗೂ ಸಮಾಧಾನ ನಮ್ಮ ಮನಸ್ಸಿನ ಜೊತೆಗಿರುವುದರಿಂದ ಮಾತ್ರ ಸಿಗುತ್ತದೆ. ಆ ಸಮಾಧಾನವನ್ನು ಅನುಭವಿಸಲಿಕ್ಕೆ ಪ್ರತಿದಿನ ಒಂದಿಷ್ಟು ಸಮಯವನ್ನು ಮೀಸಲಿಡಬೇಕಾಗುತ್ತದೆ.

ದಿನದ ಕೆಲಸಗಳನ್ನೆಲ್ಲ ಮುಗಿಸಿಕೊಂಡು ಸಾಯಂಕಾಲ ಮನೆಗೆ ಬಂದ ನಂತರ ಕೈಕಾಲು ಮುಖವನ್ನು ತೊಳೆದುಕೊಂಡು ಅಥವಾ ಸ್ನಾನವನ್ನು ಮಾಡಿಕೊಂಡು ಸುಖಾಸನದಲ್ಲಿ ಕುಳಿತುಕೊಳ್ಳಬೇಕು. ಕಣ್ಣುಗಳನ್ನು ಮುಚ್ಚಿಕೊಂಡಿದ್ದರೆ ಒಳ್ಳೆಯದು. ದೀರ್ಘವಾಗಿ ಉಸಿರಾಡಿ. ಹಾಗೆಯೇ ನಿಮ್ಮ ಉಸಿರಾಟದ ಮೇಲೆ ಗಮನವನ್ನೆಲ್ಲ ಕೇಂದ್ರೀಕರಿಸಿ. ಮೂರ ನಿಮಿಷಗಳ ಕಾಲ ಇದನ್ನೇ ಮುಂದುವರೆಸಿ. ನಂತರ ಬೆಳಗಿನಿಂದ ಇಲ್ಲಿಯತನಕ ನಿಮ್ಮ ದಿನಚರಿಯನ್ನು ಗಮನಿಸಿ. ಇಡೀ ದಿನ ನಡೆದ ಎಲ್ಲ ಘಟನೆಗಳು ಟಿವಿ ಧಾರಾವಾಹಿಯಂತೆ ನಿಮ್ಮ ಮನಸ್ಸಿನ ಪರದೆಯ ಮೇಲೆ ಬಂದುಹೋಗುತ್ತವೆ. ಮೂರು ಸಲ ಉಸಿರಾಡಿ. ನಂತರ ಕಣ್ಣು ಬಿಡಿ. ಮೂರು ಸಲ ಉಸಿರಾಡಿ. ಮತ್ತೆ ಕಣ್ಣುಗಳನ್ನು ಮುಚ್ಚಿಕೊಳ್ಳಿ. ಮೂರು ಸಲ ಉಸಿರಾಡಿ. ನಂತರ ಮನಸ್ಸಿಗೆ ಹಿತವೆನ್ನಿಸುವ ನೆನಪುಗಳನ್ನು ನೆನಪುಮಾಡಿಕೊಳ್ಳಿ. ನಿಧಾನವಾಗಿ ತಲೆಯ ತುದಿಯಿಂದ ಕಾಲಬೆರಳುಗಳ ಕೊನೆಯವರೆಗೆ ನಿಮ್ಮ ಮನಸ್ಸನ್ನು ಕರೆದುಕೊಂಡು ಹೋಗಿ. ಶರೀರದ ಪ್ರತಿಯೊಂದು ಭಾಗವನ್ನು ಮನಸ್ಸು ತಲುಪಿದಾಗ ಆಯಾ ಭಾಗವನ್ನು ರಿಲ್ಯಾಕ್ಸ್ ಮಾಡುತ್ತ ಮುಂದುವರೆಯಿರಿ. ದೀರ್ಘವಾಗಿ ನಿಟ್ಟುಸಿರನ್ನು ಹೊರಗೆ ಹಾಕಿ. ನಂತರ ದೀರ್ಘವಾಗಿ ಪ್ರಾಣವಾಯುವನ್ನು ಮೂಗಿನ ಮೂಲಕ ಒಳಗೆಳೆದುಕೊಳ್ಳಿ. ಪ್ರಾಣವಾಯುವು ನಿಮ್ಮ ಮೂಗಿನ ಮೂಲಕ ಶರೀರದ ಒಳಗೆ ಬರುತ್ತಿದ್ದಂತೆಯೇ, ನಿಮ್ಮ ಶರೀರದಲ್ಲಿ ಚೈತನ್ಯವು ತುಂಬುತ್ತಿರುವಂತೆ ಅಂದುಕೊಳ್ಳಿ. ಬಿಸಿ ಉಸಿರನ್ನು ನಿಧಾನವಾಗಿ ಹೊರಗೆ ಬಿಡಿ. ಇದನ್ನು ಐದು ಸಲ ಮಾಡಿ. ಇಷ್ಟಾಗುವಾಗ ಶರೀರ ಮತ್ತು ಮನಸ್ಸಿನ ಸುಸ್ತು ಕಡಿಮೆಯಾಗಿರುತ್ತದೆ. ನಿಮ್ಮಲ್ಲಿ ಸಾಕಷ್ಟು ಉತ್ಸಾಹ ಬಂದಿರುತ್ತದೆ. ಇನ್ನು ಮೇಲೆ ಹೀಗೆಯೇ ಸಂತೋಷದಿಂದ ಬದುಕುತ್ತೇನೆ ಅಂತ ಅಂದುಕೊಳ್ಳುತ್ತಾ ಮನಸ್ಸಿನಲ್ಲಿಯೇ ನಿಮ್ಮ ತಂದೆತಾಯಿಗೆ, ಸೃಷ್ಟಿಗೆ, ಭೂಮಾತೆಗೆ ಮತ್ತು ನಿಮ್ಮ ಸಂತೋಷಕ್ಕೆ ಕಾರಣರಾದ ಎಲ್ಲರಿಗೆ ಮನಸ್ಸಿನಾಳದಿಂದ ವಂದಿಸುತ್ತಾ

ಕಣ್ಣುಗಳನ್ನು ಬಿಡಿ.

ಇದನ್ನು ಮಾಡುತ್ತ ಮಾಡುತ್ತ ನಿಮ್ಮ ದೈನಂದಿನ ಬದುಕಿನಲ್ಲಿ ಉಂಟಾಗುವ ಧನಾತ್ಮಕ ಬದಲಾವಣೆಗಳನ್ನು ಗುರುತಿಸಿಕೊಳ್ಳಿ. ನಿಮ್ಮ ಎಲ್ಲ ನೆಮ್ಮದಿ ಹಾಗೂ ಸಂತೋಷಕ್ಕೆ ಕಾರಣವಾಗುತ್ತಿರುವ ಎಲ್ಲವನ್ನೂ ಕೃತಜ್ಞತೆಯಿಂದ ಸ್ಮರಿಸುತ್ತ ಇರಿ. ನಿಮ್ಮ ಎದೆ, ಹೊಟ್ಟೆ, ಬೆನ್ನು ಮತ್ತು ಕೈಕಾಲುಗಳಲ್ಲಿ ಹೊಸ ಹುರುಪು ಬಂದಂತಾಗುತ್ತಿರುವುದನ್ನು ಗಮನಿಸಿಕೊಳ್ಳಿ.

ಹೀಗೆಯೇ, ನಿಮ್ಮ ಜೊತೆಗೆ ನೀವಿರುವುದನ್ನು ಅಭ್ಯಾಸ ಮಾಡಿಕೊಳ್ಳಿ. ಇದರಿಂದಾಗುವ ಅಸಂಖ್ಯ ಪ್ರಯೋಜನಗಳನ್ನು ಅನುಭವಿಸುತ್ತಾ ಸುಖವಾಗಿರಿ. ಉಳಿದ ಯಾರಾದರೂ ಇರುತ್ತಾರೋ ಅಥವಾ ಇಲ್ಲವೋ ಎನ್ನುವುದು ಹೊರಗಿನ ವಿಚಾರ. ನೀವಾದರೂ ನಿಮ್ಮ ಜೊತೆಗಿದ್ದೀರಾ? ಹಾಗಂತ ನಿಮ್ಮನ್ನೇ ನೀವು ಪ್ರಶ್ನಿಸಿಕೊಳ್ಳುತ್ತ ಇರಿ ಮತ್ತು ಸಾಧ್ಯವಾದಷ್ಟು ಹೆಚ್ಚು ಹೊತ್ತು ಈ ಜಗತ್ತಿನ ಅತ್ಯದ್ಭುತ ವ್ಯಕ್ತಿಯ (ನಿಮ್ಮ) ಜೊತೆಗೆ ನೀವಿರುವಂತೆ ನೋಡಿಕೊಳ್ಳಿ.

ನಿಮ್ಮ ಬದುಕಿನ ಯಶಸ್ಸು ಮತ್ತು ಸಂತೋಷ ಸದಾ ನಿಮ್ಮದಾಗಲಿ.

ಅವರಿವರ ತಪ್ಪುಗಳನ್ನು ನೀನೇಕೆ ಗಮನಿಸುವೆ? 11

ಕೆಲವರು ಇರುವುದೇ ಹಾಗೆ!

ಅವರಿಗೆ ಬೇರೆಯವರ ತಪ್ಪುಗಳು ಮಾತ್ರ ಕಾಣುತ್ತವೆ. ಬೇರೆಯವರ ತಪ್ಪುಗಳನ್ನು ಎತ್ತಿ ಆಡದಿದ್ದರೆ ಸಮಾಧಾನವೇ ಆಗುವುದಿಲ್ಲ. ಅಪ್ಪಿತಪ್ಪಿಯೂ ತಮ್ಮ ತಪ್ಪುಗಳು ಅವರಿಗೆ ಕಾಣುವುದಿಲ್ಲ. ಯಾವಾಗಲೂ ತಾನು ಸರಿಯಾಗಿದ್ದೇನೆ ಅಂತಲೇ ಅಂದುಕೊಂಡಿರುತ್ತಾರೆ. ತಾವು ತಪ್ಪನ್ನು ಮಾಡುವುದೇ ಇಲ್ಲ ಎನ್ನುವಂತೆ ಇರುತ್ತಾರೆ. ಅವರು ಮಾಡಿದ ತಪ್ಪುಗಳ ಬಗ್ಗೆ ಅಕಸ್ಮಾತ್ ಯಾರಾದರೂ ಹೇಳಿದರೆ, ಕೂಡಲೇ ಅವರು ಜಗಳಕ್ಕೆ ನಿಲ್ಲುತ್ತಾರೆ. ತಾನು ಮಾಡಿದ ತಪ್ಪುಗಳಿಗಿಂತಲೂ ಬೇರೆಯವರು ಮಾಡಿದ್ದು ಮಹಾಪರಾಧ ಎನ್ನುವಂತೆ ಮಾತನಾಡುತ್ತಾರೆ. ಅಂಥವರ ಹತ್ತಿರ ಏಕೆ

ವಾದಮಾಡುವುದೂಂತ ವಿವೇಕಿಗಳು ಸುಮ್ಮನಾಗುತ್ತಾರೆ. ಅವರು ಪ್ರತಿವಾದ ಮಾಡುವುದನ್ನು ನಿಲ್ಲಿಸಿದ್ದೇ ತಮ್ಮ ಗೆಲುವು ಎಂದು ಇವರು ಅಂದುಕೊಳ್ಳುತ್ತಾರೆ. ತಾನು ಮಾತ್ರ ಯಾವಾಗಲೂ ಸರಿ. ಉಳಿದವರು ಮಾತ್ರ ಯಾವಾಗಲೂ ಸರಿಯಿಲ್ಲ ಎನ್ನವುದು ಅವರ ನಂಬಿಕೆ. ಇವರದ್ದು ಯಾವಾಗಲೂ ವಿರೋಧಪಕ್ಷದವರ ಪಾತ್ರ. ಅವರಿವರ ತಪ್ಪುಗಳ ಮೂಟೆಯನ್ನು ತಾವು ಹೊತ್ತುಕೊಂಡಿರುತ್ತಾರೆ. ಅದರ ಭಾರದಲ್ಲಿ ಕುಗ್ಗುತ್ತಿರುತ್ತಾರೆ. ಹೀಗೆ ಬೇರೆಯವರಲ್ಲಿ ತಪ್ಪುಗಳಷ್ಟನ್ನೇ ಹುಡುಕುವವರು ಕಾಲಾಂತರದಲ್ಲಿ ಒಂಟಿಗಳಾಗುತ್ತಾರೆ. ಅವರಿಗೆ ಆಪ್ತೇಷ್ಟರು ಇಲ್ಲವಾಗುತ್ತಾರೆ. ಖಿನ್ನತೆಗೊಳಗಾಗುತ್ತಾರೆ. ಜಗಳಗಂಟರೂಂತ ಹೆಸರು ಪಡೆದುಕೊಳ್ಳುತ್ತಾರೆ. ಅಸಹನೆಯಿಂದ ಸಿಡಿಮಿಡಿಗೊಳ್ಳುತ್ತಾರೆ. ಮನೋವ್ಯಾಕುಲತೆಗೊಳಗಾಗಿ ಬದುಕನ್ನು ನರಕವಾಗಿಸಿಕೊಳ್ಳುತ್ತಾರೆ.

ಹಾಗಾಗಿಯೇ ನೀನು ಮಾತ್ರ ಬೇರೆಯುವರಲ್ಲಿ ತಪ್ಪುಗಳನ್ನು ಹುಡುಕಬೇಡ. ಅದರಿಂದ ನಿನ್ನ ಮನಃಶಾಂತಿ ಹಾಳಾಗುತ್ತದೆ. ತಪ್ಪು ಮಾಡದಂತೆ ಅವರನ್ನು ತಡೆಯುವುದು ನಿನ್ನ ಕೆಲಸವಲ್ಲ. ಅದು ನಿನ್ನಿಂದ ಸಾಧ್ಯವೂ ಇಲ್ಲ. ಅಕಸ್ಮಾತ್ ನೀನು ಹೇಳಿದೆ ಅಂತ ಅವರು ತಪ್ಪು ಮಾಡುವುದನ್ನು ಬಿಡಲಾರರು. ಅವರ ಪ್ರಕಾರ ಅದು ತಪ್ಪು ಆಗಿರಲಾರದು. ನಿನ್ನ ಪ್ರಕಾರ ಅವರು ಮಾಡುತ್ತಿರುವುದು ತಪ್ಪು ಎಂದು ನಿನಗೆ ಅನ್ನಿಸಬಹುದು. ನಿನ್ನ ಪ್ರಕಾರ ನಿನ್ನ ಅನ್ನಿಸಿಕೆ ಸರಿ. ಆದರೆ, ಅವರಿಗೆ ತಾನು ಮಾಡುತ್ತಿರುವುದು ತಪ್ಪು ಅಂತ ಅನ್ನಿಸುವವರೆಗೆ ಅವರು ಅದನ್ನು ಮಾಡುವುದನ್ನು ನಿಲ್ಲಿಸಲಾರರು! ಹಾಗಿರುವಾಗ, ನೀನು ಮಾತ್ರ ಅವರ ತಪ್ಪುಗಳ ಬಗ್ಗೆ ವಿಚಾರ ಮಾಡುತ್ತಾ ನಿನ್ನ ಮನಸ್ಸನ್ನು ಗಲೀಜು ಮಾಡಿಕೊಳ್ಳುವುದೇಕೆ? ತಾನು ಮಾಡುತ್ತಿರುವುದು ತಪ್ಪು ಅಂತ ಗೊತ್ತಾದಾಗ ಅವರು ಅದನ್ನು ಮಾಡುವುದನ್ನು ಖಂಡಿತವಾಗಿಯೂ ನಿಲ್ಲಿಸುತ್ತಾರೆ! ಹಾಗಂತ ನೀನು ಧಾರಾಳವಾಗಿ ನಂಬಿಕೊಳ್ಳಬಹುದು.

ನೀನು ಅವರಿಗೆ ಅವರ ತಪ್ಪುಗಳ ಬಗ್ಗೆ ಮನವರಿಕೆ ಮಾಡಿಕೊಡಲಾರೆ. ಯಾಕೆಂದರೆ ನೀನು ಗಮನಿಸುತ್ತಿರುವುದು ನಿನಗಿಂತಲೂ ಬಹಳ ಎತ್ತರದಲ್ಲಿ ಇರುವವರು. ನಿನಗಿಂತ ಕೆಳಗಿರುವವರ ತಪ್ಪುಗಳ ಬಗ್ಗೆ ನೀನು ತಲೆಕೆಡಿಸಿಕೊಳ್ಳುವುದಿಲ್ಲ ಎನ್ನುವುದು ನನಗೆ ಗೊತ್ತಿದೆ. ನಿನಗಿಂತ ಕೆಳಗಿರುವವರ

ಬಗ್ಗೆ ಸಿಜಕ್ಕೂ ನೀನು ಗಮನಿಸಿರುವುದೇ ಇಲ್ಲ. ಅವರ ತಪ್ಪುಗಳಿಂದ ನಿನಗೆ ಮನಸ್ಸಿಗೆ ಬೇಸರವಾಗುವುದಿಲ್ಲ. ಅವರ ತಪ್ಪುಗಳು ನಿನ್ನನ್ನು ಚಿಂತೆಗೀಡು ಮಾಡುವುದಿಲ್ಲ. ಯಾಕೆಂದರೆ, ಅದು ಬಹುತೇಕ ಮನುಷ್ಯರ ಸ್ವಭಾವ. ನಿನ್ನ ಗಮನ, ಸ್ಪರ್ಧೆ ಏನಿದ್ದರೂ ನಿನಗಿಂತ ಎತ್ತರದಲ್ಲಿರುವವರ ಬಗ್ಗೆ ಆಗಿರುತ್ತದೆ. ಅವರ ತಪ್ಪುಗಳನ್ನು ಎತ್ತಿ ತೋರಿಸುವ ಮೂಲಕ ನೀನು ನಿನ್ನ ತಪ್ಪುಗಳನ್ನು ನಿನ್ನವರು ಕ್ಷಮಿಸಲಿ ಎನ್ನುವ ಬಯಕೆಯನ್ನು ಅವ್ಯಕ್ತವಾಗಿ ಹೊಂದಿರುವೆ! ಸರಿಯಾಗಿ ನೀನು ನಿನ್ನ ಮನಸ್ಸನ್ನು ಗಮನಿಸು. ಅದೇಕೆ ಅವರಿವರ ತಪ್ಪುಗಳನ್ನು ಗಮನಿಸುತ್ತಿದೆ ಎನ್ನುವ ಸತ್ಯ ನಿನಗೆ ತಿಳಿಯುತ್ತದೆ!

> **“ ಬೇರೆಯವರಲ್ಲಿ ತಪ್ಪು ಹುಡುಕುವುದರ ಮೂಲ ನಿನ್ನೊಳಗಿನ ಕೀಳರಿಮೆ ಅಂತಾಯಿತು. ”**

ಒಬ್ಬ ಬಹುದೊಡ್ಡ ಬಿಸಿನೆಸ್ ಮಾಡುವವನು ಬ್ಯಾಂಕುಗಳಿಗೆ ಸಾವಿರಾರು ಕೋಟಿ ಪಂಗನಾಮ ಹಾಕುತ್ತಾನೆ. ಅದು ದೇಶವ್ಯಾಪಿ ಬಹಳ ದೊಡ್ಡ ಸುದ್ದಿಯಾಗುತ್ತದೆ. ಮೊದಮೊದಲು ನಿನಗೆ ಅವನು ಮಾಡಿದ್ದು ಮಹಾ ಅಪರಾಧ ಎನ್ನುವಂತೆ ಕಾಣಿಸುತ್ತದೆ. (ಸಾಮಾಜಿಕವಾಗಿಯೂ ಹಾಗೂ ನೈತಿಕವಾಗಿಯೂ ಆತ ಹಾಗೆ ನಂಬಿ ಸಾಲ ಕೊಟ್ಟ ಬ್ಯಾಂಕುಗಳಿಗೆ ಮೋಸ ಮಾಡಿದ್ದು ಅಕ್ಷಮ್ಯವಾದ ಅಪರಾಧವೇ ಅಂತಿಟ್ಟುಕೊ) ನಂತರ ನಿನ್ನ ಪರಿಚಯದವರಲ್ಲಿ ಅವನ ಬಗ್ಗೆ ಮಾತನಾಡುತ್ತ ಹೋದಂತೆ ಅವನು ಮಾಡಿದ್ದು ಅಪರಾಧವೇನಲ್ಲ ಆದರೆ ಖಂಡಿತವಾಗಿಯೂ ಅದು ತಪ್ಪು ಎನ್ನುವಂತೆ ಅನ್ನಿಸಲಿಕ್ಕೆ ಶುರುವಾಗುತ್ತೆ ಮತ್ತೂ ಕೆಲವು ದಿನಗಳಲ್ಲಿ ಅವನು ಮಾಡಿದ ಸಾವಿರಾರು ಕೋಟಿ ವಂಚನೆಯಲ್ಲಿ ಅವನ ಅಪರಾಧದ ಬುದ್ಧಿಗಿಂತಲೂ ಅವನು ತನ್ನ ಎದುರಿನ ಅವಕಾಶಗಳನ್ನು ಹೇಗೆಲ್ಲಾ ತನ್ನ ಉಪಯೋಗಕ್ಕಾಗಿ ಉಪಯೋಗಿಸಿಕೊಂಡ ಅಂತ ಅನ್ನಿಸಲಿಕ್ಕೆ ಶುರುವಾಗುತ್ತದೆ. ಅವನು ತನ್ನನ್ನು ನಂಬಿ ಸಾಲ ಕೊಟ್ಟ ಬ್ಯಾಂಕುಗಳಿಗೆ ಮೋಸ ಮಾಡಿದ್ದು ಮಹಾ ಅಪರಾಧ ಎನ್ನುವುದು ನಿನ್ನ ದೃಷ್ಟಿಯಲ್ಲಿ ನಗಣ್ಯವಾಗುತ್ತ ಹೋಗುತ್ತಿದೆ! ಅವನು ಸಾಲಮಾಡಿಯಾದರೂ ತುಪ್ಪ ತಿಂದ ಜಾಣ ಎಂದು ಅನ್ನಿಸಲಿಕ್ಕೂ ಶುರುವಾಗುತ್ತದೆ. ಇಲ್ಲಿ ಗಮನಿಸಬೇಕಾದ

ವಿಷಯವೆಂದರೆ, ಆತ ಮಾಡಿದ್ದು ಸರಿಯೋ ತಪ್ಪೋ ಅದು ನಮಗೆ ಬೇಕಾಗಿಲ್ಲ. ಆದರೂ, ಇವೆಲ್ಲವನ್ನು ಮಾಡಿದ್ದು ಯಾವುದೇ ರೀತಿಯಲ್ಲಿಯೂ ನಿನಗೆ ನೇರವಾಗಿ ಸಂಬಂಧಿಸಿದ ವ್ಯಕ್ತಿ ಅಲ್ಲವಾದರೂ ನಿನ್ನ ಮನಸ್ಸು ಮಾತ್ರ ಅವನ ಬಗ್ಗೆ ಅಗತ್ಯಕ್ಕಿಂತಲೂ ಹೆಚ್ಚಾಗಿಯೇ ಆಲೋಚಿಸುತ್ತಿರುತ್ತದೆ. ನಿನ್ನ ಇಂಥ ಆಲೋಚನೆಯ ಸುಳಿಯಲ್ಲಿ ನಿನ್ನನ್ನು ನಿಜಕ್ಕೂ ಕಾಡುತ್ತಿರುವ ಅಂತರಂಗದ ವಿಷಯವೊಂದಿದೆ. ಅದೇನೆಂದರೆ, ನೀನೂ ಅವನಂತೆ ಬಿಸಿನೆಸ್ ಮಾಡುವವನಾಗಿದ್ದು, ನೀನು ಅವನಂತೆ ಬ್ಯಾಂಕುಗಳಲ್ಲಿ ಯದ್ವಾತದ್ವಾ ಸಾಲ ಮಾಡಿಯಾದರೂ ಜೀವನವನ್ನು ರಾಜನಂತೆ ಮಜಾ ಮಾಡುತ್ತ ಕಳೆಯುವ ಅವಕಾಶದಿಂದ ವಂಚಿತನಾದ ಬಗ್ಗೆ ನಿನ್ನ ಬಗ್ಗೆಯೇ ನಿನ್ನಲ್ಲಿ ಕೀಳರಿಮೆ ಹುಟ್ಟತೊಡಗುತ್ತದೆ! ಅಂದರೆ ನೀನು ಬೇರೆಯವರಲ್ಲಿ ತಪ್ಪು ಹುಡುಕುವುದರ ಮೂಲ ನಿನ್ನೊಳಗಿನ ಕೀಳರಿಮೆ ಅಂತಾಯಿತು!

ಕೀಳರಿಮೆ ಇರುವವನು ಮಾತ್ರ ತನ್ನ ತಪ್ಪುಗಳನ್ನು ಯಾರೂ ಗಮನಿಸದೇ ಇರಲಿ ಎಂದು ಬಯಸುತ್ತಿರುತ್ತಾನೆ. ಅಥವಾ ಎಲ್ಲರೂ ತನ್ನ ತಪ್ಪುಗಳನ್ನು ಬೇಷರತ್ತಾಗಿ ಕ್ಷಮಿಸಲಿ ಅಂತಲೂ ಆಶಿಸುತ್ತಿರುತ್ತಾನೆ! ಹಾಗಾಗಿಯೇ ಅವನು ಯಾವಾಗಲೂ ಬೇರೆಯವರಲ್ಲಿ ತಪ್ಪುಗಳನ್ನು ಹುಡುಕುತ್ತಿರುತ್ತಾನೆ. ತಪ್ಪು ಮಾಡುತ್ತಲೇ ತುಪ್ಪ ತಿನ್ನುತ್ತ ಹಾಯಾಗಿರುವ ಬಹಳ ಜನಗಳಿರುವಾಗ ಅವರಿಗೂ ಸಮಾಜದಲ್ಲಿ ಸಾಕಷ್ಟು ಮಾನ-ಮರ್ಯಾದೆ-ಗೌರವಾದರಗಳೂ ಸಿಗುತ್ತಿರುವಾಗ ತನ್ನದೇನು ಮಹಾ ಅಪರಾಧ?! ಅಂತಲೂ ಆಲೋಚಿಸುತ್ತಿರುತ್ತಾರೆ. ತನಗೂ ಅವಕಾಶ ಸಿಕ್ಕಾಗ ತಾನೂ ತನ್ನ ಬುದ್ಧಿಮತ್ತೆಯನ್ನು ಸರಿಯಾಗಿಯೇ ಬಳಸಿಕೊಳ್ಳುತ್ತೇನೆ ಅಂತ ಮನಸ್ಸಿನಲ್ಲಿಯೇ ಮಂಡಿಗೆ ತಿನ್ನುತ್ತಾನೆ. ಅಂತಹ ಅವಕಾಶ ಸಿಗದಿದ್ದವನು ಮತ್ತೆ ಅವರಿರವರ ತಪ್ಪುಗಳನ್ನು ಹುಡುಕುತ್ತ, ಅವರ ಬಗ್ಗೆ ಹಗುರವಾಗಿ ಮಾತನಾಡುತ್ತ ದಿನಕಳೆಯುತ್ತಾನೆ. ಇತರರ ಬಗ್ಗೆ ಹಗುರವಾಗಿ ಮಾತನಾಡುವವರನ್ನು ಯಾರೂ ಗೌರವಿಸುವುದಿಲ್ಲ. ಬೇರೆಯವರ ತಪ್ಪುಗಳನ್ನೇ ಹೆಕ್ಕಿ ತಂದು ಹೇಳುವವರ ಬಗ್ಗೆ ಯಾರೂ ಸಹ ಆತ್ಮೀಯತೆಯನ್ನಾಗಲೀ, ಗೌರವವನ್ನಾಗಲೀ ಬೆಳೆಸಿಕೊಳ್ಳುವುದಿಲ್ಲ. ಅಂತಹ ಗುಣಗಳಿರುವವರು ಎಲ್ಲರ ತಿರಸ್ಕಾರಕ್ಕೆ ಒಳಗಾಗುತ್ತಾರೆ. ಕಾಲಾಂತರದಲ್ಲಿ ಸೋತು ಸುಣ್ಣವಾಗುತ್ತಾರೆ.

ಮನೆಯಲ್ಲಿ ಹದಿಹರೆಯಕ್ಕೆ ಬಂದ ಮಕ್ಕಳು ಕೆಲವು ಸಲ ತಮಗೆ ಬುದ್ಧಿ ಹೇಳುವ ತಮ್ಮ ಪಾಲಕರ ತಪ್ಪುಗಳನ್ನೇ ಅವರಿಗೆ ತಿರುಗಿಸಿ ಹೇಳುತ್ತಾರೆ. ಆ ಮೂಲಕ ತಮ್ಮ ಪಾಲಕರನ್ನು ಎದುರಿಸಲಿಕ್ಕೆ ಪ್ರಯತ್ನಿಸುತ್ತಾರೆ. ಪಾಲಕರನ್ನು ಖಂಡಿಸುತ್ತಾರೆ. ಅಂತಹ ಸನ್ನಿವೇಶಗಳಲ್ಲಿ ಪಾಲಕರು ಕೋಪಗೊಳ್ಳಬಾರದು. ಅಸಹಾಯಕರಂತಾಗಬಾರದು. ಕೂಡಲೇ ಮಕ್ಕಳನ್ನು ತೆಗಳಬಾರದು. ತಾವು ಪಾಲಕರು, ತಮ್ಮ ತಪ್ಪನ್ನು ತಮಗೆ ಹೇಳುವ ಅಧಿಕಾರವನ್ನು ಮಕ್ಕಳು ತೋರಿಸಬೇಕಾಗಿಲ್ಲ ಅಂತೆಲ್ಲ ಹೇಳಬಾರದು. ಬದಲಿಗೆ ಉದ್ವಿಗ್ನ ಮನಸ್ಥಿತಿಯ ಮಕ್ಕಳನ್ನು ಸಮಾಧಾನಿಸಲಿಕ್ಕೆ ಪ್ರಯತ್ನಿಸಬೇಕು. ನಂತರ ಸರಿಯಾದ ಸಮಯ ಸಂದರ್ಭಗಳನ್ನು ನೋಡಿ ತಮ್ಮ ಮಕ್ಕಳಿಗೆ ಸರಿಯಾದ ತಿಳುವಳಿಕೆಯನ್ನು ನೀಡಬೇಕು. ಪಾಲಕರು ತಮ್ಮ ತಪ್ಪುಗಳನ್ನು ಸಮರ್ಥಿಸಿಕೊಳ್ಳಲಿಕ್ಕೆ ಹೋಗಬಾರದು. ಮಕ್ಕಳಿಗೆ ತಿಳಿದು ಹೋದ ತಮ್ಮ ತಪ್ಪುಗಳನ್ನು ಮಕ್ಕಳೆದುರಿಗೆ ಒಪ್ಪಿಕೊಳ್ಳಬೇಕು. ಮತ್ತೆ ಅಂತಹ ತಪ್ಪುಗಳನ್ನು ಮಾಡುವುದಿಲ್ಲ ಎಂದು ಹೇಳಬೇಕು. ಮಕ್ಕಳು ಹೆತ್ತವರ ತಪ್ಪುಗಳನ್ನು ತೋರಿಸುವ ಮೂಲಕ ತಮ್ಮ ತಪ್ಪುಗಳನ್ನು ಸಮರ್ಥಿಸಿಕೊಳ್ಳುವುದಕ್ಕೆ ಅಥವಾ ಹೆತ್ತವರು ತಮ್ಮನ್ನು ಕ್ಷಮಿಸಲಿ ಅಂತ ಆಶಿಸಲಿಕ್ಕೆ ಶುರುಮಾಡುತ್ತಾರೆ. ಪಾಲಕರು ಅವುಗಳಿಗೆ ಅವಕಾಶವನ್ನು ಕೊಡಬಾರದು. ಪಾಲಕರು ತಮ್ಮ ತಪ್ಪುಗಳನ್ನು ಒಪ್ಪಿಕೊಳ್ಳುವ ಮೂಲಕ ಮಕ್ಕಳು ತಮ್ಮ ತಪ್ಪುಗಳನ್ನು ಒಪ್ಪಿಕೊಳ್ಳುವಂತೆ ಮಾಡಬೇಕು. ಪರಸ್ಪರರ ಒಳಿತಿಗಾಗಿ ಪರಸ್ಪರರನ್ನು ಗಮನಿಸುವ ಒಪ್ಪಂದ ಮಾಡಿಕೊಳ್ಳುವುದು ಪಾಲಕರಿಗೆ ಮತ್ತು ಹರೆಯದ ಮಕ್ಕಳಿಗೆ ಬಹಳ ಪ್ರಯೋಜನಕಾರಿ. ಇದರಿಂದ ಪರಸ್ಪರರಲ್ಲಿ ಜವಾಬ್ದಾರಿಯೂ, ಕಾಳಜಿಯೂ ಬೆಳೆಯಲಿಕ್ಕೆ ಅನುಕೂಲವಾಗುತ್ತದೆ. ಇಂತಹ ತಿಳುವಳಿಕೆಯಿಂದ ಮಕ್ಕಳು ಬೇರೆಯವರ ತಪ್ಪುಗಳತ್ತ ಗಮನಹರಿಸದಂತೆ ಬೆಳೆಯಲಿಕ್ಕೆ ಸಾಧ್ಯವಾಗುತ್ತದೆ.

ಇತರರಲ್ಲಿ ತಪ್ಪುಗಳನ್ನು ಹುಡುಕುವುದರಿಂದ ಕನಿಷ್ಠ ಎರಡು ನಷ್ಟಗಳಾಗುತ್ತವೆ. ಮೊದಲನೆಯದ್ದೆಂದರೆ ಬೇರೆಯವರ ತಪ್ಪುಗಳನ್ನು ಹುಡುಕುವುದರಿಂದ ನಮ್ಮ ಮನಸ್ಸು ಶಾಂತಿಯನ್ನು ಕಳೆದುಕೊಳ್ಳುತ್ತದೆ. ಎರಡನೆಯದ್ದೆಂದರೆ, ನಾವು ತಪ್ಪನ್ನು ಹುಡುಕಿ ಹೇಳುವುದರಿಂದ ಅವರ ಸ್ನೇಹವನ್ನು ಕಳೆದುಕೊಳ್ಳಬೇಕಾಗುತ್ತದೆ. ಕಾರಣ ಯಾವುದೇ

ಇರಲಿ, ಇತರರಲ್ಲಿರುವ ಒಳ್ಳೆಯ ಗುಣಗಳನ್ನು ಗಮನಿಸುವಂತೆ ನಮ್ಮ ಬುದ್ಧಿಯನ್ನು ನಾವು ಹದಗೊಳಿಸಬೇಕು. ಎಲ್ಲರಲ್ಲಿಯೂ ಒಂದಿಷ್ಟು ಕೆಟ್ಟ ಗುಣಗಳಿರಬಹುದು. ಆದರೆ ಬಹಳಷ್ಟು ಒಳ್ಳೆಯ ಗುಣಗಳಿರುತ್ತವೆ ಎನ್ನುವುದನ್ನು ಅರ್ಥಮಾಡಿಕೊಳ್ಳಬೇಕು. ಯಾರಲ್ಲಿಯೇ ಆಗಲಿ, ಅವರ ಕೆಟ್ಟ ಗುಣಗಳಿಂದ ನಮಗಂತೂ ಯಾವಾಗಲೂ ನಯಾಪೈಸೆಯಷ್ಟೂ ಉಪಯೋಗವಾಗುವುದಿಲ್ಲ.

ನಾವು ಹೆಚ್ಚೆಚ್ಚು ಜನರಲ್ಲಿ ಹೆಚ್ಚೆಚ್ಚು ಒಳ್ಳೊಳ್ಳೆಯ ಗುಣಗಳನ್ನು ಗಮನಿಸುತ್ತ ಹೋದಂತೆ ನಮಗೆ ಹೆಚ್ಚೆಚ್ಚು ಜನರ ಗೆಳೆತನ ಸಿಗುತ್ತದೆ. ಸಜ್ಜನರ ಸಂಗದಿಂದ ಸಂತೋಷ ಸಿಗುತ್ತದೆ. ಸಂತೋಷದಿಂದ ಮಾನಸಿಕವಾಗಿ ನೆಮ್ಮದಿ ಸಿಗುತ್ತದೆ. ಅದರಿಂದಾಗಿ ನಮ್ಮ ಶರೀರದ ಆರೋಗ್ಯವೂ ವೃದ್ಧಿಸುತ್ತದೆ. ಹಾಗಾಗಿಯೇ, ಅವರಿವರ ತಪ್ಪುಗಳನ್ನು ನೋಡುವುದಕ್ಕಿಂತಲೂ, ಎಲ್ಲರಲ್ಲಿಯೂ ಸದ್ಗುಣಗಳನ್ನು ಕಾಣಬೇಕು. ಅಕಸ್ಮಾತ್ ಅವರ ತಪ್ಪುಗಳನ್ನು ಕ್ಷಮಿಸುವುದರಿಂದ ಅವರಿಗೇನೂ ಲಾಭವಾಗಲಿಕ್ಕಿಲ್ಲ. ಆದರೆ, ನಮಗೆ ಖಂಡಿತವಾಗಿಯೂ ಮನಃಶಾಂತಿ ಸಿಗುತ್ತದೆ. ನಮ್ಮ ಮನಸ್ಸಿನ ನೆಮ್ಮದಿಗಾಗಿ ನಾವು ಇತರರಲ್ಲಿ ಒಳ್ಳೆಯ ಗುಣಗಳನ್ನು ಹುಡುಕಬೇಕು ಹಾಗೂ ಇತರರ ತಪ್ಪುಗಳನ್ನು ಕ್ಷಮಿಸಬೇಕು. ಸರಿಯಷ್ಟೆ?! ಸೂತ್ರ ಸರಳವಾಗಿದೆ. ನಮ್ಮ ಜೀವನದಲ್ಲಿ ಅಳವಡಿಸಿಕೊಂಡು ಸಾಧಿಸುವುದರಲ್ಲಿಯೇ ನಿಜಕ್ಕೂ ಸವಾಲಿರುವುದು!

ನಿಮ್ಮ ಮಕ್ಕಳು ಯಾರಂತಾಗಬೇಕು? 12

"ನನಗೆ, ನನ್ನ ಮಗನನ್ನು ಸರಿಯಾಗಿ ಬೆಳೆಸಲಿಲ್ಲ ಎನ್ನುವ ಗಿಲ್ಟ್ ಇದೆ!" ಎಂದು ಆಕೆ ಹೇಳಿದರು. ಆಕೆ ಬಹಳ ನೊಂದುಕೊಂಡಂತೆ ಇದ್ದರು. ಮಧ್ಯವಯಸ್ಸಿನ ಮಹಿಳೆ. ಒಬ್ಬನೇ ಮಗನ ತಾಯಿ. ಮಗ ಪಿಯೂಸಿ ಓದುತ್ತಿದ್ದಾನೆ. ಮಗ ವೈದ್ಯನಾಗಬೇಕು ಅನ್ನವುದು ಅಮ್ಮನ ಕನಸು. ಅವನಿಗೆ ಡಾಕ್ಟರಾಗಲಿಕ್ಕೆ ಕಿಂಚಿತ್ತೂ ಇಷ್ಟವಿಲ್ಲವಂತೆ. ಇಂಜಿನಿಯರಿಂಗೂ ಅಷ್ಟಕ್ಕಷ್ಟೇ! ಹಾಗಾಗಿ ಆತ ಓದುವುದು ಕಡಿಮೆ. ಆಟೋಟದಲ್ಲಿ ಅವನ ಆಸಕ್ತಿ ಜಾಸ್ತಿ. ಮಗನಿಗೆ ಏನು ಇಷ್ಟವೋ ಅದನ್ನು ಕಲಿಯಲಿ ಎನ್ನುವುದು ಅವನ ಅಪ್ಪನ ಅಭಿಪ್ರಾಯ.

ತನ್ನ ಕನಸನ್ನು ಆತ ಅರ್ಥಮಾಡಿಕೊಳ್ಳುವಂತೆ ತನ್ನಿಂದ ಮಗನನ್ನು ಬೆಳೆಸಲಿಕ್ಕೆ ಅಗಲಿಲ್ಲ ಎನ್ನುವ ಕೊರಗು ಆಕೆಗೆ. ಆಕೆಯ ಅಕ್ಕನ ಮಕ್ಕಳಿಬ್ಬರೂ ಪ್ರತಿಷ್ಠಿತ ಕಾಲೇಜಿನಲ್ಲಿ ವೈದ್ಯಕೀಯವನ್ನು ಓದುತ್ತಿದ್ದಾರೆ. ಆಕೆಯ ಚಿಕ್ಕಮ್ಮನ ಮಕ್ಕಳಿಬ್ಬರೂ ಡಾಕ್ಟರಾಗಿಬಿಟ್ಟಿದ್ದಾರೆ. ಈಕೆಗೆ ತನ್ನ ಮಗ ಅವರಷ್ಟು ಜಾಣನಲ್ಲ

ಎನ್ನುವ ಆತಂಕ! ತನ್ನ ಮಗ ತನ್ನಷ್ಟೂ ಪ್ರತಿಭಾವಂತನಲ್ಲ ಎನ್ನುವ ಕೊರಗು!! ಸಂಬಂಧಿಕರೆದುರಿಗೆ ತನ್ನ ವ್ಯಕ್ತಿತ್ವದ ಘನತೆ ಕಡಿಮೆಯಾಗುತ್ತಿದೆ ಎನ್ನುವ ದು:ಖ. ಇವೆಲ್ಲವೂ ಸೇರಿಕೊಂಡು ಆಕೆಯ ಆರೋಗ್ಯದ ಮೇಲೆ ಕೆಟ್ಟ ಪರಿಣಾಮವನ್ನುಂಟು ಮಾಡಿವೆ.

ತನ್ನ ಮಗ ಬಹಳ ದೊಡ್ಡ ಮನುಷ್ಯನಾಗಬೇಕು. ಬಹಳ ಜಾಣನಾಗಬೇಕು. ಬಹಳ ಉನ್ನತವಾದ ಸ್ಥಾನವನ್ನು ಏರಬೇಕು. ತನ್ನ ಮಗಳು ಗೋಲ್ಡ್ ಮೆಡಲ್ ಗಳಿಸಬೇಕು. ಗಂಡು ಮಕ್ಕಳಿಗೇನೇನೂ ಕಡಿಮೆಯಾಗದಂತೆ ಸಮಾಜದಲ್ಲಿ ಗೌರವಯುತವಾದ ಸ್ಥಾನವನ್ನು ಏರಬೇಕು, ಎನ್ನುವ ಬಹಳಷ್ಟು ಆಸೆಗಳು ಪಾಲಕರಿಗೆ ಇರುತ್ತವೆ. ಅದು ತೀರ ಸಹಜ ಕೂಡ. ಬಹಳಷ್ಟು ಮಕ್ಕಳು ತಮ್ಮ ಪಾಲಕರ ಕನಸುಗಳನ್ನು ಬದುಕುತ್ತಿರುತ್ತಾರೆ. ಅದರಿಂದ ಅವರಿಗೇನೋ ತೊಂದರೆ ಅಂತ ಪ್ರಾರಂಭದಲ್ಲಿ ಅನ್ನಿಸಿರುವುದಿಲ್ಲ. ಅವರ ಪಾಲಕರೂ ತಮ್ಮ ಕನಸನ್ನು ಸಾಕಾರಗೊಳಿಸಿದ ಮಕ್ಕಳನ್ನು ಮತ್ತೂ ಪ್ರೀತಿಸುತ್ತಾರೆ. ಅದೂ ಅಸಹಜವೇನೂ ಅಲ್ಲ. ಇನ್ನು ಕೆಲವು ಮಕ್ಕಳು ತಮ್ಮ ದಾರಿಯಲ್ಲಿ ತಾವು ನಡೆಯುತ್ತಾರೆ. ತಮ್ಮ ಕನಸುಗಳನ್ನು ಹುಡುಕಿಕೊಂಡು ಹೊರಡುತ್ತಾರೆ. ಇದು ಕೂಡ ತಪ್ಪಲ್ಲ. ಆದರೆ ಇಂತಹ ಮಕ್ಕಳ ಪಾಲಕರಿಗೆ ದಿಗಿಲು ಜಾಸ್ತಿ. ತಮ್ಮ ಮಕ್ಕಳು ಜೀವನದಲ್ಲಿ ಸರಿಯಾಗಿ ಸೆಟ್ಲ್ ಆಗುತ್ತಾರೋ ಅಥವಾ ಮುಗ್ಗರಿಸಿಬಿಡುತ್ತಾರೋ ಎನ್ನುವ ಆತಂಕವಿರುತ್ತದೆ.

ಇದು ಇರುವುದೇ ಹೀಗೆ!

ಮಕ್ಕಳು ಬೆಳೆಯುತ್ತಿದ್ದಂತೆಯೇ ಅವರವರ ಅಭಿರುಚಿ ಹಾಗೂ ಅರ್ಹತೆಗೆ ತಕ್ಕಹಾಗೆ ಏನೋ ಒಂದು ಆಗಿಯೇ ಆಗುತ್ತಾರೆ. ಈ ಜಗತ್ತಿನಲ್ಲಿ ಯಾರೂ ವಿನಾಕಾರಣ ಹುಟ್ಟುವುದಿಲ್ಲ. ಪ್ರತಿಯೊಬ್ಬರ ಹುಟ್ಟಿಗೆ ಒಂದು ಬಲವಾದ ಕಾರಣವಂತೂ ಇದ್ದೇ ಇರುತ್ತದೆ. ಹುಟ್ಟಿದ ನಂತರ ಅವರ ಬದುಕು ಹೇಗೆ ಅರಳಬೇಕೋ ಅದರಂತೆಯೇ ಅರಳುತ್ತದೆ. ಬದುಕಿನ ಅನಿರೀಕ್ಷಿತ ತಿರುವುಗಳಲ್ಲಿ ಹೊರಳುತ್ತದೆ. ನದಿಯೊಂದು ಹುಟ್ಟಿ ಎಲ್ಲೆಲ್ಲಿಯೋ ಹರಿಯುತ್ತ, ಅಗಲ ಆಳಗಳನ್ನು ಹೆಚ್ಚಿಸಿಕೊಳ್ಳುತ್ತ, ತನ್ನ ದಾರಿಯನ್ನು ತಾನೇ ಮಾಡಿಕೊಳ್ಳುತ್ತ ಸಾಗರವನ್ನು ಸೇರುವಂತೆ, ಅಷ್ಟೇ ಸಹಜವಾಗಿ ಮತ್ತು ಅಷ್ಟೇ ಸರಿಯಾಗಿ ನಮ್ಮ ಮಗು ಕೂಡ ಬೆಳೆಯುತ್ತಾ ಬೆಳೆಯುತ್ತಾ ತನ್ನ ಬದುಕಿನ ಗಮ್ಯವನ್ನು ಸೇರುತ್ತದೆ.

ಇದು ಇರುವುದೇ ಹೀಗೆ!

"ನಿಮ್ಮ ಮಗ ಯಾರಂತೆ ಆಗಬೇಕು?" ಎಂದು ನನ್ನ ಎದುರಿಗೆ ಕುಳಿತಿದ್ದ ತಾಯಿಯನ್ನು ಕೇಳಿದೆ. ಆಕೆ "..ಡಾಕ್ಟರಾದರೆ ಸಾಕಿತ್ತು!" ಎಂದು ತಲೆ ತಗ್ಗಿಸಿಕೊಂಡು ಮೆತ್ತಗಿನ ಧ್ವನಿಯಲ್ಲಿ ಹೇಳಿದರು.

"ನಿಮ್ಮ ಮಗ ನಿಮ್ಮಂತೆ ಅಂದರೆ ತಾಯಿಯಂತೆ ಅಥವಾ ನಿಮ್ಮ ಪತಿಯಂತೆ ಆಗುವುದು ಬೇಡಾಂತೀರಾ?!" ಮತ್ತೊಂದು ಪ್ರಶ್ನೆ ಕೇಳಿದೆ.

ಆಕೆ ಕಾಲುಮೇಲೆ ಜಿರಳೆ ಹರಿದು ಹೋದಂತೆ ಗಡಬಡಿಸುತ್ತಾ, "ಅಯ್ಯೋ, ಖಂಡಿತಾ ನನ್ನಂತೆ ಆಗುವುದು ಬೇಡ. ಅವನ ಅಪ್ಪನಂತೆ ಯಾರೂ ಆಗುವುದು ಬೇಡ!" ಎಂದು ಧ್ವನಿಯೇರಿಸಿಯೇ ಹೇಳಿದರು. ಆಕೆ ಬಂದು ಒಂದು ಗಂಟೆಯಷ್ಟರಲ್ಲಿ ಬಹಳ ಸ್ಪಷ್ಟವಾಗಿ ಇದನ್ನಷ್ಟೇ ಹೇಳಿದ್ದು ಕೂಡಾ! ನಾನು ಸುಮ್ಮನೆ ಆಕೆಯನ್ನು ನೋಡಿದೆ. ಆಕೆ ಮತ್ತೆ ತಲೆತಗ್ಗಿಸಿಕೊಂಡು ಕುಳಿತರು.

ನನ್ನ ಅನುಭವದ ಪ್ರಕಾರ ತಮ್ಮ ಮಕ್ಕಳು ತಮ್ಮಂತೆ ಆಗಬೇಕು ಅಥವಾ ತಮ್ಮಂತೆ ಆದರೆ ಸಾಕು ಎನ್ನುವ ಪಾಲಕರು ಬಹಳ ಕಡಿಮೆ. ತಮ್ಮ ಮಕ್ಕಳು ಜಾಕ್ಸನ್‌ನ್ನೋ, ನಿಕ್ಸನ್‌ನೋ, ಬ್ರೂಸ್ಲೀಯೋ, ಜೆಟ್‌ಲೀಯೋ, ರಜನಿಯೋ, ಅಜನಿಯೋ, ಶಿವಾಜಿಯೋ, ಜಯಾಳೋ, ಮಮತಾಳೋ, ಇಂದಿರೆಯೋ, ಐಶ್ವರ್ಯಳೋ, ಸಿಂಧುವೋ, ಕಾರಂತರೋ, ಕಾಯ್ಕಿಣಿಯೋ, ಕಂಬಾರರೋ, ನೀಲೇಕಣಿಯೋ, ನಾರಾಯಣ ಮೂರ್ತಿಯೋ... ಆಗಲಿ ಎಂದೇ ಆಶಿಸುವ ಬಹಳ ಜನರಿದ್ದಾರೆ. ತನ್ನ ಮಗ ಸಕಲಕಲಾವಲ್ಲಭನಾಗಬೇಕೂಂತ ಬಯಸುವವರೂ ಇದ್ದಾರೆ. ಮಕ್ಕಳನ್ನು ಯಾರ್‍ಯಾರ ಹಾಗೋ, ಹಾಡುಗಾರನನ್ನಾಗಿಯೋ, ಡಾನ್ಸರನ್ನಾಗಿಯೋ, ನಟನನ್ನಾಗಿಯೋ, ವಿಜ್ಞಾನಿಯನ್ನಾಗಿಯೋ, ಶ್ರೀಮಂತನನ್ನಾಗಿಯೋ ಮಾಡಬೇಕೆನ್ನುವ ಹುರುಪಿನಲ್ಲಿ ಕಷ್ಟಪಡುವ ಬಹಳಷ್ಟು ಪಾಲಕರಿದ್ದಾರೆ. ಇಲ್ಲಿ ಮಕ್ಕಳೂ ಕೂಡ ತಮ್ಮ ಪಾಲಕರು ಕೊಡುವ ಒತ್ತಡದಿಂದ ಬಹಳ ಕಷ್ಟ ಪಡುತ್ತಾರೆ.

ಇಲ್ಲಿ ಒಂದು ಚಿಕ್ಕ ಸಮಸ್ಯೆ ಇದೆ.

ಈವತ್ತಿನ ಆಧುನಿಕ ಮೆಟ್ರೋ ಸಮಾಜದಲ್ಲಿ ಬಹಳಷ್ಟು ದಂಪತಿಗಳಿಗೆ ಇರುವುದು ಒಂದು ಮಗು. ಅಬ್ಬಬ್ಬಾ ಎಂದರೆ ಇಬ್ಬರು ಮಕ್ಕಳು.

ಮಕ್ಕಳನ್ನು ನಮ್ಮ ಸುತ್ತಲಿನ ಸಮಾಜದಲ್ಲಿ ಕಾಣುವ ಬೇರೆ ಬೇರೆ ಕ್ಷೇತ್ರಗಳಲ್ಲಿ ಸಾಧನೆ ಮಾಡಿದ ಬಹಳಷ್ಟು ದೊಡ್ಡ ದೊಡ್ಡ ವ್ಯಕ್ತಿಗಳಲ್ಲಿ ಯಾರ್ಯಾರಂತೆ ಮಾಡಬಹುದು ಎನ್ನುವ ಗೊಂದಲ ಬಹಳಷ್ಟು ಪಾಲಕರನ್ನು ಕಾಡುತ್ತಿರುತ್ತದೆ. ಇನ್ನು ಅಂತಹ ಕನ್ಫ್ಯೂಸ್ಡ್ ಪಾಲಕರು ತಮ್ಮ ಮಕ್ಕಳಿಗೆ ಅವರ ಜೀವನದ ಗುರಿಯ ಬಗ್ಗೆ ಯಾವ ರೀತಿಯ ಸ್ಪಷ್ಟತೆಯನ್ನು ಕೊಡಲಿಕ್ಕೆ ಸಾಧ್ಯ? ಇದು ಇಂದಿನ ಆಧುನಿಕ ಪಾಲಕರ ಸಮಸ್ಯೆಯಾಗಿದೆ. ಸಾರಾಸಗಟಾಗಿ ಅವರು ತಮ್ಮ ಗೊಂದಲವನ್ನು ತಮ್ಮ ಮಕ್ಕಳಿಗೂ ವರ್ಗಾಯಿಸುತ್ತಾರೆ. ಅಲ್ಲದೇ ಬಹಳಷ್ಟು ಪಾಲಕರು, ತಮ್ಮ ಜೀವನದಲ್ಲಿ ತಮ್ಮಿಂದ ಸಾಧಿಸಲಿಕ್ಕೆ ಆಗದಿರುವ ತಮ್ಮ ಕನಸನ್ನು ತಮ್ಮ ಮಗ/ಮಗಳು ನನಸುಮಾಡಲಿ ಎಂದು ಆಶಿಸುತ್ತಾರೆ. ತಮ್ಮ ಕನಸನ್ನು ಮಕ್ಕಳ ಮೇಲೆ ಹೇರುತ್ತಾರೆ. ತನ್ನಿಂದ ರ್‍ಯಾಂಕ್ ಗಳಿಸಲಿಕ್ಕೆ ಅಗದಿರುವ ತಂದೆ ತನ್ನ ಮಗ ಯೂನಿವರ್ಸಿಟಿಯಲ್ಲಿ ಗೋಲ್ಡ್ ಮೆಡಲ್ ಗಳಿಸಬೇಕು ಅಂತ ಆಶಿಸುತ್ತಾನೆ. ಇಂಟರ್ ಯೂನಿವರ್ಸಿಟಿಯ ಆಟೋಟ ಸ್ಪಧೆಯಲ್ಲಿ ಗೆಲ್ಲಲಿಕ್ಕಾಗದ ವ್ಯಕ್ತಿ ತನ್ನ ಮಗಳು ಏಶ್ಯಾಡಿನಲ್ಲಾದರೂ ಪದಕವನ್ನುಗಳಿಸಲಿ ಅಂತ ಬಯಸುತ್ತಾನೆ. ತಮ್ಮ ಕನಸುಗಳನ್ನು ಮಕ್ಕಳ ತಲೆಯಲ್ಲಿ ತುಂಬಿ ಮಕ್ಕಳು ಅದನ್ನು ಸಾಧಿಸಬೇಕು ಅಂತ ಪಾಲಕರು ಬಯಸುತ್ತಾರೆ. ಇಂಥವರು ನಿತ್ಯ ಅತೃಪ್ತ ಪಾಲಕರು. ತಮ್ಮ ಜೀವನದ ಬಗ್ಗೆ ಇವರಿಗೆ ನೆಮ್ಮದಿ ಇಲ್ಲ. ತಮ್ಮ ಮಕ್ಕಳ ಜೀವನದಲ್ಲಿ ಕೂಡ ನೆಮ್ಮದಿ ಸಿಗಲಿಕ್ಕೆ ಬಿಡುವುದಿಲ್ಲ.

> **“ ನಮ್ಮ ಮಕ್ಕಳು ನಮ್ಮ ಮಕ್ಕಳು ಮಾತ್ರ. ಅವರು ನಮ್ಮ ಸಂತೋಷಕ್ಕಾಗಿ ಹುಟ್ಟಿದವರು. ನಮ್ಮ ಬದುಕಿಗೆ ಬೆಳಕನ್ನು ತಂದವರು. ”**

ಇದು ಸರಿಯಲ್ಲ!

ಇಂತಹ ಪಾಲಕರು ಗಮನಿಸಲೇಬೇಕಾದ ಸಂಗತಿ ಅಂದರೆ, ಜಗತ್ತಿನ ಪ್ರಖ್ಯಾತ ವ್ಯಕ್ತಿಗಳ ಮಕ್ಕಳೆಲ್ಲರೂ ಅವರ ಪಾಲಕರಷ್ಟೇ ಪ್ರಖ್ಯಾತರಾಗಿದ್ದಾರೆಯೇ ಎನ್ನವುದನ್ನು ನೋಡಬೇಕು. ಮಹಾಭಾರತದ ಮಹಾವೀರ ಅರ್ಜುನನ ಮಕ್ಕಳು ಅಪ್ಪನಿಗಿಂತೇನೂ ವೀರರೂ, ಸಮರ್ಥರೂ ಆಗಿರಲಿಲ್ಲ. ಕೃಷ್ಣನ ಮಕ್ಕಳು ಕೃಷ್ಣನನ್ನು ಮೀರಿಸಲಿಲ್ಲ. ತೇನಸಿಂಗನ ಮಕ್ಕಳು ವಿಶ್ವದಾಖಲೆ

ಮಾಡಲಿಲ್ಲ. ನೀಲ್ ಆರ್ಮ್‌ಸ್ಟ್ರಾಂಗ್‌ನ ಮಕ್ಕಳು ಚಂದ್ರನಮೇಲೋ, ಮಂಗಳನ ಅಂಗಳಕ್ಕೋ ಹೋಗಲಿಲ್ಲ. ಲಾಲ್ ಬಹಾದ್ದೂರ ಶಾಸ್ತ್ರೀಜಿಯವರ ಮಕ್ಕಳು ಪ್ರಧಾನಮಂತ್ರಿಗಳಾಗಲಿಲ್ಲ. ಶ್ರೇಷ್ಠ ವಿಜ್ಞಾನಿಗಳ ಮಕ್ಕಳಾಗಲೀ, ಶ್ರೇಷ್ಠ ರಾಜಕಾರಣಿಗಳ ಮಕ್ಕಳಾಗಲೀ, ಶ್ರೇಷ್ಠ ನಟರ ಮಕ್ಕಳಾಗಲೀ, ಶ್ರೇಷ್ಠ ಅಧಿಕಾರಿಗಳ ಮಕ್ಕಳಾಗಲೀ ತಮ್ಮ ಪಾಲಕರಂತೆ ಶ್ರೇಷ್ಠರಾದ ಉದಾಹರಣೆಗಳು ಬಹಳ ವಿರಳ. ಹೀಗೇ ದೊಡ್ಡವರ ಮಕ್ಕಳೆಲ್ಲರೂ ತಮ್ಮ ಪಾಲಕರಿಗಿಂತ ಶ್ರೇಷ್ಠತೆಯನ್ನು ಗಳಿಸಲೇಬೇಕು ಅಂತೇನೂ ಇಲ್ಲ. ಬಹಳಷ್ಟು ಸಂದರ್ಭಗಳಲ್ಲಿ ಅದು ಸಾಧ್ಯವೂ ಅಲ್ಲ. ಒಂದಂತೂ ಸತ್ಯ. ಅದೆಂದರೆ, ಈ ಜಗತ್ತಿನಲ್ಲಿ ಹುಟ್ಟಿದವರಲ್ಲಿ ಯಾರೂ ಕನಿಷ್ಠರಿಲ್ಲ. ಯಾರೂ ಗರಿಷ್ಠರಿಲ್ಲ. ಎಲ್ಲರೂ ಬದುಕಬಹುದಾದಷ್ಟು ಬಲಿಷ್ಠರೇ ಆಗಿರುತ್ತಾರೆ! ಎಲ್ಲರ ಹುಟ್ಟಿಗೂ ಬದುಕಿಗೂ ಅದರದ್ದೇ ಆದ ಮಹತ್ವ ಇದ್ದೇ ಇದೆ.

ಇನ್ನು, ನಮ್ಮ ಮಕ್ಕಳು ನಮ್ಮ ಮಕ್ಕಳು ಮಾತ್ರ.

ಅವರು ನಮ್ಮ ಸಂತೋಷಕ್ಕಾಗಿ ಹುಟ್ಟಿದವರು. ನಾವು ಬೇಕೂಂತ ಬಯಸಿ, ಪ್ರಾರ್ಥಿಸಿದ್ದರ ಫಲವಾಗಿ ನಮ್ಮ ಬದುಕಿನಲ್ಲಿ ಬಂದವರು. ನಮ್ಮ ಬದುಕಿಗೆ ಬೆಳಕನ್ನು ತಂದವರು. ನಮ್ಮ ಬದುಕಿಗೆ ಅರ್ಥವನ್ನು ತಂದವರು. ನಮ್ಮ ಬದುಕಿನ ಸಂಭ್ರಮವನ್ನು ಹೆಚ್ಚಿಸಿದವರು. ನಮ್ಮ ಮಕ್ಕಳು ಯಾವತ್ತಿದ್ದರೂ ನಮ್ಮ ಮಕ್ಕಳು ಮಾತ್ರ. ಅವರನ್ನು ನಾವು ಪ್ರೀತಿಸಬೇಕು. ಅವರನ್ನು ಅವರಾಗಿ ಅರಳುವುದಕ್ಕೆ ಅವಕಾಶವನ್ನು ಪಾಲಕರು ಮಾಡಿಕೊಡಬೇಕು. ಯಾವಾಗಲೂ ಮಕ್ಕಳಿಗೆ ಆಸರೆಯಾಗಿರಬೇಕು. ಅವರ ಬದುಕಿಗೆ ಭರವಸೆಯಾಗಿರಬೇಕು. ಅವರ ಕನಸುಗಳನ್ನು ಅವರು ನನಸನ್ನಾಗಿ ಮಾಡಿಕೊಳ್ಳಲಿಕ್ಕೆ ಪಾಲಕರು ಸಹಕರಿಸಬೇಕು. ಮಕ್ಕಳ ಆಸಕ್ತಿಯನ್ನು ಗುರುತಿಸುವ, ಅದನ್ನು ಪೋಷಿಸುವ ಕೆಲಸವನ್ನು ಸಾಧ್ಯವಾದಷ್ಟು ಆಸಕ್ತಿಯಿಂದ ಮಾಡಬೇಕು.

ಬದುಕಿನ ಕೆಲವಷ್ಟು ಸಂದರ್ಭಗಳಲ್ಲಿ ಬಹಳಷ್ಟು ಜನರಿಗೆ ತಾವು ತಮ್ಮ ಪಾಲಕರ ಕನಸನ್ನು ಹೊತ್ತು ಸಾಗುತ್ತಿರುವುದು ಗಮನಕ್ಕೆ ಬರುತ್ತದೆ. ಅವರು ತಮ್ಮ ಜೀವನದಲ್ಲಿ ಸಂತೋಷದಿಂದ ಬದುಕಲಿಕ್ಕೆ ಆಗದೇ ನರಳುತ್ತಿರುತ್ತಾರೆ. ತಮ್ಮ ಕನಸುಗಳನ್ನು ಗುರುತಿಸಿಕೊಂಡು ಬದುಕಲಾರದೆ, ತಮ್ಮ ಪಾಲಕರ ಕನಸನ್ನು ನನಸು ಮಾಡಲಿಕ್ಕಾಗದೇ ಅಂತೂ ಇಂತೂ ಚಡಪಡಿಸುತ್ತ,

ಅಸಂತೋಷದಲ್ಲಿ ಬದುಕುತ್ತಿರುತ್ತಾರೆ. ಹೀಗೆ ನಮ್ಮ ಸುತ್ತಲೂ ಬಹಳ ಬೇಸರದಿಂದ ಬಹಳ ಜನರು ಬಳಲುತ್ತಿದ್ದಾರೆ.

ನಮ್ಮ ಮಕ್ಕಳೂ ಕೂಡ ಅಪ್ಪಿತಪ್ಪಿಯೂ ಹಾಗೆಲ್ಲ ಆಗಬಾರದು. ನಮ್ಮ ಕನಸುಗಳನ್ನು ನಮ್ಮ ಮಕ್ಕಳ ಮೇಲೆ ಯಾವತ್ತಿಗೂ ಹೇರಬಾರದು. ನಮ್ಮ ಮಕ್ಕಳು ಅವರಿವರ ಮಕ್ಕಳಂತೆ ಆಗಬೇಕು ಅಂತ ಬಯಸಬಾರದು. ಅಪ್ಪಿ ತಪ್ಪಿಯೂ ನಮ್ಮ ಮಕ್ಕಳನ್ನು ಅವರಿವರ ಮಕ್ಕಳೊಟ್ಟಿಗೆ ಹೋಲಿಸಬಾರದು. ಅಷ್ಟು ಎಚ್ಚರವನ್ನು ನಾವು ವಹಿಸಬೇಕು. ನಮ್ಮ ಮಕ್ಕಳು ನಮ್ಮ ಮಕ್ಕಳಾಗಿಯೇ ಉಳಿದು, ಬೆಳೆಯಲಿಕ್ಕೆ ಅವಕಾಶವನ್ನು ಮಾಡಿಕೊಡಬೆಕು.

ನರ್ಸರಿಯೊಂದರ ಗೇಟಿಗೆ ಹಾಕಿದ 'ಹಿ ಈಸ್ ನಾಟ್ ಜಾಕ್ಸನ್. ಹೀ ಈಸ್ ಯುವರ್ ಸನ್!' ಎಂದು ಬರೆದಿರುವ ಬೋರ್ಡನ್ನು ಬೆಳಿಗ್ಗೆ ಬರುವಾಗ ನೋಡಿದೆ. ಬಹಳ ಸಮಂಜಸವೆನ್ನಿಸಿತು. ತನ್ನಿಂದ ಡಾಕ್ಟರ್ ಆಗಲಿಕ್ಕಾಗಲಿಲ್ಲವಾದ್ದರಿಂದ ತನ್ನ ಮಗ ಡಾಕ್ಟರಾಗಬೇಕೂಂತಲೂ, ತನ್ನಿಂದ ಇಂಜನಿಯರ್ ಆಗಲಿಕ್ಕಾಗಲಿಲ್ಲವಾದ್ದರಿಂದ ತನ್ನ ಮಗಳು ಇಂಜನಿಯರಾಗಬೇಕೂಂತಲೂ ಹಟಹಿಡಿಯುವುದು ಸರಿಯಲ್ಲ. ಇದೇ ರೀತಿಯಲ್ಲಿ, ತಾನು ಡಾಕ್ಟರಾಗಿದ್ದೇನೆ. ಹಾಗಾಗಿ ತನ್ನ ಮಕ್ಕಳೂ ಡಾಕ್ಟರಾಗಬೇಕೂಂತಲೋ, ತಾನು ಇಂಜನಿಯರ್ ಆಗಿದ್ದೇನೆ, ಹಾಗಾಗಿ ತನ್ನ ಮಕ್ಕಳು ಇಂಜನಿಯರ್ ಆಗಬೇಕು ಅಂತಲೂ, ತಾನು ಐಎಎಸ್ ಅಧಿಕಾರಿಯಾಗಿದ್ದೇನೆ, ತನ್ನ ಮಕ್ಕಳೂ ಐಎಎಸ್ ಪಾಸುಮಾಡಲೇಬೇಕು ಅಂತೆಲ್ಲ ಹಟಹಿಡಿಯುವುದೂ ಕೂಡ ಸರಿಯಲ್ಲ. ನನಗಂತೂ ಇಲ್ಲಿಯವರೆಗೆ ತನ್ನ ಮಕ್ಕಳು ಮಹಾತ್ಮಾ ಗಾಂಧಿಯ ಹಾಗೆ ಆಗಬೇಕು ಅಥವಾ ಮದರ್ ಥೆರಸಾ ಹಾಗೆ ಆಗಬೇಕು ಎಂದು ಹೇಳಿದ ಪಾಲಕರ್‍ಯಾರೂ ಸಿಕ್ಕಿಲ್ಲ!

ಜೀವನದಲ್ಲಿ ಯಾವುದೇ ಕೆಲಸವೂ ಸಹ ಸಣ್ಣದಲ್ಲ ಎನ್ನುವುದನ್ನು ನಮ್ಮ ಮಕ್ಕಳಿಗೆ ನಾವು ಮನದಟ್ಟು ಮಾಡಬೇಕು. ಕೆಲಸ ಯಾವುದೇ ಆಗಿರಲಿ ಅದನ್ನು ಎಷ್ಟು ಶ್ರದ್ಧೆಯಿಂದ ಎಷ್ಟು ಚೆನ್ನಾಗಿ ಮಾಡುತ್ತೀಯಾ ಎನ್ನುವುದರ ಮೇಲೆ ನಿನ್ನ ಜೀವನದ ಯಶಸ್ಸು ನಿಂತಿದೆ ಎನ್ನುವ ಸತ್ಯವನ್ನು ಮಕ್ಕಳಿಗೆ ತಿಳಿಸಲಿಕ್ಕೆ ಪ್ರಯತ್ನಿಸಬೇಕು.

ಈಗ ಹೇಳಿ, ನಿಮ್ಮ ಮಕ್ಕಳು ಯಾರಂತೆ ಆಗಬೇಕೂಂತ ನಿಮ್ಮ ಆಸೆ?!

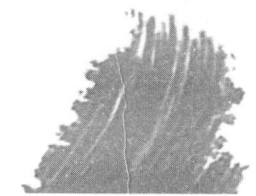

ಜೀವಜಲವಾಗಬೇಕಾದ ಜೀವನಪ್ರೀತಿ! 13

ನಾವು ನಮ್ಮ ಜೀವನವನ್ನು ಪ್ರೀತಿಸುತ್ತೇವಾ? ನಿಜಕ್ಕೂ ನಮಗೆ ಪ್ರೀತಿಸಲಿಕ್ಕೆ ಬರುತ್ತದೆಯಾ? ಇಂಥ ಪ್ರಶ್ನೆಗಳು ಇತ್ತೀಚಿಗೆ ಬಹಳ ಸಲ ನನಗೆ ಎದುರಾಗುತ್ತಿವೆ.

ನಮ್ಮ ಬಗ್ಗೆ ನಾವು ಏನಂದುಕೊಂಡಿರುತ್ತೇವೆ? ನಮ್ಮ ಬಗ್ಗೆ ನಮಗೇಕೆ ಅಷ್ಟೊಂದು ಅಸಡ್ಡೆ? ಒಂಥರಾ ಉದಾಸೀನ? ನಮ್ಮ ಬಗ್ಗೆ ನಾವು ಏನೆಂದು ಆಲೋಚಿಸುತ್ತೇವೆ. ನಾವು ನಮ್ಮ ಆರೋಗ್ಯದ ಬಗ್ಗೆ ಏಕೆ ಕಾಳಜಿಯನ್ನು ವಹಿಸುವುದಿಲ್ಲ? ನಮ್ಮ ಆರೋಗ್ಯವನ್ನು ಸಾಧ್ಯವಾದಷ್ಟು ಸರಿಯಾಗಿ ನಾವು ತಾನೆ ನೋಡಿಕೊಳ್ಳಬೇಕು? ನಾವಲ್ಲದಿದ್ದರೆ ಬೇರೆ ಯಾರು ಅದನ್ನು ನೋಡಿಕೊಳ್ಳಲಿಕ್ಕೆ ಸಾಧ್ಯ? ಇಂಥವೇ ಹತ್ತೆಂಟು ಪ್ರಶ್ನೆಗಳು

ಮನಸ್ಸಿನಾಳದಿಂದ ಪುಟಿದೇಳುತ್ತಿವೆ. ನಾವು ಉಳಿದವರನ್ನು ಎಷ್ಟು ಪ್ರೀತಿಸುತ್ತೇವೆಯೋ ಇಲ್ಲವೋ ಗೊತ್ತಿಲ್ಲ. ನಮ್ಮನ್ನು ನಾವು ಅಷ್ಟಿಷ್ಟಾದರೂ ಪ್ರೀತಿಸುತ್ತೀವಾ? ನಮ್ಮನ್ನು ನಾವು ಪ್ರೀತಿಸುವುದರಿಂದ ನಮ್ಮ ಆರೋಗ್ಯ ಚೆನ್ನಾಗಿ ಇರುತ್ತದೆಯಾ? ನಮ್ಮ ಬಗ್ಗೆ ನಮಗಿರುವ ಅಸಡ್ಡೆಯೇ ನಮ್ಮ ಬಹಳಷ್ಟು ಅನಾರೋಗ್ಯಕ್ಕೆ ಮೂಲ ಕಾರಣವಾ? ಇದು ಮಹತ್ವದ ಪ್ರಶ್ನೆ. ನಾವು ಸಾಧ್ಯವಾದಷ್ಟು ಬೇಗ ಇವಕ್ಕೆ ಉತ್ತರವನ್ನು ಕಂಡುಕೊಳ್ಳಬೇಕು.

ಅರೇ, ಎಂಥದ್ದು ಮಾರಾಯರೇ, ನಮ್ಮನ್ನು ನಾವು ಪ್ರೀತಿಸೋದಾ? ಅದು ಹೇಗೆ?

ನಾವು ನಮ್ಮ ದೇಹವನ್ನು ಬಾಡಿಗೆ ಮನೆಯಂತೆಯೋ, ಬೀದಿಬದಿಯ ದೀಪದ ಕಂಬದಂತೆಯೋ, ನಮ್ಮೂರಿನ ಬಸ್ಟ್ಯಾಂಡಿನ ಗೋಡೆಯಂತೆಯೋ ನೋಡಿಕೊಳ್ಳುತ್ತಿರುತ್ತೇವೆ. ನಮ್ಮ ದೇಹ ಅದರಪಾಡಿಗೆ ಅದು ಇದೆ. ಅದರೊಳಗೆ ಜೀವ ತನ್ನ ಪಾಡಿಗೆ ತಾನು ಉಸಿರಾಡುತ್ತ ಇದೆ. ನಾವು ನಮ್ಮ ಪಾಡಿಗೆ ಇರುತ್ತೇವೆ ಎನ್ನುವ ಮನಸ್ಥಿತಿಯಲ್ಲಿ ಇರುವವರೇ ಬಹಳ.

ದೇಹ ನಶ್ವರ. ನಿಜ. ಆದರೆ ಬದುಕಿರುವವರೆಗೆ ನಾವು ನಮ್ಮ ಶರೀರದ ಮೂಲಕವೇ ಬದುಕಿ ಇರುತ್ತೇವಲ್ಲ. ಬದುಕಿನ ಎಲ್ಲ ಅನುಭವಗಳನ್ನು ಶರೀರದ ಮೂಲಕವೇ ಗ್ರಹಿಸುತ್ತೇವಲ್ಲ. ನಮ್ಮ ಶರೀರ ಮತ್ತು ಅದರೊಳಗಿನ ಜೀವ ಎರಡೂ ಪರಸ್ಪರಾವಲಂಬಿಗಳು. ಒಂದಿಲ್ಲದೇ ಇನ್ನೊಂದು ಇಲ್ಲ. ದೇಹ ಇಲ್ಲದೇ ಜೀವಾತ್ಮ ಇರಲಾರದು. ಜೀವಾತ್ಮ ಇಲ್ಲದೇ ದೇಹ ಇರಲಾರದು. ಒಂದರೊಳಗೊಂದು ಇರುವವರೆಗೆ ಬದುಕು. ಒಂದು ಜೀವ (ಆತ್ಮ) ಇಲ್ಲದಿದ್ದರೆ ದೇಹ ನಿರ್ಜೀವ. ಒಣ ಕೊರಡು. ಅಷ್ಟೇ! ಒಳಗಿನ ಜೀವ ಹೋದ ಕೂಡಲೇ ಹೊರಗಿನ ದೇಹವನ್ನು ಸುಡುತ್ತಾರೆ. ಮಣ್ಣು ಮಾಡುತ್ತಾರೆ. ಪಂಚಭೂತಗಳಿಂದಾದ ದೇಹ ಪಂಚಭೂತಗಳಲ್ಲಿ ಲೀನವಾಗುತ್ತದೆ. ಮಾಯಾ ಜಗತ್ತು ಮುಂದುವರೆಯುತ್ತದೆ.

ಹುಟ್ಟು ಸಾವುಗಳಿಲ್ಲದ ಆತ್ಮದ ನಿರಂತರವಾದ ಪ್ರಯಾಣದಲ್ಲಿ ಶರೀರ ಮಾತ್ರ ಬದಲಾಗುತ್ತ ಇರುತ್ತದೆ ಎನ್ನುವ ನಂಬಿಕೆ ಇದೆ. ಹಾಗಾಗಿ ನಶ್ವರವಾದ ನಿನ್ನ ದೇಹದ ಮೇಲೆ ಮೋಹ ಪಡಬೇಡ ಎನ್ನುವವರಿದ್ದಾರೆ. ಹಾಗಂತ ನಾವು ಬದುಕಿರುವವರೆಗೆ ನಶ್ವರವಾದ ದೇಹವನ್ನು ಪಾಲನೆ ಪೋಷಣೆ ಮಾಡುವುದು ತಪ್ಪೇ? ನಮ್ಮ ದೇಹವನ್ನು ನಾವು ಇಷ್ಟಪಡುವುದು ತಪ್ಪೇ?

ಖಂಡಿತವಾಗಿಯೂ ತಪ್ಪಲ್ಲ. ದೇಹ ಮೋಹ ಇಲ್ಲದವರಿಲ್ಲ. ಮನಸ್ಸಿಗೆ ಆಗುವ ನೋವು ನಲಿವು ದೇಹದ ಮೂಲಕ ವ್ಯಕ್ತವಾಗುತ್ತದೆ. ದೇಹಕ್ಕೆ ನೋವಾದರೆ ಮನಸ್ಸು ನರಳುತ್ತದೆ. ಮನಸ್ಸಿಗೆ ನೋವಾದರೆ ದೇಹ ಅಳುತ್ತದೆ. ಹಾಗಾಗಿ ಮನಸ್ಸಿಟ್ಟು ದೇಹವನ್ನು ಆರೈಕೆ ಮಾಡಿಕೊಳ್ಳಬೇಕು. ಆದರೆ ದೇಹವನ್ನು ಜತನದಿಂದ ಆರೈಕೆ ಮಾಡಿಕೊಳ್ಳುವವರು ಬಹಳ ವಿರಳ.

> “ **ನಮ್ಮ ಮೊಬೈಲಿಗೆ, ಬೈಕಿಗೆ, ಕಾರಿಗೆ ಕೊಡುವಷ್ಟು ಮಹತ್ವವನ್ನು ನಮ್ಮ ದೇಹಕ್ಕೆ ಕೊಡುವುದಿಲ್ಲ. ಹತ್ತಂಶದ ಕಾಳಜಿಯನ್ನೂ ನಮ್ಮದೇ ದೇಹದ ಆರೋಗ್ಯದ ಬಗ್ಗೆ ನಾವು ಕೊಡುವುದಿಲ್ಲ. ಇದು ನ್ಯಾಯವೇ?** ”

ನಾನು ಎಂದರೆ ಏನು? ನಾನು ನಿನ್ನನ್ನು ಪ್ರೀತಿಸುತ್ತೇನೆ ಎನ್ನುವುದು ಎಷ್ಟು ಸತ್ಯ? ನೀನು ನನ್ನನ್ನು ಪ್ರೀತಿಸುತ್ತೇನೆ ಎನ್ನುವುದು ಎಷ್ಟು ಸತ್ಯ? ನಾನು ನಿನ್ನನ್ನು ಪ್ರೀತಿಸುತ್ತೇನೆ ಎನ್ನುವುದರಲ್ಲಿ ಇರುವುದು ನನ್ನ ಸಂತೋಷವೇ ತಾನೇ? ನೀನು ನನ್ನನ್ನು ಪ್ರೀತಿಸುತ್ತೀಯ ಎನ್ನುವುದರಲ್ಲಿ ಇರುವುದೂ ನನ್ನ ಸಂತೋಷವೇ ತಾನೆ? ನಾವು ಇಷ್ಟ ಪಡುವವರನ್ನೂ ಸಹ ಅವರ ದೇಹದ ಮೂಲಕ ಅವರನ್ನು ನೋಡುತ್ತಲೇ ಅವರನ್ನು ಅಷ್ಟಾಗಿ ಇಷ್ಟಪಡುತ್ತೇವಲ್ಲ! ನಮ್ಮ ಶರೀರವನ್ನು ನೋಡಿಯೇ ತಾನೇ ನಮ್ಮನ್ನೂ ಇಷ್ಟಪಡುವವರು ಇರುವುದು? ಹಾಗಾಗಿ ನಶ್ವರವಾದ ನಮ್ಮ ಶರೀರವನ್ನು ಇರುವಷ್ಟು ಕಾಲ ಸರಿಯಾಗಿ ನೋಡಿಕೊಳ್ಳುವುದು ನಮ್ಮ ಕರ್ತವ್ಯ. ಮನೆ ಬಾಡಿಗೆಯದ್ದಾದರೂ ಅದರಲ್ಲಿ ವಾಸಮಾಡಿರುವುದು ನಾವೇ ತಾನೇ? ಹಾಗಾಗಿ ಅದನ್ನು ಸ್ವಚ್ಛವಾಗಿ, ಸರಿಯಾಗಿ ನೋಡಿಕೊಳ್ಳಬೇಕಾದವರೂ ನಾವೇ ತಾನೇ? ಬಾಡಿಗೆ ಮನೆ ಎಂದುಕೊಂಡು ಅದನ್ನು ಗಲೀಜಾಗಿಟ್ಟುಕೊಂಡರೆ ತೊಂದರೆ ನಮಗೇ ತಾನೇ?

ನಮ್ಮ ಬೈಕಿಗೋ, ಕಾರಿಗೋ, ಮೊಬೈಲಿಗೋ ಏನೋ ತೊಂದರೆಯಾದರೆ ತಕ್ಷಣ ಅದನ್ನು ರಿಪೇರಿ ಮಾಡಿಸಲಿಕ್ಕೆ ಧಾವಿಸುತ್ತೇವೆ. ಅದು ಸರಿಯಾಗುವವರೆಗೆ ಆಕಾಶವೇ ಕಳಚಿ ತಲೆಯ ಮೇಲೆ ಬಿದ್ದಂತೆ ಚಡಪಡಿಸುತ್ತೇವೆ. ಅದೇ ನಮ್ಮ ಶರೀರಕ್ಕೆ ಅಕಸ್ಮಾತ್ ಏನಾದರೂ ತೊಂದರೆಯಾದರೆ ಅದನ್ನು ತಕ್ಷಣ

ಅಟೆಂಡ್ ಮಾಡುವುದಿಲ್ಲ. ಅದರ ಪಾಡಿಗೆ ಅದು ಸರಿಯಾಗುತ್ತದೆ ಎಂದು ಕಾಯುತ್ತೇವೆ. ಕಾರು ಬೈಕುಗಳಾದರೋ ಪಂಚರಾದರೆ, ಪೆಟ್ರೋಲು ಖರ್ಚಾದರೆ, ಮತ್ತೇನಾದರೂ ತೊಂದರೆಯಾದರೆ ನಡುರಸ್ತೆಯಲ್ಲಿಯೇ ನಿಂತು ಬಿಡುತ್ತವೆ. ಆದರೆ ನಮ್ಮ ಶರೀರ ಹಾಗೆಲ್ಲ ಸಡನ್ನಾಗಿ ನಿಲ್ಲುವುದಿಲ್ಲ. ನೀರಡಿಕೆಯಾದರೂ, ಹಸಿವಾದರೂ ಸಾಕಷ್ಟು ಸಮಯ ತಡೆದುಕೊಳ್ಳುತ್ತದೆ. ತಕ್ಷಣಕ್ಕೆ ಅದು ನಮಗೆ ಕೈಕೊಡುವುದಿಲ್ಲ. ಹಾಗಾಗಿಯೇ ನಾವು ಅದರ ಬಗ್ಗೆ ಉದಾಸೀನದಿಂದ ಇರುತ್ತೇವೆ. ಹೊಟ್ಟೆ ಕೆಟ್ಟರೂ ತನ್ನಂತಾನೆ ಸರಿಯಾಗುತ್ತದೆ ಬಿಡು ಅಂತ ಮೂರುದಿನ ಮುಂದೂಡುತ್ತೇವೆ. ಇಂಗು ಮತ್ತು ಉಪ್ಪು ಹಾಕಿಕೊಂಡು ಒಂದು ಲೋಟ ಮಜ್ಜಿಗೆ ಕುಡಿಯಲಿಕ್ಕೂ ಉದಾಸೀನ ಮಾಡುತ್ತೇವೆ. ನಾವು ನಮ್ಮ ಮೊಬೈಲಿಗೆ, ಬೈಕಿಗೆ, ಕಾರಿಗೆ ಕೊಡುವಷ್ಟು ಮಹತ್ವವನ್ನು ನಮ್ಮ ದೇಹಕ್ಕೆ ಕೊಡುವುದಿಲ್ಲ. ಹತ್ತಂಶದ ಕಾಳಜಿಯನ್ನೂ ನಮ್ಮದೇ ದೇಹದ ಆರೋಗ್ಯದ ಬಗ್ಗೆ ನಾವು ಕೊಡುವುದಿಲ್ಲ. ಇದು ನ್ಯಾಯವೇ? ಶರೀರದ ಅಷ್ಟಿಷ್ಟು ತೊಂದರೆಗೆ ನಮ್ಮದು ದಿವ್ಯ ನಿರ್ಲಕ್ಷ್ಯ. ಇನ್ನು ನಡೆಯಲಿಕ್ಕೆ ಆಗದಷ್ಟು ಕಾಲುನೋವು ಉಲ್ಬಣಿಸಿದಾಗ ಮಾತ್ರ, ಹೊಟ್ಟೆ ಕೆಟ್ಟು ಮೂರಾಬಟ್ಟೆಯಾದಾಗ ಮಾತ್ರ ಅನಿವಾರ್ಯವಾಗಿ ಆಸ್ಪತ್ರೆಗೆ ಹೋಗುತ್ತೇವೆ.

ನಾವು ಬಹುತೇಕರು ಹೀಗೆಯೇ ಇರುವುದು.

ನಾವು ನಮ್ಮ ಕೈಗೆ ಕೊಟ್ಟಷ್ಟು ಕಾಳಜಿಯನ್ನು ನಮ್ಮದೇ ಕಾಲಿಗೆ ಕೊಡುವುದಿಲ್ಲ. ಬಲಗೈಗೆ ಕೊಟ್ಟಷ್ಟು ಮಹತ್ವವನ್ನು ಎಡಗೈಗೆ ಕೊಡುವುದಿಲ್ಲ. ಕೈಬೆರಳುಗಳ ಉಗುರನ್ನು ಕತ್ತರಿಸಿಕೊಂಡಷ್ಟೇ ಆಸ್ಥೆಯಿಂದ ಕಾಲುಬೆರಳುಗಳ ಉಗುರನ್ನು ಒಪ್ಪವಾಗಿ ಕತ್ತರಿಸಿಕೊಳ್ಳುವುದಿಲ್ಲ. ಮುಖಕ್ಕೆ ಕೊಡುವಷ್ಟು ಪ್ರಾಮುಖ್ಯತೆಯನ್ನು ಖಂಡಿತವಾಗಿಯೂ ಕುತ್ತಿಗೆಗೂ, ಹೊಟ್ಟೆಗೂ ಕೊಡುವುದಿಲ್ಲ. ತಲೆಗೆ ಕೊಬ್ಬರಿ ಎಣ್ಣೆಯನ್ನು ಹಾಕುವ ಗೋಜಿಗೇ ಹೋಗುವುದಿಲ್ಲ. ಕಿವಿಗೆ ಕೊಬ್ಬರಿ ಎಣ್ಣೆ ಹಾಕುವುದು ತಪ್ಪು ಎನ್ನುವುದು ಇತ್ತೀಚಿನ ವಾದ. ಕುಡಿತದಿಂದ ಕೆಟ್ಟದಾಗುತ್ತದೆ ಎನ್ನುವ ತಿಳುವಳಿಕೆ ಮತ್ತು ಗ್ಯಾರೆಂಟಿ ಇದ್ದರೂ ಸಹ ಎಣ್ಣೆಯನ್ನು (ನೀರಿಗೋ, ಸೋಡಾಕ್ಕೋ ಸೇರಿಸಿಕೊಂಡು) ಕುಡಿಯುವುದನ್ನು ರೂಢಿಸಿಕೊಂಡವರಿದ್ದಾರೆ. ತನ್ನ ದೇಹವನ್ನು ತಾನೇ ವಿಪರೀತವಾಗಿ ಹಿಂಸುವವರಿದ್ದಾರೆ. ಬೇರೆಯವರ

ದೇಹವನ್ನು ಹಿಂಸಿಸುವವರೂ ಅನೇಕರಿದ್ದಾರೆ. ಇಂತವರೆಲ್ಲರೂ ನಿತ್ಯವೂ ನೋವಿನಲ್ಲಿ ನರಳುವವರೇ ಆಗಿದ್ದಾರೆ.

ದಿನಕ್ಕೆ ಎರಡರಿಂದ ಮೂರು ಲೀಟರ್ ನೀರು ಕುಡಿಯಬೇಕು ಎನ್ನುವದು ಎಲ್ಲರಿಗೂ ಗೊತ್ತಿದೆ. ಆದರೆ ಅಷ್ಟನ್ನು ಕುಡಿಯುವವರು ಮಾತ್ರ ಬಹಳ ವಿರಳ. ನೀರು ಕುಡಿಯದೇ ಮೂತ್ರಕೋಶದಲ್ಲಿ ಕಲ್ಲು ಬೆಳೆದು ಗಟ್ಟಿಯಾಗುತ್ತಿರುವಂತೆಯೇ ಸೀದಾ ಆಸ್ಪತ್ರೆಗೆ ಹೋಗಿ ಚಿಕಿತ್ಸೆಪಡೆಯುತ್ತಾರೆ. ಇಲ್ಲಿ ನಮಗೆ ಜೀವನದಲ್ಲಿ ಶಿಸ್ತಿನ ಕೊರತೆ ಮತ್ತು ನಮ್ಮ ಬಗ್ಗೆ ನಮಗೆ ಪ್ರೀತ್ಯಾದರಗಳ ಕೊರತೆ ಕಾಣುತ್ತದೆ.

ನಾವು ಕೆಲವರು ಹೀಗೆಯೇ ಇರುವುದು.

ಬೆಳಿಗ್ಗೆ ಸೂರ್ಯೋದಯಕ್ಕೆ ಮೊದಲು ಏಳಬೇಕು. ಎದ್ದಕೂಡಲೇ ಒಂದು ಲೀಟರಿನಷ್ಟು ನೀರು ಕುಡಿಯಬೇಕು. ವಾಕಿಂಗ್ ಹೋಗಬೇಕು. ಪ್ರತಿನಿತ್ಯ ವ್ಯಾಯಾಮ ಮಾಡಬೇಕು. ಬೆವರಿಳಿಯುವಂತೆ ಕೆಲಸಮಾಡಬೇಕು. ಸರಿಯಾಗಿ ಉಪಹಾರವನ್ನು ಸೇವಿಸಬೇಕು. ಮಧ್ಯಾಹ್ನ ಒಳ್ಳೆಯ ಊಟವನ್ನು ಮಾಡಬೇಕು. ಸಾಯಂಕಾಲ ಒಂದಿಷ್ಟು ತಿನ್ನಬೇಕು. ರಾತ್ರಿ ಬೇಗ ಊಟ ಮಾಡಬೇಕು. ಬೇಗ ಮಲಗಿ, ಬೇಗ ಏಳಬೇಕು.

ಒಳ್ಳೆಯ ಗೆಳೆಯರ ಸಹವಾಸದಲ್ಲಿ ಸಂತೋಷದಿಂದ ಮಾತನಾಡಬೇಕು. ಧನಾತ್ಮಕ ವಿಚಾರ ವಿನಿಮಯದಿಂದ ಮನಸ್ಸು ಹುರುಪಿನಿಂದ ಅರಳಬೇಕು. ಟಿವಿ ನೋಡುವುದಕ್ಕಿಂತಲೂ ಮುಖ್ಯವಾಗಿ ಪ್ರತಿದಿನ ರಾತ್ರಿ ಒಂದಿಷ್ಟಾದರೂ ಒಳ್ಳೊಳ್ಳೆಯ ಪುಸ್ತಕವನ್ನು ಓದಬೇಕು. ಮನೆಯವರೆಲ್ಲರೂ ಸೇರಿಕೊಂಡು ಒಂದರ್ಧ ಗಂಟೆಯಾದರೂ ಕಷ್ಟಸುಖ ಮಾತನಾಡಿಕೊಳ್ಳಬೇಕು. ಪರಸ್ಪರ ನಗುನಗುತ್ತ ಇರಬೇಕು. ಚಿಕ್ಕಪುಟ್ಟ ತಪ್ಪುಗಳನ್ನು ಮನ್ನಿಸಬೇಕು. ಹೀಗೆ ತೀರಾ ಸಾಮಾನ್ಯವಾದ ಬಹಳಷ್ಟು ಸರಳ ಸಂಗತಿಗಳು ನಮಗೆಲ್ಲ ಗೊತ್ತಿದೆ. ಆದರೆ ಅವುಗಳನ್ನು ಅಷ್ಟೇ ಸರಳವಾಗಿ ಅಭ್ಯಾಸ ಮಾಡುವುದಕ್ಕಾಗದೇ

ಸಂಕಟಪಡುತ್ತೇವೆ. ಸರಳವಾಗಿ ಬದುಕುವುದು, ಸತ್ಯವಾಗಿ ಬದುಕುವುದು ಬಹಳ ಕಷ್ಟ ಎಂದಿದ್ದಾರೆ ಹಿರಿಯರು.

ಬಹುತೇಕ ನಾವು ಯಾವಾಗಲೂ ಹೊರಗೆ ನೋಡುತ್ತ ಇರುತ್ತೇವೆ. ಮಾಯೆ ನಮ್ಮನ್ನು ಹಾಗೆ ಮಾಡುವಂತೆ ಮಾಡಿದೆ. ಹೊರಗಿನವರಿಗೆ ಚೆನ್ನಾಗಿ ಕಾಣಲಿಕ್ಕಾಗಿ ಪ್ರಯತ್ನಿಸುತ್ತೇವೆ. ಹೊರಗಿವನವರಂತೆ ಹೊರಗಿನವರಿಗಾಗಿ ನಮ್ಮ ಬದುಕನ್ನು ಕಟ್ಟಿಕೊಳ್ಳಲಿಕ್ಕೆ ಹೆಣಗುತ್ತೇವೆ. ನಮ್ಮ ಮನೆಯವರನ್ನು, ಬಂಧುಬಾಂಧವರನ್ನು, ಗೆಳೆಯರನ್ನು, ಪರಿಚಯದವರನ್ನು, ಊರಿನವರನ್ನು, ದೇಶದವರನ್ನು ಮೆಚ್ಚಿಸಲಿಕ್ಕಾಗಿ ನಾವು ಪ್ರಯತ್ನಿಸುತ್ತೇವೆ. ಆ ಪ್ರಯತ್ನದಲ್ಲಿ ನಿಜಕ್ಕೂ ಸುಸ್ತಾಗುತ್ತೇವೆ. ಆದರೆ ನಾವು ಹೀಗೆ ಮಾಡುತ್ತಿರುವುದು ನಮ್ಮ ಗಮನಕ್ಕೆ ಬರುವುದಿಲ್ಲ. ಎಲ್ಲರಂತೆ ನಾವು ಬದುಕುತ್ತಿದ್ದೇವೆ ಎಂದೇ ಅಂದುಕೊಳ್ಳುತ್ತೇವೆ. ನಾವು ನಮ್ಮ ಮನಸ್ಸಿನ ಮಾತುಗಳನ್ನು ಕೇಳುವುದಿಲ್ಲ. ಅದಕ್ಕೆಲ್ಲ ಸಮಯವನ್ನು ವ್ಯರ್ಥಮಾಡುವುದಿಲ್ಲ. ಅಂತೂ ಇಂತೂ ಬದುಕಿನ ಧಾವಂತದಲ್ಲಿ ಸಾಗುತ್ತಿರುತ್ತೇವೆ. ಅಕಸ್ಮಾತ್ ಬದುಕಿಬಂದ ದಾರಿಯನ್ನು ಹಿಂತಿರುಗಿ ನೋಡಿದಾಗ ಬದುಕಿದ್ದು ಸಾರ್ಥಕವಾಯಿತು ಎಂದು ಅನ್ನಿಸುವಂತೆ ಬದುಕಿದವರು ಬಹಳ ವಿರಳ. ಇನ್ನೊಂದು ಸಲ ಇದೇ ಬದುಕನ್ನು ಮೊದಲಿನಿಂದಲೂ ಬದುಕಲಿಕ್ಕೆ ಅವಕಾಶವಾದರೆ ಬೇರೆ ರೀತಿಯಲ್ಲಿ ಬದುಕಬೇಕೆನ್ನಿಸುತ್ತದೆ. ಆದರೆ ಅದು ಸಾಧ್ಯವಿಲ್ಲ. ಕಳೆದದ್ದು ಕಳೆದುಹೋದ ಬದುಕು. ಇನ್ನಿರುವುದು ಮಾತ್ರ ಎದುರಿಗಿರುವ ಬದುಕು. ಅದನ್ನಾದರೂ ನಮ್ಮ ಮನಸ್ಸಿಗೆ ಸಂತೋಷವಾಗುವಂತೆ ಬದುಕಬೇಕು. ಆದರೆ ಹಾಗೆ ಬದುಕಲಿಕ್ಕೂ ಸಾಧ್ಯವಾಗದಂತೆ ಒಂದು ವ್ಯವಸ್ಥೆಯನ್ನು ನಾವೇ ಕಟ್ಟಿಕೊಂಡು ಅದರಲ್ಲಿ ಬಂಧಿತರಾಗಿದ್ದೇವೆ. ರೇಷ್ಮೆಹುಳು ಗೂಡನ್ನು ಹೆಣೆದುಕೊಂಡು ಅದರೊಳಗೆ ಸಿಕ್ಕಿ ನರಳುವಂತೆ ನಾವು ನಮ್ಮ ವ್ಯವಸ್ಥೆಯನ್ನು ರೂಪಿಸಿಕೊಂಡಿದ್ದೇವೆ. ಆ ಬಂಧನದಿಂದ ಹೊರಗೆ ಬರುವುದು ಸುಲಭಸಾಧ್ಯವಲ್ಲ. ಇದರಿಂದಾಗಿ ನಾವು ಬಳಲುತ್ತೇವೆ. ಆಸರೆಗಾಗಿ ಹಂಬಲಿಸುತ್ತೇವೆ.

ಉಳ್ಳವರು ಶಿವಾಲಯವ ಮಾಡುವರು
ನಾನೇನು ಮಾಡುವೆ? ಬಡವನಯ್ಯ
ಎನ್ನ ಕಾಲೇ ಕಂಬ, ದೇಹವೇ ದೇಗುಲ

ಶಿರವೇ ಹೊನ್ನ ಕಳಶವಯ್ಯಾ!
ಕೂಡಲ ಸಂಗಮದೇವ ಕೇಳಯ್ಯ,
ಸ್ಥಾವರಕ್ಕಳಿವುಂಟು, ಜಂಗಮಕ್ಕಳಿವಿಲ್ಲ!

ಎಂದು ಜಗಜ್ಯೋತಿ ಬಸವಣ್ಣ ಹೇಳಿದ್ದಾರೆ. ನಮ್ಮ ದೇಹ ಎನ್ನುವುದೇ
ಒಂದು ದೇವಾಲಯ. ಅದರೊಳಗಿರುವ ಜೀವಾತ್ಮವೇ ದೇವರು
ಎನ್ನುವುದನ್ನು ಹೇಳಿದ್ದಾರೆ. ಮೊದಲು ನಮ್ಮನ್ನು ನಾವು ಒಪ್ಪಿಕೊಳ್ಳಬೇಕು.
ನಮ್ಮನ್ನು ನಾವು ಗೌರವಿಸಬೇಕು. ನಮ್ಮನ್ನು ನಾವು ಪ್ರೀತಿಸಬೇಕು. ಆಗ
ಮಾತ್ರ ನಮ್ಮನ್ನು ಎಲ್ಲರೂ ಒಪ್ಪಿಕೊಳ್ಳುತ್ತಾರೆ. ಎಲ್ಲರೂ ಗೌರವಿಸುತ್ತಾರೆ.
ಎಲ್ಲರೂ ಒಪ್ಪಿಕೊಳ್ಳುತ್ತಾರೆ! ಇದು ಸರಳ ಸತ್ಯ. ಇಷ್ಟರಿಂದಲೇ ಬದುಕಿನ
ಬಹಳಷ್ಟು ತೊಂದರೆಗಳು ನಿವಾರಣೆಯಾಗುತ್ತವೆ.

ನಮ್ಮನ್ನು ನಾವು ಪ್ರೀತಿಸುವುದೆಂದರೆ ಆತ್ಮರತಿಯಲ್ಲ! ಅಹಂಕಾರವಲ್ಲ.
ನಮ್ಮನ್ನು ನಾವು ನೀಟಾಗಿ ಇಟ್ಟುಕೊಳ್ಳುವುದು. ನಮ್ಮ ಜೊತೆಗೆ ನಾವು
ಸಂತೋಷದಿಂದ ಇರುವುದು. ನಮ್ಮ ಮನಸ್ಸಿನ ಮತ್ತು ಶರೀರದ ಬೇಕು
ಬೇಡಗಳನ್ನು ಗಮನಿಸುವುದು. ಅವುಗಳನ್ನು ಸಮಯಕ್ಕೆ ಸರಿಯಾಗಿ
ಪೂರೈಸುವುದು. ಇವುಗಳನ್ನು ನಾವು ನಮಗಾಗಿ ಮಾಡಿಕೊಳ್ಳಬೇಕು. ನಮ್ಮ
ಎಲ್ಲ ಬೇಕು ಬೇಡಗಳನ್ನು ನಮ್ಮ ಅಮ್ಮನೋ, ಅಪ್ಪನೋ, ಹೆಂಡತಿಯೋ,
ಗಂಡನೋ ಗಮನಿಸುತ್ತ ಇರಬೇಕು ಎಂದು ನಿರೀಕ್ಷಿಸುವುದು ಸರಿಯಲ್ಲ.
ನಮಗಾಗಿ ನಾವು ಜಾಗೃತರಾಗಿ ಇರಬೇಕು. ನಮ್ಮವರ ಬಗ್ಗೆ ಕೂಡ
ಅಷ್ಟೇ ಕಾಳಜಿವಹಿಸುವುದೂ ಕೂಡ ನಮ್ಮ ಕರ್ತವ್ಯವಾಗಿದೆ. ಹೌದು.
ಅದನ್ನೂ ನಾವು ನಿರ್ವಹಿಸಬೇಕು. ಆಗಲೇ ನಮ್ಮ ಬದುಕಿಗೆ ನಿಜವಾದ
ಬೆಲೆ ಬರುವುದು. ನಾವು ಚೆನ್ನಾಗಿರಬೇಕು. ನಮ್ಮವರೂ ಚೆನ್ನಾಗಿರುವಂತೆ
ಸಹಾಯ ಮಾಡಬೇಕು. ಅದುವೇ ಜೀವನ.

ಮನಸ್ಸು ಇದ್ದರೆ ಮಾರ್ಗ ಎನ್ನುತ್ತೇವಲ್ಲ. ಹಾಗೆಯೇ ನಮ್ಮನ್ನು
ನಾವು ಪ್ರೀತಿಸಲಿಕ್ಕೆ ಏನು ಪ್ರಾಬ್ಲೆಮ್ಮೋ ಎಂದು ನಮ್ಮನ್ನು ನಾವೇ
ಪ್ರಶ್ನಿಸಿಕೊಳ್ಳಬೇಕು. ನಾನೆಂದರೆ ನನಗೇಕೆ ಅಸಮಾಧಾನ ಎಂದು
ಮನಸ್ಸಿನಲ್ಲಿಯೇ ಕೇಳಿಕೊಳ್ಳಬೇಕು. ಪದೇ ಪದೇ ಕೇಳುವುದರಿಂದ
ಪ್ರಶ್ನೆಗೆ ಸರಿಯಾದ ಉತ್ತರ ಮನಸ್ಸಿನಾಳದಿಂದ ಬರುತ್ತದೆ. ಅದನ್ನು
ಪರಿಶೀಲಿಸಬೇಕು. ಅದನ್ನು ಒಪ್ಪಿಕೊಳ್ಳಬೇಕು. ಅದನ್ನು ಅನುಸರಿಸಬೇಕು.

ಮನಸ್ಸು ಹೇಳಿದಂತೆ ಮಾಡಬೇಕು. ಮನಸ್ಸಿಗೆ ಬೇಡವೆನ್ನಿಸಿದ್ದನ್ನು ಮಾಡಬಾರದು. ಸಂತೋಷದಿಂದ ಬದುಕಬೇಕು. ಯಾವುದರಿಂದ ಮನಸ್ಸಿಗೆ ಸಂತೋಷವೇ ಸಿಗುವುದಿಲ್ಲವೋ ಅವುಗಳಿಂದ ಮುಲಾಜಿಲ್ಲದೇ ಹೊರಗೆ ಬರಬೇಕು. ನಮ್ಮ ಜೀವನ, ನಮಗಾಗಿ ಇರುವ ಜೀವನ. ಇದನ್ನು ನಾವು ನಮಗಾಗಿ ಮತ್ತು ನಮ್ಮವರ ನೆಮ್ಮದಿಗಾಗಿ ಬದುಕಬೇಕು. ನಮ್ಮಿಂದ ಯಾರಿಗೂ ನೋವಾಗದಂತಿರಬೇಕು. ಆಗ ನಮಗೂ ಯಾರಿಂದಲೂ ತೊಂದರೆಯಾಗುವುದಿಲ್ಲ. ನಮ್ಮನ್ನು ನಾವು ಸಂಪೂರ್ಣವಾಗಿ ಪ್ರೀತಿಸುವುದನ್ನು ಕಲಿತುಕೊಂಡಾಗ ಮಾತ್ರ ನಮ್ಮವರನ್ನೂ ನಾವು ಅಷ್ಟೇ ಗಾಢವಾಗಿ ಪ್ರೀತಿಸಬಹುದು. ಆಗ ನಮ್ಮ ಜೀವನ ಸಂತೋಷದಿಂದ ಇರಲಿಕ್ಕೆ ಸಾಧ್ಯವಾಗುತ್ತದೆ!

ನಮ್ಮ ಬಗ್ಗೆ ನಾವು ಕಾಳಜಿವಹಿಸಬೇಕು ಎನ್ನುವುದು ಕೇವಲ ದೇಹಾರಾಧನೆಯಲ್ಲ. ಬದುಕಿನಲ್ಲಿ ನೆಮ್ಮದಿ, ಸಂತೋಷ ಇರಬೇಕಾದರೆ ಕಟ್ಟುಮಸ್ತಾದ ದೇಹವೊಂದೇ ಇದ್ದರೆ ಸಾಕಾಗುವುದಿಲ್ಲ. ಹುರಿಗಟ್ಟಿದ ದೇಹದೊಳಗಿನ ಮನಸ್ಸಿಗೂ ಸಂಸ್ಕಾರದ ಅಗತ್ಯವಿದೆ. ಮನಸ್ಸು ಮತ್ತು ದೇಹದ ನಡುವೆ ಸಮನ್ವಯತೆ ಇರಬೇಕು. ಸಿಕ್ಸ್‌ಪ್ಯಾಕ್ ಸುಂದರಾಂಗರು ಸಂತೋಷದಲ್ಲಿದ್ದಾರೆ ಎಂದೇನಿಲ್ಲ. ಝೀರೋ ಸೈಜಿನ ಸುಂದರಿಯರೆಲ್ಲ ಸದಾಸಂತೋಷಿಯರೇನಲ್ಲ. ಆರೋಗ್ಯಕರ ಬದುಕು ಎಂದರೆ ದೈಹಿಕವಾದ ಬದುಕು ಮಾತ್ರವಲ್ಲ. ಬರೇ ದೈಹಿಕವಾದ ಬದುಕು ಸಾಧ್ಯವೂ ಇಲ್ಲ. ನೆಮ್ಮದಿಯ ಬದುಕಿಗೆ ಸದೃಢವಾದ ಶರೀರದೊಳಗೆ ಸಂಸ್ಕಾರವಂತ ಮನಸ್ಸಿರಬೇಕು. Strong mind in a strong body ಎಂದಿದ್ದಾರೆ ಸ್ವಾಮಿ ವಿವೇಕಾನಂದರು. ದೇಹ ಮತ್ತು ಮನಸ್ಸು ಇವೆರಡರ ಸಮತ್ವದಿಂದ ಸಂತೋಷದ ಬದುಕನ್ನು ಅನುಭವಿಸಲಿಕ್ಕೆ ಸಾಧ್ಯವಿದೆ.

14 ಅಮೃತ ಪುತ್ರರೇ, ಪರಮ ಪವಿತ್ರರು ನೀವು!

ಈ ಜಗತ್ತಿನಲ್ಲಿ ಕೋಟ್ಯಂತರ ಜೀವಜಂತುಗಳಿವೆ. ಇಷ್ಟೆಲ್ಲ ಪ್ರಾಣಿ ಪಕ್ಷಿಗಳಲ್ಲಿ ಮನುಷ್ಯರು ಶ್ರೇಷ್ಠರು. ಮನುಷ್ಯರಿಗೆ ಮಿದುಳು ವಿಕಾಸಗೊಂಡಿದೆ. ನಗುವ ಶಕ್ತಿ ಇದೆ. ಬೇರೆ ಬೇರೆ ಭಾಷೆಗಳಲ್ಲಿ ಮಾತನಾಡುತ್ತಾರೆ. ಕನಸು ಕಾಣುತ್ತಾರೆ. ಕನಸುಗಳನ್ನು ನನಸು ಮಾಡಲಿಕ್ಕೆ ಶ್ರಮಿಸುತ್ತಾರೆ. ಹೊಸತನ್ನು ಸೃಷ್ಟಿಸುತ್ತಾರೆ. ಇತಿಹಾಸವನ್ನು ನಿರ್ಮಿಸುತ್ತಾರೆ. ಹಣ, ಹೆಸರು ಮುಂತಾದವುಗಳನ್ನು ಗಳಿಸುತ್ತಾರೆ. ಗಳಿಸಿದ್ದನ್ನು ಕೂಡಿಡುತ್ತಾರೆ. ಭವಿಷತ್ತಿಗಾಗಿ ಬಚ್ಚಿಡುತ್ತಾರೆ. ಅದು ನಮಗೆಲ್ಲ ತಿಳಿದ ವಿಚಾರ. ಇವೆಲ್ಲವುಗಳ ಜೊತೆಗೆ ಮನುಷ್ಯರು ಪರಮ ಪವಿತ್ರರು ಎಂದು ಬಹಳಷ್ಟು ಜ್ಞಾನಿಗಳು, ತಪಸ್ವಿಗಳು ಹೇಳಿದ್ದಾರೆ. ಮನುಷ್ಯರೆಲ್ಲರೂ ಸೃಷ್ಟಿಕರ್ತನ ಅಂಶ ಅಂತ ಹೇಳಿದವರಿದ್ದಾರೆ. ನಮ್ಮ ಉಪನಿಷತ್ತುಗಳು ಮನುಷ್ಯನ ಶ್ರೇಷ್ಠತೆಯನ್ನು ಸಾರಿ ಸಾರಿ ಹೇಳಿವೆ. ಅಮೃತ ಪುತ್ರರೇ ಎಂದೇ ಉದ್ಗರಿಸಿವೆ.

ಇವೆಲ್ಲವೂ ನಿಜ.

ಹಿರಿಯರು, ಸತ್ಪುರುಷರು, ಸ್ವಾಮಿಗಳು, ಜ್ಞಾನಿಗಳು ಹೇಳಿರುವುದು ನಮಗೆ ಗೊತ್ತಿದ್ದರಷ್ಟೇ ಸಾಲದು. ನಾನು ಪವಿತ್ರನು ಅಂತ ನಾವು ನಂಬಬೇಕು. ಹಾಗೆ ನಂಬಲಿಕ್ಕೆ ನಾವು ಕಸಿವಿಸಿಪಡುತ್ತೇವೆ. ಪವಿತ್ರರು ಅಂತ ಎದೆಯುಬ್ಬಿಸಿ ಹೇಳಿಕೊಳ್ಳಲಿಕ್ಕೆ ನಾಚಿಕೆ ಪಡುತ್ತೇವೆ. ನಿಜಕ್ಕೂ ಸಂಶಯಪಡುತ್ತೇವೆ. ಸಹಮಾನವರಿಗಿಂತ ನಾನು ಕಡಿಮೆ ಎನ್ನುವ ಕೀಳರಿಮೆಯಲ್ಲಿ ಕೊರಗುತ್ತೇವೆ. ಕೆಲವು ಸಲ ಅವರೆಲ್ಲರಗಿಂತಲೂ ನಾನು ಶ್ರೇಷ್ಠ ಎಂದುಕೊಂಡು ಹೆಮ್ಮೆ ಪಡುತ್ತೇವೆ. ನಾವೆಲ್ಲರೂ ಒಂದೇ. ನಾವೆಲ್ಲರೂ ಪವಿತ್ರರು ಅಂತ ಸಾಮೂಹಿಕವಾಗಿ ಒಪ್ಪಿಕೊಳ್ಳುವುದಕ್ಕೆ ಹಿಂಜರೆಯುತ್ತೇವೆ. ಎಲ್ಲರೊಳಗಿದ್ದೂ ಎಲ್ಲರಿಗಿಂತಲೂ

ಭಿನ್ನವಾಗಿರುವುದಕ್ಕೆ ಪ್ರಯತ್ನಿಸುತ್ತೇವೆ.

ನಾವೆಂತಹ ಪವಿತ್ರರು ಮಾರಾಯರೇ, ನೀವೊಳ್ಳೇ ಕತೆ ಹೇಳ್ತೀರಿ! ನಾವು ಪಾಪಿಗಳು! ಇಲ್ಲಿ ಮನುಷ್ಯರಾಗಿ ಹುಟ್ಟಿದ ತಪ್ಪಿಗೆ ಎಷ್ಟೊಂದು ಕಷ್ಟಪಡುತ್ತಿದ್ದೇವೆ. ಹೀಗೆಲ್ಲ ಕಷ್ಟ ನಷ್ಟ ಅನುಭವಿಸುವುದಕ್ಕಾ ನಾವು ಹುಟ್ಟಿರುವುದು ಎಂದು ಗೋಳಾಡುತ್ತೇವೆ. ನಾವು ಹುಟ್ಟಿದ್ದರಿಂದ ಯಾರಿಗೇನು ಮಹಾ ಪ್ರಯೋಜನವಾಗಿದೆ ಅಂತಲೋ, ಅಕಸ್ಮಾತ್ ನಾವು ಹುಟ್ಟದೇ ಇರುತ್ತಿದ್ದರೆ ಜಗತ್ತಿಗೇನು ನಷ್ಟವಾಗುತ್ತಿತ್ತು ಅಂತಲೋ ವಾದಿಸುತ್ತೇವೆ. ಆದರೂ ಬದುಕಿದು ಜಟಕಾಬಂಡಿ, ವಿಧಿಯದರ ಸಾಹೇಬ ಅಂತಂದುಕೊಂಡು ಬದುಕುತ್ತೇವೆ. ಕಳೆದು ಹೋದ ನಿನ್ನೆಗಳಿಗಾಗಿ ಮರುಗುತ್ತೇವೆ. ಬರಲಿರುವ ನಾಳೆಗಳಿಗಾಗಿ ಹಪಹಪಿಸುತ್ತೇವೆ. ಕಾಣದ ನಾಳೆಗಳಲ್ಲಿ ನನಸಾಗುತ್ತವೆ ಎನ್ನುವ ನಂಬಿಕೆಯಲ್ಲಿ ನಮ್ಮ ಕನಸುಗಳನ್ನು ಸಾಕುತ್ತೇವೆ.

ನಾವು ಮನುಷ್ಯರು ಹೀಗೆಯೇ ಬದುಕುತ್ತೇವೆ.

ತಾನು ಪವಿತ್ರಾತ್ಮನು ಅಂತಲೂ, ತನ್ನ ದೇಹದೊಳಗಿನ ಚೈತನ್ಯಶಕ್ತಿ ಬೆಳಕಿನಂತೆ, ಗಾಳಿಯಂತೆ, ನೀರಿನಂತೆ ಪರಮ ಪವಿತ್ರ ಅಂತಲೂ ನಂಬುವುದಕ್ಕೆ ಆಗದಷ್ಟು ಮನುಷ್ಯರ ಮನಸ್ಸು ಕಲುಷಿತಗೊಂಡಿದೆ. ಆಸೆ, ಅತಿಯಾಸೆ, ದ್ವೇಷ, ಅಸೂಯೆ, ಕೋಪ, ತಾಪ ಮುಂತಾದವುಗಳಿಂದ ನಮ್ಮನ್ನು ನಾವು ಮಲೀನಗೊಳಿಸಿಕೊಂಡಿದ್ದೇವೆ. ಮಾಯೆಯ ಅಧೀನದಲ್ಲಿ ಇದ್ದೇವೆ. ಹಾಗಾಗಿಯೇ ನಾವು ನಮ್ಮನ್ನು ಪವಿತ್ರರು ಎಂದು ಹೇಳಿಕೊಳ್ಳಲಿಕ್ಕೆ ಹಿಂಜರಿಯುತ್ತೇವೆ. ನಾವು ಯಾರೆನ್ನುವುದನ್ನು ನಮಗೆ ತಿಳಿಸಿ ಕೊಡಲಿಕ್ಕೆ ಶತಮಾನಗಳಿಂದಲೂ ಬಹಳಷ್ಟು ಪ್ರಯತ್ನಗಳು ನಡೆಯುತ್ತಲೇ ಬಂದಿವೆ. ಮಾಯೆಯೊಳಗಿದ್ದುಕೊಂಡೇ ಮಾಯಾಲೋಕದಿಂದ ಹೊರಗೆ ಹೋಗಲಿಕ್ಕೆ ಪ್ರಯತ್ನಮಾಡಬೇಕೆನ್ನುವ ತಂತ್ರಗಳನ್ನು ಸಂಶೋಧಿಸುತ್ತಲೇ ಬಂದಿದ್ದಾಗಿದೆ.

ನೀವು ಪಾಪಿಗಳಲ್ಲ. ನೀವು ಅಮೃತ ಪುತ್ರರು. ದೇವಸಂತಾನ. ಮರುಗಬೇಡಿ. ಜಾಗೃತರಾಗಿ. ನಿಮ್ಮ ಅಂತರಂಗದಲ್ಲಿ ಅರಿವಿನ ಬೆಂಕಿಯನ್ನು ಹೊತ್ತಿಸಿ. ಆ ಬೆಳಕಿನಲ್ಲಿ ನಿಮ್ಮ ನಿಜತ್ವವನ್ನು ಕಂಡುಕೊಳ್ಳಿ. ಮಾಯೆಯ ಪಾಶದಿಂದ ಮುಕ್ತರಾಗಿ ಎಂದು ಅನೇಕಾನೇಕ ಸಾಧಕರು ಬೆಳಕನ್ನು ಕೊಡುವ

ಕೆಲಸವನ್ನು ಮಾಡಿದ್ದಾರೆ. ಯಾರೇ ಬಂದು ಬೆಳಕನ್ನು ಕೊಟ್ಟರೇನಂತೆ, ನಾವು ಕಣ್ಣು ಬಿಡದಿದ್ದರೆ ನಮಗೆಲ್ಲಿಯ ಬೆಳಕು ಕಂಡೀತು. ನಮಗೆಲ್ಲಿಯ ದಾರಿ ಕಂಡೀತು. ಕೆಲವೊಮ್ಮೆ ನಾವು ಜಾಣ ಕುರುಡರಂತಿರುತ್ತೇವೆ. ಕೆಲವೊಮ್ಮೆ ನಾವು ಜಾಣಕಿವುಡರಂತಿರುತ್ತೇವೆ. ವಾಸ್ತವದಲ್ಲಿ ನಾವು ಜಾಣರಾಗಿರುವುದಿಲ್ಲ. ಅದೇ ಈ ಜಗದ ಸೋಜಿಗ. ನಮಗೆ ನಾವು ಅಪರಿಚತರಾಗಿಯೇ ಉಳಿದುಬಿಡುತ್ತೇವೆ. ಹಾಗಿರಲಿಕ್ಕಾಗಿಯೇ ತರಬೇತಿ ಪಡೆದುಕೊಂಡವರಂತೆ ಇದ್ದುಬಿಡುತ್ತೇವೆ. ಸಂಸಾರವೆಂದರೆ ಅದು ಶೋಕಸಾಗರ ಅಂತಲೇ ನಂಬಿಕೊಂಡಿರುತ್ತೇವೆ.

ಆದರೆ, ನಾವು, ನೀವು, ಎಲ್ಲರೂ ಇರಬೇಕಾಗಿರುವುದು ಮತ್ತು ಬದುಕ ಬೇಕಾಗಿರುವುದು ಹಾಗಲ್ಲ. ಶತಮಾನದ ಹಿಂದೆಯೇ ವಿಶ್ವಮಾನವ ಸ್ವಾಮಿ ವಿವೇಕಾನಂದರು ಭೂಮಿಯ ಮೇಲೆ ಮನುಷ್ಯರು ಹೇಗೆ ಬದುಕಬೇಕು ಎನ್ನುವುದನ್ನು ಸ್ಪಷ್ಟವಾಗಿ ಹೇಳಿದ್ದಾರೆ. ನೀವು ಪಾಪಿಗಳಲ್ಲ. ನೀವು ಪವಿತ್ರರು. ನೀವು ದುರ್ಬಲರಲ್ಲ. ನೀವು ಬಲಿಷ್ಟರು. ನೀವು ಹೇಡಿಗಳಲ್ಲ. ನೀವು ವೀರರು. ಆದರೆ, ಹಾಗಂತ ನೀವು ನಂಬಬೇಕು. ನಿಮ್ಮನ್ನು ನೀವು ಏನಂತ ನಂಬಿರುತ್ತೀರೋ ನೀವು ಅದೇ ಆಗಿರುತ್ತೀರಿ ಅಂತ ಎಚ್ಚರಿಸಿದ್ದಾರೆ.

ಅಲ್ಲಿಯೇ ನಮ್ಮ ಸಮಸ್ಯೆ ಇರುವುದು.

ನಾವು ನಂಬುವುದರಲ್ಲಿಯೇ ನಮ್ಮ ಸಮಸ್ಯೆ ಇರುವುದು.

ಶತಮಾನಗಳಿಂದಲೂ ಸಹ ನಾವು ಪಾಪಿಗಳೆಂದು, ಅಶಕ್ತರೆಂದೂ, ದುರ್ಬಲರೆಂದೂ, ಅಜ್ಞಾನಿಗಳೆಂದೂ, ಗುಲಾಮರೆಂದೂ ನಂಬಿಕೊಂಡಿದ್ದೇವೆ ಅಥವಾ ಹಾಗಂತ ನಮ್ಮನ್ನೆಲ್ಲ ನಂಬಿಸಿ ಬೆಳೆಸಲಾಗುತ್ತಿದೆ. ಪಾಪಮಾಡಲಿಕ್ಕಾಗಿಯೇ, ಹಿಂಸೆಮಾಡಲಿಕ್ಕಾಗಿಯೇ, ದು:ಖಪಡಲಿಕ್ಕಾಗಿಯೇ, ನಾವೆಲ್ಲರೂ ಬದುಕಿರುವುದು ಅಂತ ನಂಬಿಸಲಾಗುತ್ತಿದೆ. ನಾವು ಅದನ್ನು ನಂಬಿಕೊಂಡಿರುವಷ್ಟು ನಂಬಿಕೆಯಿಂದ ನಮ್ಮನ್ನು ನಾವು ಪವಿತ್ರರೆಂದೂ, ಪುಣ್ಯಾತ್ಮರೆಂದೂ, ಬಲಿಷ್ಟರೆಂದೂ, ಜ್ಞಾನಿಗಳೆಂದೂ ನಂಬಿಕೊಳ್ಳಲಾರೆವು.

ಅದೇ ನಮ್ಮೆಲ್ಲರ ನಿಜವಾದ ಸಮಸ್ಯೆ.

ನಾವು ಪಾಪಿಗಳೆಂತಲೂ, ನಮ್ಮಂತಿರುವವರೆಲ್ಲರೂ ಪಾಪಿಗಳೆಂತಲೂ ನಂಬಿಕೊಂಡು ಎಲ್ಲರೊಟ್ಟಿಗೆ ನರಳುತ್ತಿದ್ದೇವೆ. ನರಳುತ್ತ ಬದುಕುವುದಕ್ಕಾಗಿಯೇ

ಇರುವುದು ಅಂತಲೂ ನಂಬಿಕೊಂಡಿದ್ದೇವೆ. ನಾವು ಹೀಗಿರುವುದಕ್ಕೆ ನಮ್ಮ ಅಜ್ಞಾನವೇ ಕಾರಣ ಎಂದು ಸ್ವಾಮಿ ವಿವೇಕಾನಂದರು ಸ್ಪಷ್ಟವಾಗಿಯೇ ಹೇಳುತ್ತಾರೆ, ಮುಂದುವರೆದು ಅವರು, ನಿಜಕ್ಕೂ ನೀವು ಶಕ್ತಿವಂತರು. ನೀವು ಅಶಕ್ತರಲ್ಲ. ನೀವು ಅಶಕ್ತರೆಂದು ನಂಬಬೇಡಿ. ನೀವು ಶಕ್ತಿವಂತರೆನ್ನುವುದನ್ನು ನಂಬಿ. ನಿಮ್ಮೊಳಗಿನ ಪವಿತ್ರತೆಯನ್ನು ನಂಬಿ. ನಿಮ್ಮಲ್ಲಿರುವ ಪೌರುಷವನ್ನು ನಂಬಿ. ನಿಮ್ಮೊಳಗಿನ ಪಾವಿತ್ರ್ಯವನ್ನು ನೋಡಿಕೊಳ್ಳಿ. ನಿಮ್ಮನ್ನು ನೀವು ನಂಬಿ.

ನಾವು ನಂಬಬೇಕು.

ಅವರ ಉಪದೇಶಾಮೃತವನ್ನು ಪರೀಕ್ಷಿಸುವುದಕ್ಕಾದರೂ, ನಮ್ಮನ್ನು ನಾವು ನಂಬಬೇಕು.

ಅಂತಹ ನಂಬಿಕೆಯಿಂದಾಗಬಹುದಾದ ಅದ್ಭುತ ಅನುಭವಗಳನ್ನು ಅನುಭವಿಸಲಿಕ್ಕಾದರೂ ನಾವು ನಮ್ಮನ್ನು ನಂಬುವುದನ್ನು ಶುರುಮಾಡಬೇಕು. ಹೊಸದಾಗಿ ನಮ್ಮನ್ನು ನಾವು ನೋಡಬೇಕು. ನಮ್ಮೊಳಗಿನ ಚೈತನ್ಯವನ್ನು ಕಂಡುಕೊಳ್ಳಬೇಕು. ನಮ್ಮ ಮನಸ್ಸಿನ ಮಾತುಗಳಿಗೆ ನಾವು ಕಿವಿಯಾಗಬೇಕು. ನಮ್ಮ ಅಂತರಂಗದ ಬೇಕು ಬೇಡಗಳನ್ನು ಗಮನಿಸಬೇಕು. ನಮ್ಮ ಜೊತೆಗೆ ನಾವಿರುವುದನ್ನು ಅಭ್ಯಾಸಮಾಡಿಕೊಳ್ಳಬೇಕು. ಮನಸ್ಸು ಮತ್ತು ಶರೀರದ ಅವಿನಾಭಾವ ಸಂಬಂಧವನ್ನು ಕಂಡುಕೊಳ್ಳಬೇಕು. ನಮ್ಮ ಮನಸ್ಸಿನ ಆಲೋಚನಾ ಶಕ್ತಿಯು ನಮ್ಮದೇ ಶರೀರದ ಮೇಲೆ ಉಂಟು ಮಾಡುವ ಪರಿಣಾಮಗಳನ್ನು ಗಮನಿಸುವುದನ್ನು ರೂಢಿಮಾಡಿಕೊಳ್ಳಬೇಕು. ನಮ್ಮ ಮನಸ್ಸು ಆರೋಗ್ಯದಿಂದ ಇರುವಷ್ಟು ಕಾಲವೂ ನಮ್ಮ ಶರೀರ ಆರೋಗ್ಯದಿಂದ ಇರುತ್ತದೆ. ಮನಸ್ಸು ಏರುಪೇರಾಗುತ್ತಿರುವಂತೆಯೇ, ಶರೀರದ ಆರೋಗ್ಯವೂ ಅಯೋಮಯವಾಗುವುದನ್ನು ಗಮನಿಸಬೇಕು.

ನಾವೆಲ್ಲರೂ ಪವಿತ್ರರಾಗಿದ್ದೇವೆ. ಪರಮ ಪವಿತ್ರ ತಾಯಿಯ ಮಕ್ಕಳಾಗಿದ್ದೇವೆ. ಪವಿತ್ರವಾದ ಜೀವಾತ್ಮದ ಅನುಭವಕ್ಕೆ ದೇಹವಾಗಿದ್ದೇವೆ. ನಾವೆಲ್ಲರೂ ಪಂಚಮಹಾಭೂತಗಳ ಅಂಶದಿಂದ ತಯಾರಿಸಲ್ಪಟ್ಟಿದ್ದೇವೆ. ಹಾಗಾಗಿಯೇ ಪವಿತ್ರರಾಗಿದ್ದೇವೆ. ನಮ್ಮೊಳಗಿನ ಪರಿಶುದ್ಧತೆಯನ್ನು ಜಾಗೃತಗೊಳಿಸಿಕೊಂಡನಂತರ ಸಿಗಲಿರುವ ಜೀವನಾನುಭವವನ್ನು ಅನುಭವಿಸಲಿಕ್ಕಾಗಿಯೇ ನಾವು ನಮ್ಮನ್ನು ನಂಬಬೇಕಾಗಿದೆ. ನಾವು ಉಸಿರಾಡುವ ಗಾಳಿಯು ಕೇವಲ ಗಾಳಿಯಲ್ಲ. ಅದು ಪರಮಪವಿತ್ರವಾದ

ಪ್ರಾಣವಾಯುವಾಗಿದೆ. ನಾವು ಕುಡಿಯುವ ನೀರು ಪವಿತ್ರವಾದದ್ದಾಗಿದೆ. ನಾವು ತಿಂದ ಆಹಾರವನ್ನು ಜೀರ್ಣಿಸುವ ಶಕ್ತಿಯು ಪವಿತ್ರವಾದ ಅಗ್ನಿಯಾಗಿದೆ. ಹಾಗಾಗಿ ನಾವು ಅಶಕ್ತರೂ, ಅಪವಿತ್ರರೂ, ಪಾಪಿಗಳೂ ಆಗಿರಲಿಕ್ಕೆ ಸಾಧ್ಯವಿಲ್ಲ. ನನಗನ್ನಿಸುವ ಮಟ್ಟಿಗೆ, ನಮ್ಮೊಳಗಿನ ಪವಿತ್ರತೆಯನ್ನು ನಾವು ಒಪ್ಪಿಕೊಳ್ಳಬೇಕು. ಎಲ್ಲರೊಳಗಿನ ಪವಿತ್ರತೆಯನ್ನು ಒಪ್ಪಿಕೊಳ್ಳಬೇಕು. ನಂತರ ಎಲ್ಲರೊಳಗೊಂದಾಗುವ ಸಂತೋಷ ನಮ್ಮದಾಗುತ್ತದೆ. ನಮ್ಮೊಳಗಿನ ನೆಮ್ಮದಿ ನಮ್ಮ ಮನೋದೈಹಿಕ ಆರೋಗ್ಯವನ್ನು ಕಾಪಾಡುತ್ತದೆ. ಆರೋಗ್ಯವಂತ ಜನರಿಂದ ಆರೋಗ್ಯವಂತ ಸಮಾಜ ಅದರಿಂದ ಆರೋಗ್ಯವಂತ ಜನಜೀವನ ನಿರ್ಮಾಣವಾಗಲಿಕ್ಕೆ ಸಾಧ್ಯವಾಗುತ್ತದೆ.

ಹಾಗಾಗಿ, ನಮಗೆಲ್ಲರಿಗೂ ನಮ್ಮೆಲ್ಲರೊಳಗಿನ ಶಾಂತಿ, ಶಕ್ತಿ, ಭಕ್ತಿ, ಪ್ರೀತಿ, ಪವಿತ್ರತೆಯ ಅರಿವಾಗಲಿ. ಎಲ್ಲರೂ ಎಲ್ಲರಲ್ಲಿಯೂ ಪ್ರೀತಿಯನ್ನು ಕಾಣುವಂತಾಗಲಿ. ಎಲ್ಲರೂ ಎಲ್ಲರನ್ನೂ ಪ್ರೀತಿಸುವಂತಾಗಲಿ. ಎಲ್ಲೆಡೆಯೂ ಪ್ರೀತಿಯೇ ಜೀವಿಸಲಿ. ಎಲ್ಲರ ಜೀವನ ಪ್ರೀತಿಯಲ್ಲಿ ಅರಳುತ್ತ ಬೆಳೆಯಲಿ.

ನಾನೂಂದ್ರೆ ನಂಗಿಷ್ಟ / ಡಿ. ಎಂ. ಹೆಗಡೆ

ಬಂದಿದ್ದನ್ನು ಬಂದಹಾಗೆಯೇ... 15

ಅನಿರೀಕ್ಷಿತವಾಗಿ ಕಷ್ಟ ಬಂದಾಗ ಗಲಿಬಿಲಿಗೊಳ್ಳುತ್ತೇವೆ. ಸಡನ್ನಾಗಿ ಆರೋಗ್ಯ ಹದಗೆಟ್ಟಾಗ ನಾವು ಗಾಬರಿಯಾಗುತ್ತೇವೆ. ಎಲ್ಲ ಸಂಕಷ್ಟಗಳಿಂದ ಬೇಗನೇ ಪಾರು ಮಾಡೆಂದು ನಂಬಿದ ದೇವರನ್ನು ಪ್ರಾರ್ಥಿಸುತ್ತೇವೆ. ಗೆಳೆಯರಿಂದ, ಪರಿಚಯದವರಿಂದ ಸಹಾಯವನ್ನು ಯಾಚಿಸುತ್ತೇವೆ. ನಿರೀಕ್ಷಿಸಿದಂತೆ ಸಹಾಯ ಸಿಗದಿದ್ದಾಗ ಮತ್ತಷ್ಟು ಕುಗ್ಗುತ್ತೇವೆ. ಮನುಷ್ಯ ಸಂಬಂಧಗಳ ಮೇಲಿನ ನಂಬಿಕೆಯನ್ನು ಕಳೆದುಕೊಳ್ಳುತ್ತೇವೆ. ನಮ್ಮಿಂದ ಸಹಾಯವನ್ನು ಪಡೆದುಕೊಂಡವರೂ ಸಹ ನಮ್ಮ ಕಷ್ಟಕಾಲದಲ್ಲಿ ನಮ್ಮನ್ನು ಕಡೆಗಣಿಸುವುದನ್ನು ಕಾಣುತ್ತೇವೆ. ಇನ್ನಷ್ಟು ಜರ್ಝರಿತರಾಗುತ್ತೇವೆ. ಹೊರಗಿನ ಜಗತ್ತಿನ ಸಂಪರ್ಕವನ್ನು ಕಡಿಮೆ ಮಾಡಲಿಕ್ಕೆ ಶುರುಮಾಡುತ್ತೇವೆ.

ಮಾನಸಿಕವಾಗಿ ದುರ್ಬಲರಾಗುತ್ತೇವೆ. ದಿನಗಳೆದಂತೆ ದೈಹಿಕವಾಗಿಯೂ ಅಶಕ್ತರಾಗುತ್ತೇವೆ. ಮುಂದಿನ ಜೀವನ ಹೇಗಪ್ಪಾ ಎಂದು ಚಿಂತಿತರಾಗುತ್ತೇವೆ. ಕಷ್ಟ ಕರಗುವ ಮೊದಲೇ ಕಂಗಾಲಾಗಿ ಬಿಡುತ್ತೇವೆ. ಇಂತಹ ಸಂದರ್ಭಗಳಲ್ಲಿ ಬಹಳ ಅಶಕ್ತ ಮನಸ್ಸಿನವರು ಅನಾಹುತಗಳನ್ನೂ ಮಾಡಿಕೊಂಡು ಬಿಡುತ್ತಾರೆ.

ಮಾನಸಿಕವಾಗಲೀ, ದೈಹಿಕವಾಗಲಿ ತೊಂದರೆಯಾಗುತ್ತಿರುವ ಸೂಚನೆ ತಿಳಿಯುತ್ತಿದ್ದಂತೆಯೇ ಮೊದಲ ಹಂತವಾಗಿ ನಮ್ಮ ಹಿತೈಷಿಯನ್ನು ಕಂಡು ನಮ್ಮ ಸಮಸ್ಯೆಯ ಬಗ್ಗೆ ಮಾತನಾಡಬೇಕು. ಅಥವಾ ಸೂಕ್ತ ವೈದ್ಯರನ್ನು ಕಾಣಬೇಕು. ಅವರ ಸಲಹೆ ಸೂಚನೆಗಳನ್ನು ಪಡೆದುಕೊಳ್ಳಬೇಕು. ಸಮಸ್ಯೆ ಪರಿಹಾರವಾದರೆ ಒಳ್ಳೆಯದು. ಆಗದಿದ್ದರೆ ಮತ್ತೆ ಅವರನ್ನೇ ಸಂಪರ್ಕಿಸಬೇಕು. ಅವರ ತಿಳುವಳಿಕೆಯ ಸಹಾಯದಿಂದ ಮುಂದುವರೆಯಬೇಕು. ಬೇರೆ ಡಾಕ್ಟರನ್ನು ಕಾಣಬೇಕು. ಯಾವುದೇ ಕಾರಣಕ್ಕೂ ಆರೋಗ್ಯ ತಪ್ಪಿದಾಗ ಗಾಬರಿಯಾಗಬಾರದು. ಎಂತದ್ದೇ ರೋಗಬಂದಿದೆ ಎಂದಾದರೂ ಕೂಡ ಅಧೀರರಾಗಬಾರದು. ಅಯ್ಯೋ, ನನಗೆ ಹೀಗಾಗಿ ಹೋಯಿತೇ? ಎಂದು ಕೊರಗಬಾರದು. ಮನಸ್ಸನ್ನು ಧೈರ್ಯವಾಗಿರುವಂತೆ ಹಸನುಗೊಳಿಸಬೇಕು. ಮನಸ್ಸು ಧೈರ್ಯವನ್ನು ಕಳೆದುಕೊಂಡರೆ ದೇಹವೂ ಹೆದರುತ್ತದೆ. ಯಾವಾಗಲೂ ನಮ್ಮ ಮನಸ್ಸು ನಮ್ಮ ದೇಹವನ್ನು ನಿಯಂತ್ರಿಸುತ್ತಿರುತ್ತದೆ. ದೇಹವು ಎಂದಿಗೂ ಮನಸ್ಸನ್ನು ನಿಯಂತ್ರಿಸಲಿಕ್ಕೆ ಸಾಧ್ಯವಿಲ್ಲ. ಮನಸ್ಸು ಹೇಳಿದಂತೆಯೇ ದೇಹ ಕೇಳುತ್ತದೆ. ಯಾವಾಗ ಬೇಕಾದರೂ ಮನಸ್ಸು ತನಗೆ ಬೇಕಾದ ಹಾಗೆ ದೇಹವನ್ನು ಮಾರ್ಪಡಿಸಿಕೊಳ್ಳುತ್ತದೆ ಎಂದಿದ್ದಾರೆ ಮಹರ್ಷಿ ವಶಿಷ್ಟರು.

ಹಗಲಿರುಳುಗಳು ಒಂದಾದ ನಂತರ ಒಂದರಂತೆ ಬದಲಾಗುತ್ತವೆ. ಹಾಗೆಯೇ ಕಾಲಚಕ್ರವು ಮುಂದುವರೆಯುತ್ತದೆ. ಹಗಲಾಗಲೀ, ರಾತ್ರಿಯಾಗಲೀ ಸ್ಥಿರವಾಗಿ ನಿಂತಿರಲಿಕ್ಕೆ ಸಾಧ್ಯವಿಲ್ಲ. ಅದು ಜಗದ ನಿಯಮವಲ್ಲ. ಹಾಗೆಯೇ ನಮಗೆ ಬಂದೆರಗಿರುವ ಸುಖ ದು:ಖಗಳೂ ಬದಲಾಗುತ್ತಿರುತ್ತವೆ. ಸದಾಕಾಲ ನಮ್ಮ ಜೀವನದಲ್ಲಿ ಸುಖವು ಹೇಗೆ ನಿಂತಿರುವುದಿಲ್ಲವೋ, ಹಾಗೆಯೇ ಕಷ್ಟವೂ ಕೂಡ ನಿಂತಿರಲಿಕ್ಕೆ ಸಾಧ್ಯವಿಲ್ಲ. ಅದು ಹೋಗಬೇಕು. ಹೋಗುತ್ತದೆ. ಅದಕ್ಕೊಂದಿಷ್ಟು ಸಮಯವನ್ನು

ಕೊಡಬೇಕು. ಮತ್ತೆ ನೆಮ್ಮದಿಯ ಸಮಯ ಬರುವ ತನಕ ಕಾಯುವ ಸಹನೆ ನಮಗಿರಬೇಕು.

ಆರೋಗ್ಯ ಕೆಡುವ ಮೊದಲು ನಾವು ಆರೋಗ್ಯವಾಗಿಯೇ ಇದ್ದೆವಲ್ಲ. ಯಾವುದೋ ಕಾರಣದಿಂದ ರೋಗವು ಬಂದಿದೆ. ಬಂದಿದ್ದು ಸೂಕ್ತ ಚಿಕಿತ್ಸೆಯಿಂದ ಕಡಿಮೆಯಾಗುತ್ತದೆ. ಮತ್ತೆ ಆರೋಗ್ಯವು ಬರುತ್ತದೆ. ರಾತ್ರಿ ಕಳೆದು ಬೆಳಗಾದಂತೆ. ನಮಗೆ ಇಷ್ಟು ಮಾತ್ರದ ನಂಬಿಕೆ ಇರಬೇಕು.

ನಮಗೇಕೆ ಆರೋಗ್ಯವು ಹದಗೆಟ್ಟಿತು ಎಂದು ನಮ್ಮನ್ನೇ ನಾವು ಪ್ರಶ್ನಿಸಿಕೊಳ್ಳಬೇಕು. ಹಾಗೆ ಮಾಡಿದರೆ ನಮಗೆ ಉತ್ತರ ಸಿಗುತ್ತದೆ. ನಮಗೇಕೆ ಕಷ್ಟ ಬಂದಿದೆ ಎಂದು ನಾವೇ ವಿಚಾರ ಮಾಡಿದರೆ ಕಾರಣ ತಿಳಿಯುತ್ತದೆ. ಆ ಕಾರಣವು ಸತ್ಯವು ಹೌದೋ ಅಲ್ಲವೋ ಎನ್ನುವುದು ನಮಗೆ ತಿಳಿಯುತ್ತದೆ. ಅದನ್ನು ಒಪ್ಪಿಕೊಳ್ಳಬೇಕು. ಆ ಕಾರಣಕ್ಕೆ ಸೂಕ್ತ ಪರಿಹಾರವನ್ನು ಮಾಡಿದಾಗ ಕಷ್ಟ ನಷ್ಟ ಕಡಿಮೆಯಾಗುತ್ತದೆ.

“ ಯಾವಾಗ ಬೇಕಾದರೂ ಮನಸ್ಸು ತನಗೆ ಬೇಕಾದ ಹಾಗೆ ದೇಹವನ್ನು ಮಾರ್ಪಡಿಸಿಕೊಳ್ಳುತ್ತದೆ ಎಂದಿದ್ದಾರೆ ಮಹರ್ಷಿ ವಶಿಷ್ಟರು. ”

ಸುಖ ಬಂದಾಗ ಅಯ್ಯೋ! ದೇವರೆ ನನಗೇಕೆ ಇಷ್ಟೆಲ್ಲಾ ಸುಖವನ್ನು ಕೊಟ್ಟೆ? ಎಂದು ನಾವು ಕೇಳಿದ್ದಿದೆಯಾ?! ಎಲ್ಲವೂ ನಿನ್ನ ದಯೆ ಭಗವಂತಾ ಎಂದು ಅವನಿಗೆ ಶರಣಾಗಿದ್ದಿದೆಯಾ? ಖಂಡಿತ ಇಲ್ಲ. ಬಂದಿರುವ ಭಾಗ್ಯವನ್ನು ನಮ್ಮದೇ ಸಾಧನೆಯ ಫಲವೋ, ನಮ್ಮ ಪುಣ್ಯದ ಫಲವೋ ಎನ್ನುವಂತೆ ಅನುಭವಿಸುತ್ತೇವೆ. ಹಿಗ್ಗುತ್ತೇವೆ. ಸಂಭ್ರಮಿಸುತ್ತೇವೆ.

ಅದೇ ಕಷ್ಟ ಬಂದಾಗ ಮಾತ್ರ ವೆಂಕಟರಮಣ ನೀನೇ ಗತಿ ಎಂದು ಹಲಬುತ್ತೇವೆ. ಯಾಕಪ್ಪಾ ನನಗೆ ಇಷ್ಟೆಲ್ಲ ಕಷ್ಟ ಕೊಟ್ಟಿರುವೆ? ಹೇಗಾದರೂ ಮಾಡಿ ನನ್ನನ್ನು ಪಾರುಮಾಡು ಎಂದು ಕಣ್ಣೀರಿಡುತ್ತೇವೆ. ಇದೇನು ದುರ್ವಿಧಿ ಎಂದು ಹಲುಬುತ್ತೇವೆ. ಹೇಗಿದೆ ನೋಡಿ ನಮ್ಮ ಮನಸ್ಸಿನ ಇಬ್ಬಗೆ ವರ್ತನೆ.

ನಮಗೆ ಸುಖ ಇರಲಿ. ಕಷ್ಟವೇ ಬರಲಿ ಎಲ್ಲವೂ ಬದುಕಿನ ಒಂದೊಂದು ಅನುಭವ ಎನ್ನುವ ಹಾಗೆ ಬಂದಿದ್ದನ್ನು ಅನುಭವಿಸುವುದನ್ನು

ರೂಢಿಸಿಕೊಳ್ಳಬೇಕು. ಹಗಲು ರಾತ್ರಿಗಳಂತೆ, ಸುಖ ದು:ಖ, ಮಾನಾಪಮಾನಗಳೂ ಬಂದು ಹೋಗುತ್ತ ಇರುತ್ತವೆ. ಇಲ್ಲಿ ಯಾವುದೂ ಶಾಶ್ವತವಲ್ಲ. ಎಲ್ಲವೂ ಬದಲಾಗುತ್ತಿರುತ್ತವೆ. ಬದಲಾವಣೆಯೊಂದೇ ಇಲ್ಲಿ ಶಾಶ್ವತ!

ಇದ್ದಿದ್ದನ್ನು ಇದ್ದಹಾಗೆಯೇ ಒಪ್ಪಿಕೊಳ್ಳಬೇಕು. ಬಂದಿದ್ದನ್ನು ಬಂದಹಾಗೆಯೇ

ಅನುಭವಿಸಬೇಕು. ಆಗ ಬದುಕು ಸಹನೀಯವಾಗುತ್ತದೆ. ನಮ್ಮ ಜೊತೆಗಿರುವವರಿಗೂ ನಮ್ಮಿಂದ ಸಹಾಯವಾಗುತ್ತದೆ. ಇಂತಹ ಮನಸ್ಥಿತಿಯ ಮನುಷ್ಯರು ಎಂಥೆಂತಹ ಭಯಾನಕ ರೋಗಗಳಿಂದ ಬದುಕಿ ಬಂದಿದ್ದಾರೆ. ಜೀವನದಲ್ಲಿ ಸಾಧನೆಯನ್ನು ಮಾಡುತ್ತಲೇ ಇದ್ದಾರೆ. ಇತ್ತೀಚೆಗಂತೂ ಕ್ಯಾನ್ಸರ್‌ಗೂ ಕ್ಯಾರೇ

ಎನ್ನದೇ ಅದನ್ನು ಸೋಲಿಸಿ ಬದುಕನ್ನು ಹಸನುಗೊಳಿಸಿಕೊಂಡವರು ನಮ್ಮ ಸುತ್ತಮುತ್ತಲೂ ಉದಾಹರಣೆಯಾಗಿ ಬದುಕಿ ತೋರಿಸುತ್ತಿದ್ದಾರೆ. ಅವರ ಧೈರ್ಯಕ್ಕೆ, ಧನಾತ್ಮಕ ಮನಸ್ಥಿತಿಗೆ, ಅವರೆಲ್ಲರ ಜೀವನ ಪ್ರೀತಿಗೆ ಒಂದು ಸಲಾಮ್! ರೋಗದಿಂದ ಸಾಯುವವರಿಗಿಂತಲೂ ರೋಗದ ಭಯದಿಂದ ಸಾಯುವವರೇ ಅಧಿಕ ಎಂದಿದ್ದಾರೆ ಪ್ರಾಜ್ಞರು.

ಅನಾರೋಗ್ಯವಾಗಲೀ, ಕಷ್ಟ, ನಷ್ಟವೇ ಆಗಲೀ, ಅದೂ ಕೂಡ ಒಂದು ಅನುಭವ. ಕುಗ್ಗದೇ, ಸಿಡುಕದೇ, ಹೆದರದೇ ಅದನ್ನು ಕೂಡ ಸಂಪೂರ್ಣವಾಗಿ ಅನುಭವಿಸಬೇಕು. ಅದನ್ನು ಒಂದು ಅನಿವಾರ್ಯ ಅವಕಾಶ ಎಂದುಕೊಂಡು ಅನುಭವಿಸುತ್ತಿದ್ದರೆ, ಸಮಯ ಸರಿಯುತ್ತಿದ್ದಂತೆಯೇ ಸಮಸ್ಯೆಯ ಕಲ್ಲು ಕರಗಲಿಕ್ಕೆ ಶುರುವಾಗುತ್ತದೆ. ಅದರ ಪರಿಹಾರಕ್ಕೆ ದಾರಿಯು ತೆರೆದುಕೊಳ್ಳುತ್ತದೆ. ಬದಲಾವಣೆಯೇ ಜಗದ ನಿಯಮ. ಅದನ್ನು ಒಪ್ಪಿಕೊಳ್ಳಬೇಕು. ಕಷ್ಟದ ಭಯದಿಂದ, ಸೋಲಿನ ಭಯದಿಂದ, ರೋಗದ ಭಯದಿಂದ ಮನಸ್ಸನ್ನು ಮಲಿನಗೊಳಿಸಿಕೊಳ್ಳಬಾರದು. ಯಾವಾಗಲೂ ನಮಗೇನು ಬೇಕಾಗಿದೆ ಎನ್ನುವುದರ ಬಗ್ಗೆಯೇ ಆಲೋಚಿಸುತ್ತ ಇರಬೇಕು. ಮನಸ್ಸನ್ನು ಸಮಾಧಾನದಿಂದ, ನೆಮ್ಮದಿಯಿಂದ ಇರುವಂತೆ ಹದಗೊಳಿಸಬೇಕು. ಸಮಸ್ಥಿತಿಯ ಮನಸ್ಸಿನ ಮನುಷ್ಯರಿಗೆ ಜೀವನದಲ್ಲಿ ಏರುಪೇರುಗಳ ಅಬ್ಬರ ಕಡಿಮೆ ಇರುತ್ತದೆ ಅಥವಾ ಎಂತದ್ದೇ ಅಬ್ಬರವಾದರೂ ಅವನ್ನು ಸಮಧಾನದಿಂದ ಎದುರಿಸುವ ಕಲೆ ಅವರಿಗೆ ರೂಢಿಯಾಗಿರುತ್ತದೆ.

ಅಂತಹ ಮನಸ್ಥಿತಿ, ಸಮಾಧಾನ, ನಮ್ಮದಿ, ಆರೋಗ್ಯ, ಸಂತೋಷ, ಯಶಸ್ಸು ಎಲ್ಲರಿಗೂ ಸಿಗುವಂತಾಗಲಿ. ಎಲ್ಲರೂ ಸಂತೋಷದಿಂದ, ಉಳಿದೆಲ್ಲರ ಸಂತೋಷಕ್ಕಾಗಿ ಬದುಕುವಂತಾಗಲಿ!

ನಾನೂಂದ್ರೆ ನಂಗಿಷ್ಟ / ಡಿ. ಎಂ. ಹೆಗಡೆ

'ಭಯ'ವೆನ್ನುವ ಬಂದಳಿಕೆ! 16

ಭಯವಿಲ್ಲದೇ ಇರುವವರು ಇಲ್ಲ!

ನಿಜ. ಭಯವೇ ಇಲ್ಲದ ಮನುಷ್ಯರು ಭೂಮಿಯ ಮೇಲಿಲ್ಲ. ಪ್ರತಿಯೊಬ್ಬರಿಗೂ ಒಂದಲ್ಲ ಒಂದು ಭಯ ಇದ್ದೇ ಇರುತ್ತದೆ. ಕೆಲವರಿಗೆ ಬಹಳಷ್ಟು ಭಯಗಳಿರುತ್ತವೆ. ಕೆಲವರು ತಮಗಿರುವ ಭಯವನ್ನು ಒಪ್ಪಿಕೊಳ್ಳುತ್ತಾರೆ. ಬಹಳಷ್ಟು ಜನರು ಹಾಗೆ ಒಪ್ಪಿಕೊಳ್ಳುವುದಿಲ್ಲ. ಆದರೆ ಭಯವೆನ್ನುವ ವ್ಯಾಧಿ ಮಾತ್ರ ಸರ್ವವ್ಯಾಪಿಯಾಗಿದೆ. ಕೆಲವರಿಗಂತೂ ಇದೊಂದು ಮಹಾವ್ಯಾಧಿಯಂತೆ ಉಲ್ಬಣಿಸಿರುತ್ತದೆ. ಕೆಲವರಿಗೆ ಅದರ ತೀವ್ರತೆ ಅಷ್ಟಾಗಿ ಇರುವುದಿಲ್ಲ. ಅವರು ಭಯವು ಇಲ್ಲದವರಂತೆ ಇರುತ್ತಾರೆ.

ಆದರೆ, ಭಯವಿಲ್ಲದೇ ಇರುವವರು ಮಾತ್ರ ಇಲ್ಲ!

ಭಯವೇ ಇಲ್ಲ ಎನ್ನುವವರಿಗೂ ಭಯವಿರುತ್ತದೆ. ಭಯ ಅವರೊಳಗೇ ಅವಿತುಕೊಂಡಿರುತ್ತದೆ. ಅದು ಅವರಿಗರಿವಿಲ್ಲದಂತೆಯೇ ಬದುಕಿನ ಬಹುಮುಖ್ಯ ಸಂದರ್ಭಗಳಲ್ಲಿ ಅನರೀಕ್ಷಿತವಾಗಿ ಧುತ್ತನೇ ವ್ಯಕ್ತವಾಗುತ್ತದೆ. ಆಗ ಸಾಕಷ್ಟು ಅನಾಹುತಗಳನ್ನು ಮಾಡಿಬಿಡುತ್ತದೆ. ಇದು ಭಯದ ಶಕ್ತಿ. ಭಯವನ್ನು ಮೀರಿದರೆ ಮಾತ್ರ ಬದುಕಿನ ಭವ್ಯತೆಯ ಅನುಭವವಾಗುತ್ತದೆ. ಹೀಗೆಂದು ಬಹಳ ಹಿಂದಿನಿಂದಲೂ ಸಾಧಕರು ಹೇಳುತ್ತಲೇ ಬಂದಿದ್ದಾರೆ. ಭಯವನ್ನು ಬಿಟ್ಟವನು ಭವವನ್ನು ಗೆದ್ದವನು ಎನ್ನುತ್ತಾರೆ. ಇನ್ನು ಭಯವನ್ನು ಬಿಡುವ ಪ್ರಯತ್ನವನ್ನು ಮಾಡಲಿಕ್ಕೂ ಭಯ ಅಂತಾರೆ ಬಹಳ ಜನ.

ತಾನು ಯಾರಿಗೂ ಹೆದರುವುದಿಲ್ಲ. ತನಗೆ ಯಾರ ಭಯವೂ ಇಲ್ಲ ಎಂದು ಕೆಲವರು ಹೇಳಿಕೊಳ್ಳುವುದನ್ನು ಕೇಳಿರುತ್ತೀರಿ. ಹಾಗೆ ಪದೇ ಪದೇ ಹೇಳುವವರಿಗೆ ನಿಜಕ್ಕೂ ಭಯವಿರುತ್ತದೆ! ತಮ್ಮೊಳಗಿನ ಭಯದ ಭಾವನೆಯನ್ನು ಅದುಮಿಡಲಿಕ್ಕಾಗಿ ಅವರು ಭಯವಿಲ್ಲ ಎನ್ನುವುದನ್ನು ಹೇಳಿಕೊಳ್ಳುತ್ತ ಇರುತ್ತಾರೆ. ಅವರ ಮಾತು ಮತ್ತು ವರ್ತನೆಗಳನ್ನು ನೋಡಿದವರು ಅವರಿಗೆ ಭಯವಿಲ್ಲ ಎನ್ನುವುದನ್ನು ನಂಬುತ್ತಾರೆ. 'ಅಯ್ಯೋ, ಅವರಾ, ಬಹಳ ಧೈರ್ಯದ ಮನುಷ್ಯ. ಯಾರಿಗೂ ಹೆದರುವುದಿಲ್ಲ. ಯಾರನ್ನು ಬೇಕಾದರೂ ಎದುರು ಹಾಕಿಕೊಳ್ಳುತ್ತಾರೆ' ಎನ್ನುವ ವಿಶೇಷಣವನ್ನು ಹೇಳುತ್ತಾರೆ. ಆದರೆ ಹಾಗೆ ಭಯವಿಲ್ಲದವನಂತಿದ್ದು, ಯಾರನ್ನಾದರೂ ಎದುರು ಹಾಕಿಕೊಳ್ಳುವಂತಹ ವ್ಯಕ್ತಿಗೆ ಅದರಿಂದ ಸಾಕಷ್ಟು ನಷ್ಟ, ನೋವು ಆಗುತ್ತದೆ. ನಿಜಕ್ಕೂ ನಿರ್ಭಯನಾಗಿರುವವರು ಯಾರನ್ನೂ ಹೆದರಿಸುವವರಾಗಲೀ, ತನಗೆ ಭಯವಿಲ್ಲ ಎನ್ನುವವರಾಗಲೀ ಅಥವಾ ಯಾರನ್ನಾದರೂ ಎದುರು ಹಾಕಿಕೊಳ್ಳುವವರಾಗಲೀ ಆಗಿರುವುದಿಲ್ಲ. ಅರ್ಧ ಜಗತ್ತನ್ನೇ ಅಮಾನುಷವಾಗಿ ಕಾಡಿದ್ದ ಕ್ರೂರಿ ಹಿಟ್ಲರ್ ನಿಜಕ್ಕೂ ಧೈರ್ಯವಂತನಾಗಿರಲಿಲ್ಲವಂತೆ. ಅತನ ಒಳಗೊಳಗೇ ಬೆಟ್ಟದಷ್ಟು ಭಯವಿರುವ ಮನುಷ್ಯನಾಗಿದ್ದನಂತೆ! ಕೊನೆಯಲ್ಲಿ ಆತ ಭಯದಿಂದ ಆತ್ಮಹತ್ಯೆ ಮಾಡಿಕೊಂಡನಂತೆ.

ಕಠಿಣವಾಗಿ ವರ್ತಿಸುವ ಪಾಲಕರ ಭಯ, ಶಿಕ್ಷಕರ ಭಯ, ನೀರಿನ ಭಯ, ಎತ್ತರದ ಭಯ, ಸೋಲಿನ ಭಯ, ಕತ್ತಲಿನ ಭಯ, ಪರೀಕ್ಷೆಯ ಭಯ, ಭೂತದ ಭಯ, ನರಕದ ಭಯ, ಕಳೆದುಕೊಳ್ಳುವ ಭಯ, ಹೆಂಗಸರ

ಭಯ, ಗಂಡಸರ ಭಯ, ಗಂಡನ ಭಯ, ಹೆಂಡತಿಯ ಭಯ, ಶಬ್ದದ ಭಯ, ಸಾವಿನ ಭಯ, ರೋಗದ ಭಯ, ಇಂಜೆಕ್ಷನ್ನಿನ ಭಯ, ದೇವರ ಭಯ.... ಹೀಗೇ ಉದ್ದುದ್ದ ಬೆಳೆಯಬಹುದಾದ ಭಯಗಳ ಪಟ್ಟಿಯೇ ಇದೆ. ಮನುಷ್ಯನಿಗೆ ಎಲ್ಲಕ್ಕಿಂತ ಹೆಚ್ಚು ಸಾವಿನ ಭಯ. ಅದು ಬಹುತೇಕ ಎಲ್ಲರಲ್ಲೂ ಇರುತ್ತದೆ.

ಬೇರೆ ಬೇರೆ ಸಂದರ್ಭಗಳಲ್ಲಿ ಮಗುವಿನಲ್ಲಿ ಬೇರೆ ಬೇರೆ ಭಯಗಳು ಬೇರೆ ಬೇರೆ ರೂಪಗಳಲ್ಲಿ ಸೇರಿಕೊಂಡಿರುತ್ತವೆ. ಸುಪ್ತಮನಸ್ಸಿನಲ್ಲಿ ಪದರು ಪದರುಗಳಾಗಿ ಸೇರಿಕೊಂಡಿರುವ ಭಯ, ಮುಂದೆ ವ್ಯಕ್ತಿಗೆ ಸಾಕಷ್ಟು ಕಷ್ಟಗಳನ್ನು ಕೊಡುವುದಂತೂ ಸತ್ಯ. ಭಯವೆನ್ನುವುದು ಮಾವಿನ ಮರಕ್ಕಿರುವ ಬಂದಳಿಕೆಯ ಹಾಗೆ. ಕಾಲಾನುಕ್ರಮದಲ್ಲಿ ಈ ಭಯವೆನ್ನುವ ಬಂದಳಿಕೆ ಮನುಷ್ಯನನ್ನು ನರಳಿಸಿ, ನರಳಿಸಿ ನಾಶಮಾಡುತ್ತದೆ. ಬದುಕನ್ನು ಅಶಾಂತಿ ಮತ್ತು ಅವಘಡಗಳಿಂದ ತುಂಬಿಬಿಡುತ್ತದೆ. ಯಾವುದೇ ಭಯವನ್ನಾದರೂ ಸಂಮೋಹನದಿಂದ ತೆಗೆಯಬಹುದು. ಆದರೆ ಹೆಂಡತಿಯ ಭಯವನ್ನು ಮಾತ್ರ ತೆಗೆಯಲಿಕ್ಕಾಗುವುದಿಲ್ಲ ಎಂದು ನನ್ನ ಸಂಮೋಹನದ ಗುರುಗಳು ತಮಾಷೆಯಾಗಿ ಹೇಳುತ್ತಿದ್ದರು!

“ **ಭಯವೆನ್ನುವ ಬಂದಳಿಕೆ ಮನುಷ್ಯನನ್ನು ನರಳಿಸಿ, ನರಳಿಸಿ ನಾಶಮಾಡುತ್ತದೆ. ಬದುಕನ್ನು ಅಶಾಂತಿ ಮತ್ತು ಅವಘಡಗಳಿಂದ ತುಂಬಿಬಿಡುತ್ತದೆ.** ”

ಭಯದಿಂದ ಬಳಲುತ್ತಿರುವವರಿಗೆ ಮಾತ್ರ ಅದರ ತೀವ್ರತೆಯ ಅರಿವಾಗಿರುತ್ತದೆ. ಭಯದ ಬಂಧನದಿಂದ ಹೊರಗೆ ಬರಲಿಕ್ಕೆ ಅವರು ಹೆಣಗುತ್ತಿರುತ್ತಾರೆ. ಬೀದಿಯ ಕೊನೆಯ ಮನೆಯ ವ್ಯಕ್ತಿಗೆ ಡೆಂಗ್ಯೂ ಬಂದಿರುವ ವಿಷಯ ತಿಳಿಯುತ್ತಿರುವಂತೆಯೇ ಭಯವಿರುವ ಮನುಷ್ಯ ಅದು ತನಗೂ ಬಂದೇ ಬರುತ್ತದೆ ಎಂದು ಭಯಬೀತನಾಗುತ್ತಾನೆ. ಅದು ಬರದಂತೆ ಅನಗತ್ಯ ಎನ್ನಿಸುವಷ್ಟು ಮುಂಜಾಗ್ರತೆಯನ್ನು ವಹಿಸುತ್ತಾನೆ. ದಿನಗಟ್ಟಲೇ ಗೂಗಲ್ ಮುಂದೆ ಕುಳಿತುಕೊಂಡು ಡೆಂಗ್ಯೂನ ಸಾಧಕ ಬಾಧಕಗಳ ಬಗ್ಗೆ ತಿಳಿದುಕೊಳ್ಳಲಿಕ್ಕೆ ಪ್ರಯತ್ನಿಸುತ್ತಾನೆ. ಪುಣ್ಯಕ್ಕೆ ಮುಂದೆ

ಆರುತಿಂಗಳಲ್ಲಿ ಅವನಿಗೆ ಯಾವ ಜ್ವರವೂ ಬರಲಿಕ್ಕಿಲ್ಲ! ಆದರೂ ಆತ ಡೆಂಗ್ಯೂ ಮಾರಿ ತನಗೂ ಅಪ್ಪಳಿಸಬಹುದೂಂತ ಹೆದರಿಕೊಂಡು ಕಂಗಾಲಾಗಿದ್ದರ ತೀವ್ರತೆ, ಅದರಿಂದ ಆತ ಪೇಚಾಡಿಕೊಂಡಿದ್ದು ಅವನಿಗಷ್ಟೇ ಗೊತ್ತು.

ಹೀಗೆಯೇ ಬೇರೆ ಬೇರೆಯವರನ್ನು ಭಯವು ಬೇರೆ ಬೇರೆ ರೀತಿಯಲ್ಲಿ ಕಾಡುತ್ತಿರುತ್ತದೆ. ಬಿಸಿನೆಸ್ಸಿನಲ್ಲಿ ನಷ್ಟವಾಗಬಹುದೂಂತ, ಹೆಂಡತಿ ಮನೆಬಿಟ್ಟು ಹೋಗಬಹುದೂಂತ, ಗಂಡನಿಗೆ ಬೇರೆ ಸಹವಾಸ ಇದ್ದಿರಬಹುದೂಂತ, ತಾನು ಎಣ್ಣೆ ದೀಪ ಹಚ್ಚದಿದ್ದರೆ ಶನಿದೇವರು ಖಂಡಿತವಾಗಿಯೂ ತನಗೆ ಕೆಡಕನ್ನು ಮಾಡುತ್ತಾನಂತ, ಸ್ಕೂಟರಿನಲ್ಲಿ ಹೋದರೆ ಬೇರೆಯವರು ಬಂದು ಡಿಕ್ಕಿ ಹೊಡೆಯಬಹುದೂಂತ, ತಾನು ಈವತ್ತು ರಾತ್ರಿ ಪ್ರಯಾಣಮಾಡಲಿರುವ ರೈಲು ಅಕಸ್ಮಾತ್ತಾಗೆ ಹಳಿತಪ್ಪಿ ಬೀಳಬಹುದೂಂತ.. ಹೀಗೇ ಮನಸ್ಸಿನಲ್ಲಿ ಭಯದ ನರ್ತನ ನಡೆದಿರುತ್ತದೆ. ವ್ಯಕ್ತಿಯನ್ನು ಅಯೋಮಯನನ್ನಾಗಿ ಮಾಡುತ್ತದೆ. ಇಂತವೇ ತಲೆ ಬುಡಗಳಿಲ್ಲದ ಭಯಗಳಿಂದ ಕೆಲವರು ಆಗಾಗ ಜ್ವರದಿಂದ, ವಾಂತಿ, ಲೂಸ್ ಮೋಶನ್ ಮುಂತಾದ ವಿಕಾರಗಳಿಂದ ಬಳಲುತ್ತಿರುತ್ತಾರೆ.

> **ಯಾವುದೇ ಪ್ರಾಣಿಗೂ ಇಲ್ಲದ ವೈವಿಧ್ಯಮಯವಾದ ಭಯಗಳಿರುವುದು ಮನುಷ್ಯನಿಗೆ ಮಾತ್ರ.**

ಇತ್ತೀಚಿಗೆ ನನ್ನ ಹತ್ತಿರ ಒಬ್ಬರು ಮಹಿಳೆ ಬಂದಿದ್ದರು. ಆಕೆಗೆ ಅರವತ್ತರ ಆಚೀಚೆಯ ವಯಸ್ಸು. ಅವರ ಹೃದಯ ಬಡಿತ ಬಹಳ ಜಾಸ್ತಿಯಾಗಿದೆಯಂತೆ. ಆ ಶಬ್ದ ಅವರ ಕಿವಿಗಳಲ್ಲಿ ಮಾರ್ದನಿಸುತ್ತಿದೆಯಂತೆ. ಆಗಾಗ ಎದೆಯ ಗೂಡನ್ನು ಬೇಧಿಸಿಕೊಂಡು ಹೊರಗೆ ಬಂದುಬಿಡುತ್ತದೆಯೇನೋ ಎನ್ನುವಷ್ಟು ವೇಗವಾಗಿ ಹೃದಯವು ಹೊಡೆದುಕೊಳ್ಳುತ್ತದೆಯಂತೆ. ಆಧುನಿಕ ಸೌಲಭ್ಯಗಳಿರುವ ಆಸ್ಪತ್ರೆಗಳಲ್ಲಿ ವೈದ್ಯರಿಗೆ ತೋರಿಸಿ ಪರೀಕ್ಷಿಸಿಕೊಂಡಿದ್ದಾರಂತೆ. ದೈಹಿಕವಾಗಿ ಅವರಿಗೆ ಯಾವುದೇ ತೊಂದರೆ ಇಲ್ಲವಂತೆ. ಆದರೂ ಅವರ ಹೃದಯದ ಬಡಿತ ಮಿತಿಮೀರಿ ಏರುತ್ತಲೇ ಇದೆಯಂತೆ. ಬೆಳಗಾಗುವುದರೊಳಗೆ ಸತ್ತೇ ಹೋಗುತ್ತೇನೋ ಎಂದೇ

ಹೆದರುತ್ತಾರಂತೆ. ಅದು ಆಕೆಯ ಸಮಸ್ಯೆ. ಇನ್ನೊಬ್ಬರು ಬಂದಿದ್ದರು. ಅವರದ್ದು ಬೇರೆ ರೀತಿಯ ಸಮಸ್ಯೆ. ಅವರಿಗೆ ಐವತ್ತರ ವಯಸ್ಸು. ಕೆಲವು ವರ್ಷಗಳಿಂದ ಸಕ್ಕರೆ ಕಾಯಿಲೆ ಇದೆ. ಅವರಿಗೆ ಭಯ ಜಾಸ್ತಿ. ಎಲ್ಲದರಲ್ಲೂ ಹಿಂಜರಿಕೆ. ಈ ಸ್ವಭಾವದಿಂದ ಅವರಿಗೆ ಬದುಕಿನಲ್ಲಿ ನಿರಾಸಕ್ತಿ. ಆತ್ಮಹತ್ಯೆ ಮಹಾಪಾಪ ಎನ್ನುವುದು ಗೊತ್ತಿರುವುದರಿಂದ ಬದುಕಿದ್ದಾರಂತೆ. ಮನೆಯವರೊಟ್ಟಿಗೆ ಬದುಕುವುದೆಂದರೆ ಅವಮಾನವಂತೆ. ದಿನವೂ ಒಂದಲ್ಲ ಒಂದು ಹಿಂಸೆಯಲ್ಲಿಯೇ ಬದುಕಿದ್ದಾರಂತೆ. ಅವರಿಗೆ ಧೈರ್ಯ ಬೇಕಂತೆ. ಎಷ್ಟು ಧೈರ್ಯ ಬೇಕೂಂತ ನಾನು ಸ್ವಲ್ಪ ಲಘುವಾಗಿಯೇ ಕೇಳಿದೆ. ಅದಕ್ಕೆ ಅವರು ಮಾತ್ರ ಬಹಳ ಗಂಭೀರವಾಗಿಯೇ, 'ಒಂದೇ ಒಂದು ಸಲ ಹೆಂಡತಿಯನ್ನು ಹಿಡಿದುಕೊಂಡು ರಪರಪನೆ ಹೊಡೆಯಬೇಕು ಸಾರ್, ಅಷ್ಟು ಧೈರ್ಯ ಬರುವಂತೆ ಮಾಡಿ ಸಾಕು' ಎಂದರು! ಅವರ ಮಾತಿನಿಂದ ನನಗೆ ಆಶ್ಚರ್ಯವಾಯಿತು. ಅವರ ಕಣ್ಣಲ್ಲಿ ನೀರಿಳಿಯುತ್ತಿತ್ತು. ಇನ್ನೊಂದು ಪಿಯೂಸಿ ಓದುತ್ತಿರುವ ಹುಡುಗನ ವ್ಯಥೆಯ ಕತೆ. ಅವನಿಗೆ ಓದುವುದರಲ್ಲಿ

ಅಷ್ಟೇನೂ ಆಸಕ್ತಿ ಇಲ್ಲ. ಆದರೂ ಓದಿ, ಕಲಿತು ಒಳ್ಳೆಯ ಕೆಲಸಕ್ಕೆ ಸೇರಿಕೊಳ್ಳ ಬೇಕು. ಸಮಾಜದಲ್ಲಿ ಉತ್ತಮ ವ್ಯಕ್ತಿಯಾಗಬೇಕು ಎಂದು ಅವನಿಗೆ ಆಸೆ ಇದೆ. ಹಾಗಾಗಿ ಕಷ್ಟಪಟ್ಟು ಓದುತ್ತಾನೆ. ಇಲ್ಲಿಯವರೆಗೆ ಡಿಸ್ಟಿಂಕ್ಸನ್ ಅಥವಾ ಫಸ್ಟ್ ಕ್ಲಾಸ್‌ನಲ್ಲಿ ಪಾಸಾಗುತ್ತ ಬಂದಿದ್ದಾನೆ. ಮುಂದಿನ ವರ್ಷ ಪಿಯೂಸಿಯ ಎರಡನೆಯ ವರ್ಷದ ಪರೀಕ್ಷೆ. ಮೊದಲ ವರ್ಷದ ಪರೀಕ್ಷೆಯ ದಿನಗಳಲ್ಲಿ ಅವನಿಗೆ ಬಹಳ ಕಷ್ಟವಾಗುತ್ತಿರುವುದು ಗಮನಕ್ಕೆ

ಬಂತು. ಪರೀಕ್ಷಾ ಕೊಠಡಿಯೊಳಗೆ ಹೋಗುತ್ತಿದ್ದ ಹಾಗೆಯೇ ಅವನಿಗೆ ಟೆನ್ಷನ್ ಏರುತ್ತಿತ್ತು. ಮೈ ಬೆವರುತ್ತಿತ್ತು. ಪ್ರಶ್ನೆ ಪತ್ರಿಕೆ ಕೈಗೆ ಬರುತ್ತಿದ್ದಂತೆಯೇ ಓದಿಕೊಂಡಿದ್ದೆಲ್ಲವೂ ಮರೆತುಹೋಗುತ್ತಿತ್ತು! ಬಹಳಷ್ಟು ಪ್ರಶ್ನೆಗಳಿಗೆ ಉತ್ತರವನ್ನಾತ ಓದಿ ತಯಾರಿಸಿಕೊಂಡಿದ್ದು ನೆನಪಾಗುತ್ತಿತ್ತಾದರೂ ಆ ಕ್ಷಣದಲ್ಲಿ ಸ್ಪಷ್ಟವಾದ ಉತ್ತರ ಮಾತ್ರ ಹೊಳೆಯುತ್ತಿರಲಿಲ್ಲ. ಇದರಿಂದ ಅವನಿಗೆ ಆಘಾತವಾಗುತ್ತಿತ್ತು. ಮನಸ್ಸಿನ ಒಳಗೊಳಗೇ ಕಸಿವಿಸಿ ಶುರುವಾಗಿ ಅವಮಾನವಾಗುತ್ತಿತ್ತು.

ನಿಜ. ಇಂತಹ ಬಹಳಷ್ಟು ಭಯಗಳನ್ನು ಸಂಮೋಹನ ಚಿಕಿತ್ಸೆಯ ಮೂಲಕ ಖಂಡಿತವಾಗಿಯೂ ಗುಣಪಡಿಸಬಹುದು. ಭಯದಿಂದ ಬಳಲುತ್ತಿರುವ ವ್ಯಕ್ತಿಗೆ ಈ ಚಿಕಿತ್ಸೆಯಲ್ಲಿ ಸಂಪೂರ್ಣವಾಗಿ ನಂಬಿಕೆ ಇರಬೇಕು ಎನ್ನುವುದು ಮಾತ್ರ ನೂರಕ್ಕೆ ನೂರು ಸತ್ಯ.

ಭಯಗಳಿಂದಾಗಿ ಬಹಳಷ್ಟು ಜನರಿಗೆ ರಾತ್ರಿ ಸರಿಯಾಗಿ ನಿದ್ರೆ ಬರುವುದಿಲ್ಲ. ಕಾಲುಗಳಲ್ಲಿ ಶಕ್ತಿಯೇ ಇಲ್ಲದವರಂತೆ ಒದ್ದಾಡುತ್ತಾರೆ. ಎರಡು ಸಲ ಸ್ಕೂಟರಿನಿಂದ ಬಿದ್ದವರು ಮತ್ತೆಂದೂ ಸ್ಕೂಟರನ್ನು ಓಡಿಸಲಾರದಷ್ಟು ಭಯಭೀತರಾಗುತ್ತಾರೆ. ಊಟದಲ್ಲಿ ಕಿಂಚಿತ್ ಉಪ್ಪು ಜಾಸ್ತಿಯಾದರೆ ಬಿಪಿ ಬರುತ್ತದೆ ಎಂದು ಭಯಪಡುತ್ತಾರೆ. ವಯಸ್ಸು ನಲವತ್ತರ ಹತ್ತಿರ ಬಂತು, ಇನ್ನು ಸಿಹಿತಿಂದರೆ ಕಷ್ಟ, ಶುಗರ್ ಬರಬಹುದೂಂತ ಭಯಪಡುತ್ತಾರೆ. ದೇಹದ ತೂಕ ಎರಡ್ಮೂರು ಕೆಜಿ ಜಾಸ್ತಿಯಾಗುತ್ತಿರುವಂತೆಯೇ ಹೆದರಿ ಡಯಟ್ ಶುರುಮಾಡುತ್ತಾರೆ. ಏನಕೇನ ಕಾರಣೇನ ದೇಹದ ತೂಕ ಒಂದಿಷ್ಟು ಕಡಿಮೆಯಾದರೆ ಶುಗರ್ರೇ ಬಂದಿದೆಯನೋ ಅಂತ ಭಯದಿಂದ ಆಸ್ಪತ್ರೆಗೆ ಓಡುತ್ತಾರೆ. ಆರಾಮಾಗಿರುವಾಗಲೇ ಬಹಳಷ್ಟು ಭಯಗಳನ್ನು ಆಹ್ವಾನಿಸಿಕೊಂಡು ನರಳುತ್ತ ಬದುಕುತ್ತಿರುತ್ತಾರೆ. ಜೀವಜಗತ್ತಿನ ಯಾವುದೇ ಪ್ರಾಣಿಗೂ ಇಲ್ಲದ ವೈವಿಧ್ಯಮಯವಾದ ಭಯಗಳಿರುವುದು ಮನುಷ್ಯನಿಗೆ ಮಾತ್ರ.

ರಾತ್ರಿ ಕತ್ತಲಿನಲ್ಲಿ ಕಾಲಿಗೆ ಹಾವು ಕಚ್ಚಿದ್ದರೂ ಅದನ್ನು ಹಾವೆಂದುಕೊಳ್ಳದೇ ಬದುಕಿರುವವರಿರುವಂತೆಯೇ, ಕತ್ತಲಿನಲ್ಲಿ ಕೈಗೆ ತಾಗಿದ್ದ ಹಗ್ಗವನ್ನು ಹಾವೆಂದುಕೊಂಡು ಹೌಹಾರಿ ಪ್ರಾಣವನ್ನೇ ಕಳೆದುಕೊಂಡವರ ಉದಾಹರಣೆಯೂ ಇದೆ!

ಹೀಗಿದೆ ನೋಡಿ, ಭಯದ ಭಯಾನಕತೆ!

ಹಾಗಾಗಿ ಭೂಮಿಯ ಮೇಲಿನ ಬದುಕನ್ನು ಭಯರಹಿತರಾಗಿ ಬದುಕಬೇಕು. ನಿರ್ಭಯರಾಗಿ ಬದುಕಬೇಕು. ಎದೆಯೊಳಗಿನ ಹೆದರಿಕೆಯನ್ನು ಗುರುತಿಸಿಕೊಂಡು ಸಾಧ್ಯವಾದಷ್ಟು ಬೇಗನೇ ಅದರ ನಿವಾರಣೆಗೆ ಸರಿಯಾದ ಚಿಕಿತ್ಸೆಯನ್ನು ತೆಗೆದುಕೊಳ್ಳಬೇಕು. ಶರೀರದ ಆರೋಗ್ಯಕ್ಕಿಂತಲೂ ಜಾಸ್ತಿ ಮನಸ್ಸಿನ ಆರೋಗ್ಯದ ಬಗ್ಗೆ ಗಮನವನ್ನು ಕೊಡಬೇಕು. ಯಾಕೆಂದರೆ ಶರೀರದ ಮೂಲಕ ವ್ಯಕ್ತವಾಗುವ ಬಹಳಷ್ಟು ವ್ಯಾಧಿಗಳು ಮೊದಲು ಮನಸ್ಸಿನಲ್ಲಿಯೇ ಹುಟ್ಟುತ್ತವೆ. ಕಾಲಕ್ರಮೇಣ ಅವು ಶರೀರದ ಮೂಲಕ ವ್ಯಕ್ತವಾಗುತ್ತವೆ. ಮನುಷ್ಯರನ್ನು ನರಳಿಸುತ್ತವೆ. ಅದರಿಂದ ಮೊದಲು ಮನಸ್ಸಿನ ನೆಮ್ಮದಿಗೆ ಮೊದಲ ಪ್ರಾಶಸ್ತ್ಯವನ್ನು ಕೊಡಬೇಕು. ಬದುಕನ್ನು ಹಸನಾಗಿ, ಸಹನೀಯವನ್ನಾಗಿ, ಸಂಭ್ರಮವನ್ನಾಗಿ ಮಾಡಿಕೊಳ್ಳಬೇಕು. ಗುಡ್ ಲಕ್!

ನನಗೇ ಹೀಗ್ಯಾಕೆ? 17

ಹೀಗೆಂದು ಆಗಾಗ ನಮ್ಮನ್ನು ನಾವು ಕೇಳಿಕೊಂಡಿರುತ್ತೇವೆ.

ಜೀವನ ಜಂಜಾಟದಲ್ಲಿ ಇದು ಪದೇ ಪದೇ ಎದುರಾಗುವ ಪ್ರಶ್ನೆಯೂ ಹೌದು. ಅನಿರೀಕ್ಷಿತವಾಗಿ ಸೋತಾಗ, ಆಗಬಾರದ್ದೇನೋ ಆದಾಗ ತೀರ ಹತಾಶರಾಗಿ ನನಗೇ ಹೀಗ್ಯಾಕಾಗುತ್ತದೆ? ಎಂದು ನಮ್ಮನ್ನು ನಾವು ಕೇಳಿಕೊಳ್ಳುತ್ತೇವೆ. ಈ ಪ್ರಶ್ನೆಗೆ ಉತ್ತರ ಮಾತ್ರ ಸಿಗುವುದಿಲ್ಲ. ಆದರೇನಂತೆ, ಪ್ರಶ್ನೆಯೂ ಮುಗಿಯುವುದಿಲ್ಲ!

ನಮ್ಮ ಹಾಗೆ ಕೋಟ್ಯಾಂತರ ಜನಗಳಿರುವ ಈ ಭೂಮಿಯ ಮೇಲೆ ನಾನೇ ಯಾಕೆ? ಎಂಬ ಪ್ರಶ್ನೆ ನಮ್ಮ ಕಷ್ಟಕಾರ್ಪಣ್ಯದಲ್ಲಿ, ದುಃಖದಲ್ಲಿ

ಸಾಮಾನ್ಯವಾಗಿ ಕಾಡುತ್ತದೆ. ಪದೇ ಪದೇ ಬಂದೆರಗುವ ಕಷ್ಟಗಳು, ಜರ್ಜರಿತರನ್ನಾಗಿ ಮಾಡುವ ಸಮಸ್ಯೆಗಳಿಗೆ ಪರಿಹಾರವು ಕಾಣದೇ ಇದ್ದಾಗ ನಮ್ಮನ್ನು ನಾವು ಕೇಳಿಕೊಳ್ಳುವ ಸಾಮಾನ್ಯ ಪ್ರಶ್ನೆ:

ನನಗೇ ಹೀಗ್ಯಾಕೆ?

ಗೆಳೆಯನು ಮೋಸ ಮಾಡಿದಾಗ, ಪರೀಕ್ಷೆಯಲ್ಲಿ ನಪಾಸಾದಾಗ, ಗೆಳತಿಯು ಕೈಕೊಟ್ಟಾಗ, ಸಾಲ ತೆಗೆದುಕೊಂಡವನು ಹೇಳಿದ ಸಮಯಕ್ಕೆ ವಾಪಸು ಕೊಡದಿದ್ದಾಗ, ಟ್ರಾಫಿಕ್ಕು ಜಾಮಾದಾಗಲೇ ಪೋಲೀಸಿನವರು ತಪಾಸಣೆಗಾಗಿ ನಿಲ್ಲಿಸಿಕೊಂಡಾಗ, ಆಟೋದವನು ಚಿಲ್ಲರೆ ಕೊಡದೇ ಜಗಳ ಮಾಡಿದಾಗ, ಬಸ್‌ಸ್ಟ್ಯಾಂಡಿಗೆ ಬಂದು ತಾಸಾದರೂ ನಾವು ಹೋಗಬೇಕಾದಲ್ಲಿಗೆ ಹೋಗುವ ಬಸ್ಸು ಬರದೇ ಇದ್ದಾಗ, ಬಾತ್‌ರೂಮಿನಲ್ಲಿ ಜಾರಿಬಿದ್ದು ಕಾಲು ಉಳುಕಿಸಿಕೊಂಡಾಗ, ಮೂರನೆಯದ್ದೂ ಹೆಣ್ಣು ಮಗುವಾದಾಗ, ಎಷ್ಟೇ ಹುಡುಕಿದರೂ ಒಂದು ಸರಿಸುಮಾರಾದ ಬಾಡಿಗೆ ಮನೆಯೂ ಸಿಕ್ಕದಿದ್ದಾಗ... ಹೀಗೇ ಬಹಳಷ್ಟು ಸಂದರ್ಭಗಳಲ್ಲಿ ನಾವು ನನಗೇ ಹೀಗ್ಯಾಕಾಗುತ್ತದೆ ಎಂದು ಗೋಳಾಡುತ್ತೇವೆ. ನಮ್ಮ ದುರ್ವಿಧಿಯ ಬಗ್ಗೆ ದು:ಖಿಸುತ್ತೇವೆ. ಆಗಬಾರದ ಅನಾಹುತವೇನೋ ಆಗಿಹೋಯಿತು ಎನ್ನುವ ಹಾಗೆ ಪರದಾಡುತ್ತೇವೆ. ಅದರ ಪರಿಣಾಮವಾಗಿ ಆಟೋದವನ ಜೊತೆಗೆ ಜಗಳವಾಡುತ್ತೇವೆ. ಎಷ್ಟೇ ಆಪ್ತನಾದರೂ, ಎಂಥದ್ದೇ ಕಷ್ಟವೆಂದು ಹೇಳಿದರೂ ಇನ್ನು ಮುಂದೆ ಯಾರಿಗೂ ಕಿಂಚಿತ್ತೂ ಧನಸಹಾಯವನ್ನಂತೂ ಮಾಡಬಾರದು ಎಂದು ಅಂದುಕೊಳ್ಳುತ್ತೇವೆ.

ನಮ್ಮ ಅಸಹಾಯಕತೆಯ ಬಗ್ಗೆ ನಮ್ಮನ್ನೇ ನಾವು ಹಳಿದುಕೊಳ್ಳುತ್ತೇವೆ. ಹೇಗೇ ನೋಡಿದರೂ ಇವೆಲ್ಲವುಗಳಿಂದ ನಮ್ಮ ಮನಸ್ಸಿನ ನೆಮ್ಮದಿ ಹಾಳಾಗುತ್ತದೆ. ನಮ್ಮ ದಿನಚರಿ ಹದಗೆಡುತ್ತದೆ. ನಿಜಕ್ಕೂ ನಾವಲ್ಲದ ವ್ಯಕ್ತಿಯಂತೆ ವರ್ತಿಸುತ್ತಿರುವುದನ್ನು ಕಾಣುತ್ತೇವೆ. ಇದರಿಂದ ನಮಗೆ ನಿಜಕ್ಕೂ ಲಾಸಾಗುತ್ತದೆ.

ಅದೇ, ನಮಗೆ ಅನಿರೀಕ್ಷಿತವಾದ ಸಂತೋಷವಾದಾಗ, ಅಕಸ್ಮಾತ್ ಲಾಟರಿಯಲ್ಲಿ ಲಕ್ಷಗಟ್ಟಲೇ ಬಹುಮಾನ ಬಂದಾಗ, ಬಹಳ ಜನರಿಗೆ ಬಂದು ನರಳಿಸುತ್ತಿರುವ ಡೆಂಗ್ಯೂವೋ, ಚಿಕನ್ ಗುನ್ಯವೋ ನಮಗೆ ಬರದಿದ್ದಾಗ, ವಯಸ್ಸಿಗೆ ಸಹಜವೇನೋ ಎನ್ನುವ ಹಾಗೆ ಎಲ್ಲರೂ ಮಾತನಾಡಿಕೊಳ್ಳುವ

ಸಕ್ಕರೆ ಖಾಯಿಲೆ ನಲವತ್ತಾದರೂ ಬರದಿದ್ದಾಗ, ಕುಡಿಯುವ, ಸೇದುವ ಅಭ್ಯಾಸವಿಲ್ಲದ ಗಂಡ ಸಿಕ್ಕಾಗ, ವಾರಕ್ಕೆರಡು ದಿವಸ ಅದುಬೇಕು, ಇದುಬೇಕು ಎಂದು ಮಾತು ಮಾತಿಗೆ ಕಿರಿಕಿರಿಮಾಡದ ಹೆಂಡತಿ ಸಿಕ್ಕಾಗ... ಹೀಗೆಯೇ ಬದುಕಿನಲ್ಲಿ ಬಹಳಷ್ಟು ಒಳ್ಳೆಯದಾದಾಗ ಅಪ್ಪಿತಪ್ಪಿಯೂ ನಾವು 'ನನಗೇ ಹೀಗ್ಯಾಕೆ?!' ಅಂತ ಪ್ರಶ್ನಿಸಿಕೊಳ್ಳುತ್ತೀವಾ?

ಖಂಡಿತವಾಗಿಯೂ ಇಲ್ಲ!

ಆವಾಗೆಲ್ಲಾ ನಮ್ಮ ಅದೃಷ್ಟದ ಬಗ್ಗೆ ಹೆಮ್ಮೆ ಪಟ್ಟುಕೊಳ್ಳುವುದಿಲ್ಲ. ಬದುಕಿನಲ್ಲಿ ನಮಗೆ ಇವಿಷ್ಟೆಲ್ಲ ಸುಖ ಸಂತೋಷವನ್ನು ಕೊಟ್ಟ ದೇವರನ್ನು ಕೃತಜ್ಞತೆಯಿಂದ ನೆನಪಿಸಿಕೊಳ್ಳುವುದಿಲ್ಲ. ಹಿಂದಿನ ಹರಕೆಯನ್ನು ತೀರಿಸುವುದನ್ನೂ ನೆನಪಿಟ್ಟುಕೊಳ್ಳುವುದಿಲ್ಲ. ಎಲ್ಲವನ್ನೂ ಸಹಜವಾಗಿಯೇ ಸಂತೋಷದಿಂದ ಅನುಭವಿಸುತ್ತ ಬದುಕಿಬಿಡುತ್ತೇವೆ.

ರಾಜನೊಬ್ಬ ತನ್ನ ಮಂತ್ರಿಗೆ ಒಂದು ವಾಕ್ಯವನ್ನು ಬರೆಯಬೇಕೆಂದೂ, ಆ ವಾಕ್ಯದಿಂದ ಸಂತೋಷವೂ ದು:ಖವೂ ಆಗುವಂತಿರಬೇಕೆಂದೂ, ಅದಾಗದಿದ್ದರೆ ಮಂತ್ರಿಯನ್ನು ಕಠಿಣವಾದ ಶಿಕ್ಷೆಗೆ ಗುರಿಪಡಿಸುತ್ತೇನೆಂದೂ ಹೇಳಿದನಂತೆ. ಆಗ ಚಾಣಾಕ್ಷನಾದ ಮಂತ್ರಿಯೂ, "ಇದು ಬದಲಾಗುತ್ತದೆ!" (It will change) ಅಂತ ಒಂದು ವಾಕ್ಯವನ್ನು ಹೇಳಿದನಂತೆ. ಇದರರ್ಥ ಸಂತೋಷವಾಗಲೀ, ದು:ಖವಾಗಲೀ ಶಾಶ್ವತವಲ್ಲ. ಯಾವುದಾದರೂ ಸರಿಯೇ ಸ್ವಲ್ಪ ಸಮಯದಲ್ಲಿ ಮುಗಿದು ಹೋಗುತ್ತದೆ. ಆ ವಾಕ್ಯದ ಅರ್ಥವನ್ನು ತಿಳಿದುಕೊಂಡ ಮಹಾರಾಜನು ಮಂತ್ರಿಗೆ ಚಿನ್ನದ ಹಾರವನ್ನಿತ್ತು ಸನ್ಮಾನಿಸಿದನಂತೆ!

ಈ ಕತೆಯನ್ನು ಉದಾಹರಣೆಯನ್ನಾಗಿ ಇಟ್ಟುಕೊಂಡು ನಾವು ನಮ್ಮ ದಿನನಿತ್ಯದ ಜೀವನವನ್ನು ಬದುಕಬೇಕು. ಸಮಸ್ಯೆ ಬಂದಾಗ ತಕ್ಷಣಕ್ಕೆ ಗಾಬರಿಗೊಳ್ಳಬಾರದು. 'ಕಲ್ಲಾಗು ಕಷ್ಟಗಳ ಮಳೆಸುರಿಯೆ..' ಎನ್ನುವ ಕವಿವಾಣಿಯನ್ನು ನೆನಪಿಸಿಕೊಳ್ಳಬೇಕು. ಕಷ್ಟವೇನೂ ಶಾಶ್ವತವಾಗಿ ಇರುವುದಿಲ್ಲ. ಇದು ಮುಗಿಯುತ್ತಿರುವಂತೆಯೇ ಸಂತೋಷ ಬರಲೇಬೇಕು ಎನ್ನುವುದನ್ನು ತಿಳಿದುಕೊಂಡಿರಬೇಕು. ಹಾಗೆಯೇ ಸಂತೋಷವಾದಾಗ ಉಬ್ಬಿಹೋಗಬಾರದು. ಎರಡೂ ಸಂದರ್ಭಗಳನ್ನು ಸರಿಸಮನಾಗಿ ಸ್ವೀಕರಿಸುವದನ್ನು ರೂಢಿ ಮಾಡಿಕೊಳ್ಳಬೇಕು. ಎರಡೂ ಸಂದರ್ಭಗಳಲ್ಲಿ

ಕಡಿಮೆ ಮಾತನ್ನಾಡುವುದು ನಿಜ್ಕೂ ಹಿತ. ಮನಸ್ಸು ಉದ್ವೇಗಗೊಂಡಾಗ ಆಡುವ ಮಾತು ಅಪಾಯಕಾರಿಯಾಗುವ ಸಾಧ್ಯತೆ ಹೆಚ್ಚಾಗಿರುತ್ತದೆ.

ಒಬ್ಬ ಆಟೋದವನು ಚಿಲ್ಲರೆಯನ್ನು ಕೊಡದೇ ಜಗಳಮಾಡಿದನೆಂದರೆ ಎಲ್ಲ ಆಟೋದವರೂ ಹಾಗಿಯೇ ಇರುವುದಿಲ್ಲ ಎನ್ನುವ ವಾಸ್ತವವನ್ನು ಅರಿತುಕೊಳ್ಳಬೇಕು. ನಾವು ಒಡನಾಡುವುದು ನೂರಾರುಜನರೊಂದಿಗೆ. ಅವುಗಳಿಂದಾದ ಅನುಭವದಿಂದ ನಾವು ಎಲ್ಲವನ್ನೂ ನಿರ್ಧರಿಸಿಬಿಡುತ್ತೇವೆ. ಕೋಟ್ಯಾಂತರ ಜನರಿರುವಲ್ಲಿ ನೂರಾರು ಜನರಿಂದಾದ ಅನುಭವ ನಿಜಕ್ಕೂ ಬಹಳ ಚಿಕ್ಕದಾಗಿರುತ್ತದೆ.

ನಮಗೆ ನೋವು ಕೊಟ್ಟವರನ್ನು ಅಲ್ಲಿಗೇ ಬಿಟ್ಟು ಮುಂದಕ್ಕೆ ಹೋಗಬೇಕು.

ಯಾರೋ ಕೆಲವರು ನಮಗೆ ಕಹಿಯನ್ನು ಕೊಟ್ಟರೂಂತ ನಾವು ಯಾರಿಗೂ ಸಿಹಿಯನ್ನು ಕೊಡಬಾರದು ಎಂದು ನಿರ್ಧರಿಸಬಾರದು. ಸಿಹಿಯನ್ನು ಕೊಡುತ್ತಿರುವುದು, ನಮಗಿಂತ ಅಶಕ್ತರಿಗೆ ನಮ್ಮಿಂದಾದ ಸಹಾಯವನ್ನು ಮಾಡುವುದು, ಎಲ್ಲರೊಟ್ಟಿಗೆ ಒಳ್ಳೊಳ್ಳೆಯ ಮಾತನಾಡುತ್ತ, ಸುಮಧುರವಾದ ಮಾನವೀಯ ಸಂಬಂಧವನ್ನು ಇಟ್ಟುಕೊಂಡು, ಬದುಕಿರುವಷ್ಟು ಕಾಲ ನೆಮ್ಮದಿಯಿಂದ ಇರುವ ಅವಕಾಶವನ್ನು ಬಿಡಬಾರದು. ನಾವು ರೂಢಿಸಿಕೊಂಡ ಒಳ್ಳೆಯ ಗುಣ ನಮ್ಮ ವ್ಯಕ್ತಿತ್ವದಿಂದ ಹೊರಗೆ ಹೋಗದಂತೆ ನಾವಿರಬೇಕು.

ನಮ್ಮ ಮನಸ್ಸನ್ನು ಸದಾಕಾಲ ಗಮನಿಸಿಕೊಳ್ಳುವುದನ್ನು ಅಭ್ಯಾಸ ಮಾಡಿಕೊಳ್ಳಬೇಕು. ಅದರ ಏರಿಳಿತಗಳನ್ನು ಗಮನಿಸಬೇಕು. ಅದರ ಆಲೋಚನೆಗಳನ್ನು, ಬೇಕು–ಬೇಡಗಳನ್ನು ಗಮನಿಸಬೇಕು. ಅದರ ಆರೋಗ್ಯದ ಬಗ್ಗೆ ಗಮನವನ್ನು ಕೊಡಬೇಕು. ಮನಸ್ಸು ಮತ್ತು ಶರೀರದ ಸಂಬಂಧ ಸಮತೋಲನದಿಂದ ಇರುವ ಹಾಗೆ ಇರಬೇಕು. ನಮಗೆ ಬದುಕಿನಲ್ಲಿ ಇರುವ ಸಂತೋಷಗಳ ಬಗ್ಗೆ, ಅದೃಷ್ಟದ ಬಗ್ಗೆ, ಸ್ನೇಹಿತರುಗಳ ಬಗ್ಗೆ, ಸಂಬಂಧಿಕರ ಬಗ್ಗೆ, ಮಕ್ಕಳ ಬಗ್ಗೆ ನಾವು ಮನಸ್ಸಿನಾಳದಿಂದ ಹೆಮ್ಮೆಪಡುತ್ತಿರಬೇಕು. ನಾವು ಯಾವುದರ ಬಗ್ಗೆ ಹೆಚ್ಚು ಹೆಚ್ಚು ಹೆಮ್ಮೆಯನ್ನೂ, ಸಂತೋಷವನ್ನೂ ಪಡುತ್ತ ಇರುತ್ತೇವೆಯೋ ಅವುಗಳಿಂದ ನಮಗೆ ಯಾವಾಗಲೂ ಹೆಚ್ಚೆಚ್ಚು ನೆಮ್ಮದಿ ಸಿಗುತ್ತಲೇ ಇರುತ್ತದೆ! ಇದನ್ನು ಅಭ್ಯಾಸದ ಮೂಲಕ ಕಂಡುಕೊಂಡು ಸುಖವಾಗಿ ಬದುಕುವುದನ್ನು ರೂಢಿಸಿಕೊಳ್ಳಬೇಕು. ಬದುಕಿನ ಭವ್ಯತೆಯನ್ನು ಕಂಡು ಅನುಭವಿಸುವ ಅವಕಾಶಗಳನ್ನು ನೋಡುತ್ತ ನಮ್ಮನ್ನು ನಾವೇ ಸಂತೋಷದಿಂದ ಧಾರಾಳವಾಗಿ ಪ್ರಶ್ನಿಸಿಕೊಳ್ಳಬಹುದು:

ನನಗೇ ಹೀಗ್ಯಾಕೆ?!

ಎಲ್ಲರ ಬದುಕಿನಲ್ಲೂ ಸಂತೋಷ ತುಂಬಲಿ ಅಂತಲೂ ಅಂದುಕೊಳ್ಳಬಹುದು. ಅದರಿಂದಲೂ ನಮ್ಮ ಆರೋಗ್ಯ, ನೆಮ್ಮದಿ ಹೆಚ್ಚಾಗುತ್ತದೆ!

ನಾನೂಂದ್ರೆ ನಂಗಿಷ್ಟ / ಡಿ. ಎಂ. ಹೆಗಡೆ

ಚಿಂತೆಯ ಸಂತೆಯೊಳಗೆ... 18

ಮನಸ್ಸು ಚಿಂತೆಯ ಸಂತೆಯಾಗಿದೆ. ನೆಮ್ಮದಿಯಿಂದ ನಿದ್ರೆಯೂ ಬರುತ್ತಿಲ್ಲ. ಯಾವ ಕೆಲಸವನ್ನು ಮಾಡಲಿಕ್ಕೂ ಉತ್ಸಾಹವಿಲ್ಲ. ಕಣ್ಣುರಿ. ತಲೆಬಿಸಿ.

ಹೀಗಂದವರಿಗೆ ಅಜಮಾಸು ಮೂವತ್ತೈದು ವರ್ಷ ವಯಸ್ಸು. ಒಳ್ಳೆಯ ಸಂಬಳ ಬರುವ ಕೆಲಸದಲ್ಲಿದ್ದಾರೆ. ಮದುವೆಯಾಗಿದೆ. ಒಂದು ಮಗುವಿದೆ. ಸರ್ವಸಾಮಾನ್ಯರಂತೆ ಜೀವನ ಚಕ್ರ ಸರಿಯಾಗಿ ಸಾಗುತ್ತಿದೆ. ಆದರೂ ಮನಸ್ಸಿನಲ್ಲಿ ಚಿಂತೆ ಅವತರಿಸಿದೆ. ಬದುಕನ್ನು ಆವರಿಸಿದೆ.

ಚಿಂತೆಯ ಸಂತೆಯೊಳಗೆ ಹೋಗಲಿಕ್ಕೆ ಇರುವುದು ಒಂದೇ ದಾರಿ. ಅಲ್ಲಿಂದ ಹೊರ ಬರುವುದಕ್ಕೆ ದಾರಿ ಇಲ್ಲ. ಅಲ್ಲಿಗೆ ಹೋಗುವ ಮೊದಲು ನಾವು ಅಲ್ಲಿಗೆ ಹೋಗುತ್ತಿರುವುದರ ಬಗ್ಗೆ ನಮಗೆ ಒಂದಿಷ್ಟೂ ಸುಳಿವು ಸಿಗುವುದಿಲ್ಲ. ಚಿತೆಯ ಮೇಲಿರುವವನಿಗೆ ಮಾತ್ರ ಚಿಂತೆ ಇಲ್ಲ ಎನ್ನುತ್ತಾರೆ. ಅಂದರೆ ಬದುಕಿರುವ ಎಲ್ಲರಿಗೂ ಚಿಂತೆ ಇದ್ದೇ ಇದೆ. ಚಿಂತೆ ಇಲ್ಲದೇ ಬದುಕೇ ಇಲ್ಲ ಎನ್ನುವಂತಾಗಿದೆ ಜನ ಜೀವನ. ಚಿಂತೆಯ ಬಲೆಯೊಳಗೆ

ಬಿದ್ದರೆ ಅದು ಮನುಷ್ಯನನ್ನು ಬಲು ಬೇಗನೇ ಚಿತೆಯನ್ನು ಏರುವಂತೆ ಮಾಡುತ್ತದೆ.

ಅದು ಚಿಂತೆಗಿರುವ ಶಕ್ತಿ!

ಸೋಮವಾರದಿಂದ ಶನಿವಾರದವರೆಗೆ ಕೀ ಕೊಟ್ಟು ಬಿಟ್ಟ ಯಂತ್ರದಂತೆ ಕೆಲಸ. ವಾರಾಂತ್ಯದಲ್ಲಿ ಮನೆಗೆಲಸ, ಆಪ್ತೇಷ್ಟರ ಭೇಟಿ. ಆಫೀಸು, ದೇವಸ್ಥಾನ, ಶಾಪಿಂಗ್, ಸಿನಿಮಾ, ಅದೂ ಇದೂ ಅಂತೆಲ್ಲ ಸದಾ ಅವಿಶ್ರಾಂತರಾಗಿರುತ್ತೇವೆ. ಹೀಗೆ ನಿತ್ಯ ಅವಿಶ್ರಾಂತ ಜೀವನ ವಿಧಾನದಲ್ಲಿ ದಿನಕಳೆದಂತೆ ಸುಲಭವಾಗಿ ಹೋಗಿ ಸೇರುವುದು ಚಿಂತೆಯ ಸಂತೆಯನ್ನು. ಅದೊಂದು ಥರ ಚಕ್ರವ್ಯೂಹ ಇದ್ದಂತೆ. ಅದರೊಳಗೆ ಸೇರಿಕೊಂಡವರೆಲ್ಲರೂ ವೀರ ಅಭಿಮನ್ಯುಗಳೇ!

ಕೆಲವರಿಗೆ ಸರಿಯಾದ ಕೆಲಸವಿಲ್ಲ ಎನ್ನುವ ಚಿಂತೆ. ಕೆಲವರಿಗೆ ಮಾಡುವ ಕೆಲಸಕ್ಕೆ ಸರಿಯಾದ ಪ್ರತಿಫಲವಿಲ್ಲ ಎನ್ನುವ ಚಿಂತೆ. ಕೆಲವರಿಗೆ ಮಕ್ಕಳಿಲ್ಲ ಎನ್ನುವ ಚಿಂತೆಯಾದರೆ ಇನ್ನು ಕೆಲವರಿಗೆ ಎದೆಎತ್ತರ ಬೆಳೆದ ಮಕ್ಕಳು ಸರಿಯಾಗಿಲ್ಲ ಎನ್ನುವ ಚಿಂತೆ. ಕೆಲವರಿಗೆ ಮದುವೆಯಾಗಿಲ್ಲ ಎನ್ನುವ ಚಿಂತೆಯಾದರೆ ಮತ್ತೆ ಕೆಲವರಿಗೆ ಯಾಕಾದರೂ ಮದುವೆಯಾದೆವೋ ಎನ್ನುವ ಚಿಂತೆ. ಸ್ವಂತ ಸೈಟು–ಮನೆ ಇಲ್ಲ ಎನ್ನುವ ಚಿಂತೆ ಕೆಲವರಿಗಾದರೆ ಮತ್ತೆ ಕೆಲವರಿಗೆ ಊರುತುಂಬಾ ಇರುವ ಸೈಟು–ಮನೆಗಳನ್ನು ಕಾಪಾಡಿಕೊಳ್ಳುವ ಚಿಂತೆ. ನಾವು ಎಷ್ಟು ಬೇಗ ದೊಡ್ಡವರಾಗುತ್ತೇವಪ್ಪಾ ಎನ್ನುವ ಚಿಂತೆ ಮಕ್ಕಳಿಗಾದರೆ ಮತ್ತೆ ಮಧ್ಯವಯಸ್ಕರಿಗೆ ವಯಸ್ಸಾಗಿ ಹೋಗುತ್ತಿದೆಯಲ್ಲ ಎನ್ನುವ ಚಿಂತೆ! ಹೀಗೆ ಒಬ್ಬೊಬ್ಬರಿಗೂ ಒಂದಷ್ಟು ಚಿಂತೆಗಳು. ಕೆಲವೇ ಕೆಲವರಿಗೆ ಮಾತ್ರ ಕಾಡುವ ಚಿಂತೆಯಿಂದ ಹೇಗಪ್ಪಾ ಪಾರಾಗುವುದು ಎನ್ನುವ ಚಿಂತೆ!

ಮನಸ್ಸಿನ ಹೊಲದಲ್ಲಿ ಚಿಂತೆಯ ಬೀಜ ಯಾವಾಗ ಬಿತ್ತಲ್ಪಟ್ಟಿತೋ ಎನ್ನುವುದು ಯಾರಿಗೂ ತಿಳಿದಿರುವುದಿಲ್ಲ. ಅದು ಮರವಾಗಿ ಬೆಳೆದು ರೆಂಬೆಕೊಂಬೆಗಳ ತುಂಬಾ ಹೂವು ಹಣ್ಣುಗಳನ್ನು ಬಿಟ್ಟು ವಿಜೃಂಭಿಸುವಾಗ ಅದರ ದುಷ್ಪರಿಣಾಮಗಳ ಅರಿವಾಗುತ್ತದೆ. ಆ ಚಿಂತೆಯ ಮರದ ಮೂಲವನ್ನು ಹುಡುಕಿ, ಅದನ್ನು ಕತ್ತರಿಸಿ, ಒಣಗಿಸಿ, ಮನಸ್ಸಿನಿಂದ ಹೊರಕ್ಕೆ ಕಿತ್ತೊಗೆಯದಿದ್ದರೆ ಬದುಕಿನಲ್ಲಿ ಸುಖ–ಶಾಂತಿ,

ನೆಮ್ಮದಿಯನ್ನು ಅನುಭವಿಸಲಿಕ್ಕಾಗುವುದಿಲ್ಲ. ಬದುಕಿನ ಭವ್ಯತೆಯನ್ನು ಕಾಣಲಿಕ್ಕಾಗುವುದಿಲ್ಲ. ಚಿಂತೆಯ ಫಸಲು ಹುಲುಸಾಗಿ ಬೆಳೆದಿರುವಾಗ ಬದುಕಿನ ರಸಾನುಭವವಾಗಲಿಕ್ಕೆ ಸಾಧ್ಯವಿಲ್ಲ.

> **"ಚಿಂತೆಯ ಸಂತೆಯೊಳಗೆ ಹೋಗಲಿಕ್ಕೆ ಇರುವುದು ಒಂದೇ ದಾರಿ. ಅಲ್ಲಿಂದ ಹೊರಬರುವುದಕ್ಕೆ ದಾರಿ ಇಲ್ಲ. ಅದೊಂದು ಚಕ್ರವ್ಯೂಹವಿದ್ದಂತೆ. ಅಲ್ಲಿರುವವರೆಲ್ಲರೂ ವೀರ ಅಭಿಮನ್ಯುಗಳೇ!"**

ಚಿಂತೆಗಳ ಸಂತೆಯಲ್ಲಿ ಜೀಕುತ್ತ ಜೋಲುತ್ತ ಬದುಕುವುದರಲ್ಲಿ ಸೊಗಸೇನಿದೆ?
ನೀವಿವತ್ತು ಊಟ-ತಿಂಡಿ ಮಾಡಿದಿರಿ ತಾನೆ?
ನಿನ್ನೆ ರಾತ್ರಿ ಸುಖವಾಗಿ ನಿದ್ರೆ ಮಾಡಿದಿರಿ ತಾನೆ?
ನಿಮಗೆ ಇರಲಿಕ್ಕೊಂದು ಮನೆ ಇದೆತಾನೆ?
ನಿಮಗೊಂದು ಒಳ್ಳೆಯ ಹೃದಯವಿದೆಯಷ್ಟೇ?
ನಿಮ್ಮ ನೆರಮನೆಯವರನ್ನೂ ಸೇರಿಸಿ ಎಲ್ಲರಿಗೂ ಒಳ್ಳೆಯದನ್ನು ಬಯಸುತ್ತೀರಷ್ಟೇ?
ನಿಮಗೆ ಕುಡಿಯಲಿಕ್ಕೆ ಶುದ್ಧ ನೀರು ಇದೆಯಷ್ಟೇ?
ನಿಮಗಾಗಿ ಕಾಯುವವರು, ಕಾಳಜಿ ಮಾಡುವವರು ಇದ್ದಾರಷ್ಟೇ?
ನಿಮಗಾಗಿ ಒಳ್ಳೆಯ ಸ್ವಚ್ಛ ಬಟ್ಟೆಗಳಿವೆಯಷ್ಟೆ?
ಬದುಕಿನ ಬಗ್ಗೆ ನಂಬಿಕೆ ಇದೆಯಷ್ಟೇ?
ನೀವು ಇತರರನ್ನು ಕ್ಷಮಿಸುತ್ತೀರಿ ತಾನೆ?
ಮತ್ತೆ ನೀವು ಉಸಿರಾಡುತ್ತಿದ್ದೀರಲ್ಲ?!
ಮತ್ತ್ಯಾಕೆ ಚಿಂತೆ?!
ಮತ್ತ್ಯಾವುದರ ಬಗ್ಗೆ ಚಿಂತೆ?!

ನಿಸರ್ಗವು ನಮಗೆ ಉಚಿತವಾಗಿ ಕೊಟ್ಟಿರುವ ಬದುಕಿಗೆ ಮತ್ತು ಅವಕಾಶಗಳಿಗೆ ಋಣಿಯಾಗಿರೋಣ. ಚಿಕ್ಕ ಪುಟ್ಟ ಸಂತೋಷಗಳನ್ನು ಗುರುತಿಸಿ ಅನುಭವಿಸೋಣ. ಸೂರ್ಯೋದಯವನ್ನು ಸವಿಯೋಣ. ನಕ್ಷತ್ರಗಳನ್ನು ಎಣಿಸೋಣ. ನಮಗೆ ಸಂತೋಷ ಕೊಡುವ ಸಂಗತಿಗಳನ್ನು ಗೆಳೆಯರ ಬಳಿ ಹಂಚಿಕೊಳ್ಳೋಣ. ಅದರಿಂದ ಹೆಚ್ಚಾಗುವ ಅವರ

ಸಂತೋಷವೂ ಸಹ ನಮಗೆ ಇನ್ನಷ್ಟು ಸಂತೋಷವನ್ನು ಕೊಡುವುದನ್ನು ಅನುಭವಿಸೋಣ.

ಅದು ಅರಮನೆಯೇ ಆಗಿದ್ದರೂ ಅಲ್ಲಿ ನಿಮಗೆ ಸಂತೋಷ ಸಿಗದಿದ್ದರೆ ಅಲ್ಲಿಂದ ತಕ್ಷಣ ಹೊರಡಿ. ನಿಮ್ಮ ಆತ್ಮಗೌರವಕ್ಕೆ ಧಕ್ಕೆ ಯಾಗುವ ಜಾಗದಲ್ಲಿ ಕ್ಷಣವೂ ಇರಬೇಡಿ. ಇನ್ನು ಕೋಪವು ತಾಪವನ್ನು ಹೆಚ್ಚಿಸುತ್ತದೆ. ಕೋಪ ಮಾಡಿಕೊಳ್ಳುವುದನ್ನು ಬಿಟ್ಟುಬಿಡಿ. ಕೋಪ ಬರುವ ಸನ್ನಿವೇಶಗಳಿಂದ ಸಾಧ್ಯವಾದಷ್ಟು ಬೇಗನೇ ದೂರ ಹೋಗಿ.

ನಾವು ಸಾಕಿದ ದನಕರು ಬೆಕ್ಕು ನಾಯಿಗಳಿಂದ ಹಿಡಿದು ಜೀವ ಜಗತ್ತಿನ ಯಾವ ಪ್ರಾಣಿಯೂ ಸಹ ಮನುಷ್ಯನಂತೆ ಚಿಂತೆ ಮಾಡುವುದಿಲ್ಲ. ನಿನ್ನೆಗಳಿಗಾಗಿ ಮರುಗುವುದಿಲ್ಲ – ನಾಳೆಗಳಿಗಾಗಿ ಹೆದರುವುದಿಲ್ಲ. ನಾವಾದರೋ ವಿಕಾಸಗೊಂಡ ಮಿದುಳಿನ ಮಾಲೀಕರು. ಅದಕ್ಕಾಗಿಯೇ ನಮಗೆ ನೂರೆಂಟು ಚಿಂತೆ. ಕಾಣದ ನಾಳೆಗಳ ಚಿಂತೆ. ಕಳೆದುಹೋದ ಅವಕಾಶಗಳ ಬಗ್ಗೆ ಚಿಂತೆ.

ಇಲ್ಲದಿರುವುದರ ಬಗ್ಗೆ, ಸಿಗದಿರುವುದರ ಬಗ್ಗೆ ಚಿಂತಿಸಿ ಫಲವಿಲ್ಲ. ಮಿಂಚಿಹೋದ ಕಾಲಕ್ಕೆ ಚಿಂತಿಸಿ ಫಲವಿಲ್ಲ. ನಮಗೆ ಸಿಕ್ಕಿರುವುದರ ಬಗ್ಗೆ, ಸಿಗುವುದರ ಬಗ್ಗೆ ಸಂತೋಷ ಇದ್ದರೆ ಸಾಕು. ನಮಗೆ ಏನೇನು ಸಿಗಬೇಕು ಅಂತಿದೆಯೋ ಅವೆಲ್ಲವೂ ಸಿಕ್ಕೇ ಸಿಗುತ್ತವೆ. ಅವರಿಗೆ ಸಿಕ್ಕಿದ್ದೆಲ್ಲ ನಮಗೂ ಸಿಗಬೇಕು ಎನ್ನುವುದು ತಪ್ಪು. ಅದು ನಮಗೆ ಸಿಗುತ್ತದೆಯೋ ಇಲ್ಲವೋ ಗೊತ್ತಿಲ್ಲ. ಅದು ಅವರ ಋಣ. ಹಾಗಾಗಿ ಅವರಿಗೆ ಸಿಕ್ಕಿದೆ. ಅವರಿಗೆ ಅದರಿಂದ ಸಂತೋಷವಾಗಿದೆಯಾದರೆ, ಅದರಿಂದ ನಾವೂ ಸಂತೋಷಪಡಬೇಕು. ನಮ್ಮ ಸಂತೋಷದ ಮನಸ್ಥಿತಿಯಲ್ಲಿ ನಾವು ಬಯಸಿದ್ದು ನಮಗೆ ಸಿಗುವ ಸಾಧ್ಯತೆ ಹೆಚ್ಚಾಗಿರುತ್ತದೆ.

ಚಿಂತೆಯಿಂದ ನಮ್ಮ ಮನಸ್ಸು ಹಾಳಾಗುತ್ತದೆ. ಅದರಿಂದ ದೇಹವು ಬಳಲುತ್ತದೆ. ಚಿಂತೆಯಿಂದ ಹಾನಿಯಾಗುತ್ತದೆ. ಚಿಂತೆ ಮಾಡುವುದರಿಂದ ನಯಾಪೈಸೆಯಷ್ಟೂ ಲಾಭವಿಲ್ಲ. ಹಾಗಾಗಿ ಚಿಂತೆ ಮಾಡುವ ಸಮಯದಲ್ಲಿಯೇ ನಾವು ಅದರಿಂದ ಹೊರಗಿರುವ ಬಗ್ಗೆ ಆಲೋಚಿಸಬೇಕು. ಚಿಂತೆಯ ಬದಲಿಗೆ ಯಾವುದಾದರೂ ವಿಷಯದ ಬಗ್ಗೆ ಚಿಂತನೆಯಲ್ಲಿರುವುದನ್ನು ರೂಢಿಸಿಕೊಳ್ಳಬೇಕು. ಚಿಂತನೆಯಿಂದ ಮನಶಾಂತಿ ಸಿಗುತ್ತದೆ. ಮನಶಾಂತಿಯಿಂದ ಶರೀರ ಸುಖವಾಗಿರುತ್ತದೆ. ನಮ್ಮ ಧನಾತ್ಮಕ ಚಿಂತನೆಗಳಿಂದ ಉಳಿದವರಿಗೆ ಅನುಕೂಲವಾಗುತ್ತದೆ. ಅವರಿಂದ ನಮ್ಮ ಹಾಗೂ ನಮ್ಮಿಂದ ಅವರ ತಿಳುವಳಿಕೆ ವಿಸ್ತಾರವಾಗುತ್ತದೆ. ಪರಸ್ಪರರ ಉನ್ನತಿಯಾಗುತ್ತದೆ. ಚಿಂತೆಯಿಂದ ಮನುಷ್ಯ ಏಕಾಂಗಿಯಾಗುತ್ತಾನೆ. ಅದೇ ಚಿಂತನೆಯಿಂದ ಸಮಾನ ಮನಸ್ಕರು ಮಿತ್ರರಾಗುತ್ತಾರೆ. ಜೀವನದಲ್ಲಿ ಗೆಳೆತನವೂ ಒಂದು ಸಂಪತ್ತು. ಇದು ಉಳಿದೆಲ್ಲ ಸಂಪತ್ತುಗಳಿಗಿಂತಲೂ ಶ್ರೇಷ್ಠವಾದದ್ದು. ಚಿಂತನೆಯಿಂದ ಸಿಗುವ ಜ್ಞಾನದ ಬೆಳಕಿನಿಂದ ನಾವು ಉಳಿದವರ ದಾರಿಗೂ ಬೆಳಕಾಗಬಹುದು. ಜೀವವನ್ನು ಕಾಡುವ, ನೋಯಿಸುವ ಚಿಂತೆ ಮಾಡುವುದಕ್ಕಿಂತ, ಆರೋಗ್ಯಪೂರ್ಣವಾದ ಚಿಂತನೆಯನ್ನು ರೂಢಿಸಿಕೊಳ್ಳುವುದು ಉತ್ತಮ. ಚಿಂತೆಯ ಸಂತೆಯೊಳಗೆ ಹೋಗುವುದರಿಂದ ತಪ್ಪಿಸಿಕೊಳ್ಳಲಿಕ್ಕೆ ಇರುವುದು ಇದೊಂದೇ ಉಪಾಯ.

ನಾನೂಂದ್ರೆ ನಂಗಿಷ್ಟ / ಡಿ. ಎಂ. ಹೆಗಡೆ

ನೀ ನನಗಿದ್ದರೆ, ನಾ ನಿನಗೆ! 19

ನಾವೆಲ್ಲರೂ ಹೀಗೆಯೇ ಆಲೋಚಿಸುತ್ತೇವೆ ಮತ್ತು ಇದೇ ಸರಿ ಎನ್ನುವಂತೆ ಬದುಕುತ್ತೇವೆ. 'ನೀ ನನಗಿದ್ದರೆ, ನಾ ನಿನಗೆ' ಎನ್ನುತ್ತೇವೆ. ಇದು ಸರೀನಾ?

ಅಲ್ಲ!

ಮತ್ತೆ ಸರಿ ಯಾವುದು?

'ನೀ ನನಗಿಲ್ಲದಿದ್ದರೂ, ನಾ ನಿನಗೆ' ಎನ್ನುವುದು ಯಾವಾಗಲೂ ಸರಿ. ಇದು ಎಲ್ಲ ಮಾನವ ಸಂಬಂಧಗಳಲ್ಲೂ ಸರಿ. 'ನೀನು ಯಾವಾಗಲೂ ನನಗಾಗಿರುವೆ' ಎನ್ನುವ ನಿರಂತರವಾದ ನಂಬಿಕೆ ನನಗಿದೆ. ನಿನಗಾಗಿ ನಾನಿರಬೇಕಾಗಿದ್ದು ನನ್ನ ಧರ್ಮ. ಅದರಿಂದ ನನಗೆ ಸಂತೋಷ ಸಿಗುತ್ತದೆ. ನನ್ನಿಂದಾಗಿ ನಿನ್ನ ಮುಖದಲ್ಲಿ ಒಂದಿಷ್ಟು ಮಂದಹಾಸ ಮೂಡುತ್ತದೆಯಾದರೆ,

ನಿನ್ನ ಮನಸ್ಸಿನಲ್ಲಿ ಒಂದಿಷ್ಟು ಉತ್ಸಾಹ ತುಂಬುತ್ತದೆಯಾದರೆ ಅಷ್ಟು ಸಾಕು. ನನ್ನ ಅಸ್ತಿತ್ವ ಮತ್ತು ಶ್ರಮ ಸಾರ್ಥಕವಾಯಿತು.

ಇಷ್ಟಕ್ಕೂ ನಮ್ಮಿಬ್ಬರ ನಡುವೆ ಇರುವುದು ವ್ಯವಹಾರಿಕ ಸಂಬಂಧವಲ್ಲ. ಅದಕ್ಕಿಂತಲೂ ಆಳವಾದ ಭಾವನಾತ್ಮಕ ಸಂಬಂಧ. ಅಕಸ್ಮಾತ್ ವ್ಯವಹಾರಿಕವೇ ಆಗಿದ್ದರೂ ಸಂಬಂಧವನ್ನು ನಿತ್ಯಸಂತೋಷವನ್ನಾಗಿ ಬದಲಾಯಿಸಿಕೊಳ್ಳುವ ಅವಕಾಶ ನಮ್ಮಿಬ್ಬರಿಗೂ ಇದ್ದೇ ಇದೆ. ಇಬ್ಬರಲ್ಲೂ ಅಂತಹ ಅಭಿರುಚಿ ಇರಬೇಕು. ಇಬ್ಬರಿಗೂ ಪರಸ್ಪರ ಗೌರವಾದರ ಇರಬೇಕು. ಇಬ್ಬರಿಗೂ ಜೀವನಪ್ರೀತಿ ಇರಬೇಕು. ಅಷ್ಟೇ.

ನಮಗೆ ನಮ್ಮ ಸಂಬಂಧದ ಮಹತ್ವ ಮತ್ತು ಅಗತ್ಯಗಳ ಅರಿವಿರಬೇಕು. ಪರಸ್ಪರರಿಗೆ ಸಂಬಂಧವನ್ನು ಉಳಿಸಿಕೊಳ್ಳಬೇಕೆನ್ನುವ ಹಪಾಹಪಿ ಇರಬೇಕು. ಸಂಬಂಧವನ್ನು ಕಡಿದುಕೊಳ್ಳುವುದಕ್ಕೆ ಸಿಗುವ ಹತ್ತು ಕಾರಣಗಳಿಗಿಂತಲೂ, ಸಂಬಂಧವನ್ನು ಉಳಿಸಿಕೊಳ್ಳಲಿಕ್ಕೆ ಸಿಗುವ ಆರೇ ಕಾರಣಗಳನ್ನು ಗಟ್ಟಿಗೊಳಿಸಬೇಕು. ಇಷ್ಟರವರೆಗೆ ಬೆಳೆದ ಬಂದ ಸಂಬಂಧವನ್ನು ಯಾವುದೇ ಕಾರಣದಿಂದ ಕಡಿದುಕೊಳ್ಳುವುದು ಸುಲಭ. ಆದರೆ ಅದನ್ನು ಮತ್ತೆ ಸಂಪಾದಿಸುವುದು ಅಸಾಧ್ಯ. ಅದನ್ನು ಉಳಿಸಿಕೊಳ್ಳಲಿಕ್ಕೆ ಪ್ರಯತ್ನಿಸುವುದು ಜಾಣತನ. ನೀನು ನನ್ನಿಂದ ದೂರಾಗುವುದರಿಂದ ಇಬ್ಬರಿಗೂ ಸಮನಾದ ನಷ್ಟವಾಗುತ್ತದೆ. ನಿನಗೆ ಹೊಸಬರು ಸಿಗಬಹದು. ನನಗೆ ಹೊಸಬರು ಸಿಗಬಹುದು. ಹೊಸ ಗೆಳೆತನ ಶುರುವಾಗಬಹುದು. ಆದರೆ ಆ ಗೆಳೆತನ ಇಷ್ಟೊಂದು ಆತ್ಮೀಯವಾಗಲಿಕ್ಕೆ, ಇಷ್ಟೊಂದು ಸುಮಧುರ ಭಾಂಧವ್ಯವಾಗಲಿಕ್ಕೆ ಕಾಲಾವಕಾಶ ಹಿಡಿಯುತ್ತದೆ. ಅಥವಾ ಹಾಗಾಗದೆಯೂ ಇರಬಹುದು. ನಾನು ಎಲ್ಲರಲ್ಲೂ ನಿನ್ನನ್ನೇ ಹುಡುಕಲಿಕ್ಕೆ ಶುರುಮಾಡಬಹುದು. ನಿನಗೆ ನನ್ನಂಥ ವ್ಯಕ್ತಿ ಸಿಗಲಿಕ್ಕಿಲ್ಲ. ಇಬ್ಬರೂ ಹುಡುಕಾಟದಲ್ಲಿಯೇ ಕಾಲ ಕಳೆದುಕೊಳ್ಳಬಹುದು.

ಉದಾಹರಣೆಗೆ, ನಮ್ಮ ಜೊತೆಗೆ ಪ್ರಾಥಮಿಕ ಶಾಲೆಯಲ್ಲಿ ಓದಿದವನೊಬ್ಬ ಸಿಕ್ಕರೆ ಯಾವುದೇ ಮುಚ್ಚು ಮರೆ ಮುಲಾಜುಗಳಲ್ಲದೇ ನಾವು ಅವನ ಜೊತೆಗೆ ಮಾತನಾಡುತ್ತೇವೆ. ಅವನನ್ನು ಸಂಶಯಿಸುವುದಿಲ್ಲ. ಅವನು ನಮ್ಮ ಪುರಾತನ ಪರಿಚಯ. ಪರಿಚಯ ಮಾತ್ರವಲ್ಲ ಅವನು ನಮ್ಮ ಜನ್ಮಾಂತರದ ಗೆಳೆಯ. ಹಾಗಂತ ಅವನಿಗೂ ಅನ್ನಿಸಿರುತ್ತದೆ. ಅವನೂ ನಮ್ಮಜೊತೆಗೆ

ಸರಳವಾಗಿರುತ್ತಾನೆ. ನಮ್ಮಿಬ್ಬರ ನಡುವೆ ಮುಚ್ಚಿಕೊಳ್ಳಲಿಕ್ಕಾಗಲೀ, ಇಲ್ಲದಿರುವುದೇನ್ನೋ ಇದ್ದಂತೆ ಹೇಳಿಕೊಳ್ಳಲಿಕ್ಕಾಗಲೀ ಏನೂ ಇರುವುದಿಲ್ಲ. ಅದೇ ಹೊಸಬನೊಂದಿಗೆ ನಾವ್ಯಾರೂ ನಮ್ಮ ಮನಸ್ಸನ್ನು ಬಿಚ್ಚಿಕೊಳ್ಳುವುದಿಲ್ಲ. ನಿರಾತಂಕವಾಗಿ ಮಾತನಾಡುವುದಿಲ್ಲ. ಹೊಸಬರಿಬ್ಬರ ನಡುವೆ ಪರಸ್ಪರ ಬಹಳಷ್ಟು ಕ್ಲಾರಿಫಿಕೇಶನ್ನುಗಳಾಗಬೇಕಿರುತ್ತವೆ. ಸಾಕಷ್ಟು ಅಂಡರ್ ಸ್ಟ್ಯಾಂಡಿಂಗ್ ಆಗಬೇಕಿರುತ್ತದೆ. ಹಾಗಾಗಿ ನಾವಿದ್ದೇವಲ್ಲ, ನಮ್ಮ ಹಾಗಿರುವವರು, ನಮ್ಮ ಸಂಬಂಧವನ್ನು ಉಳಿಸಿಕೊಳ್ಳಲಿಕ್ಕೆ ಪ್ರಯತ್ನಿಸಬೇಕು. ಈ ಜಗತ್ತಿನಲ್ಲಿ ಇಬ್ಬರ ನಡುವೆ ಪ್ರೀತಿ, ವಿಶ್ವಾಸ, ನಂಬಿಕೆ ಮತ್ತು ಆತ್ಮೀಯತೆ ಎನ್ನುವುದು ಅಷ್ಟೆಲ್ಲ ಸುಲಭದಲ್ಲಿ ಸಿಗುವಂಥದ್ದಲ್ಲ.

“ ಬೇರೆಯವರ ಸಂತೋಷಕ್ಕಾಗಿ ಬದುಕುವುದರಲ್ಲಿ ನಮ್ಮ ಸಂತೋಷವಿದೆ ಮತ್ತು ನಮ್ಮ ಬದುಕಿಗೊಂದು ಸಾರ್ಥಕತೆಯೂ ಇದೆ! ”

ಇಲ್ಲಿ ನಮ್ಮ ಸಮಾಜದಲ್ಲಿ ಯಾರೂ ಪರಸ್ಪರ ಸರಿ ಇಲ್ಲ. ಮಕ್ಕಳಿಗೆ ಪಾಲಕರು ಸರಿ ಇಲ್ಲ. ಪಾಲಕರಿಗೆ ಮಕ್ಕಳು ಸರಿ ಇಲ್ಲ. ಗಂಡನಿಗೆ ಹೆಂಡತಿ ಸರಿ ಇಲ್ಲ. ಹೆಂಡತಿಗೆ ಗಂಡ ಸರಿ ಇಲ್ಲ. ಅಕ್ಕ ಪಕ್ಕದವರೂ ಸರಿ ಇಲ್ಲ. ಯಾರೂ ಯಾರಿಗೂ ಸರಿ ಇಲ್ಲ. ಆದರೂ ಸಮಾಜ ಜೀವಂತ ಇದೆ. ಎಲ್ಲರೂ ಎಲ್ಲರಿಗಾಗಿ ಎನ್ನುವಂತೆ ಬದುಕುತ್ತಿದ್ದಾರೆ. ಅದೇ ಮಜಾ! ಇಲ್ಲಿ ಯಾರೂ ಯಾರನ್ನೂ ಪ್ರೀತಿಸುವುದಿಲ್ಲ. ಯಾರೂ ಯಾರಿಗಾಗಿಯೂ ಬದುಕುವುದಿಲ್ಲ. ಎಲ್ಲರೂ ಪರಸ್ಪರರ ತಪ್ಪುಗಳನ್ನು ಹುಡುಕುತ್ತ, ಕೆದಕುತ್ತ, ಹಳಿಯುತ್ತ, ಹೇಳುತ್ತ ಇರುತ್ತಾರೆ. ಯಾರೂ ಯಾರಿಗಾಗಿಯೂ ಸರಿ ಯಾಗುವುದಿಲ್ಲ. ಹಾಗಾಗಿ ಸಮಸ್ಯೆ ಯಾವಾಗಲೂ ಮುಗಿಯುವುದಿಲ್ಲ. ನೀನು ಸರಿಯಿಲ್ಲ. ಸೋ ನಾನೂ ಸರಿಯಿಲ್ಲ. ಮೊದಲು ನೀನು ಸರಿಯಾಗು. ಇದು ಬಹುತೇಕರ ಅನಿಸಿಕೆ. ನಾನು ನಿನಗಾಗಿ ಐ ಮೀನ್ ನಿನ್ನ ಸಂತೋಷಕ್ಕಾಗಿ, ಅಷ್ಟಷ್ಟಾದರೂ ನಿನ್ನ ಪ್ರಕಾರವೇ ‘ಸರಿ’ಯಾಗಲಿಕ್ಕೆ ಪ್ರಯತ್ನಿಸುತ್ತೇನೆ. ನೀನೂ ನನ್ನ ಪ್ರಯತ್ನವನ್ನು ಗಮನಿಸು. ನನಗೆ ಸಹಾಯ ಮಾಡು ಎನ್ನುವ ಒಮ್ಮತ ಯಾರಲ್ಲೂ ಇಲ್ಲ.

ನಿನಗೆ ನನ್ನ ಮಾತುಗಳಿಂದಾಗಲೀ, ವರ್ತನೆಗಳಿಂದಾಗಲೀ

ಬೇಸರವಾಗಿರಬಹುದು. ಅದನ್ನು ನೀನು ನನಗೆ ತಿಳಿಯುವಂತೆ ಮಾಡಬೇಕು. ನಿನ್ನಿಂದಲೂ ನನಗೆ ಬಹಳಷ್ಟು ಸಂದರ್ಭಗಳಲ್ಲಿ ನೋವಾಗಿರಬಹುದು. ನಾನು ಅವುಗಳನ್ನು ಮರೆಯಬೇಕು. ನೀನು ಹೇಳಿದ್ದು ನಿಜವೆಂದು ಅನ್ನಿಸಿದರೆ ನಾನು ಅವುಗಳನ್ನು ಒಪ್ಪಿಕೊಳ್ಳಬೇಕು. ನನ್ನನ್ನು ನಾನು ತಿದ್ದಿಕೊಳ್ಳಲಿಕ್ಕೆ ನೀನು ಕೊಡುವ ಅವಕಾಶವನ್ನು ನಾನು ಪುರಸ್ಕರಿಸಬೇಕು. ನೀನೂ ಅಷ್ಟೇ, ನನಗೆ ನೋವಾಗದಂತೆ ವರ್ತಿಸುವುದನ್ನು ರೂಢಿಸಿಕೊಳ್ಳಬೇಕು. ನಮಗೆ ಪರಸ್ಪರರಿಂದ ಬೇಸರವಾದಾಗ ನಾವು ನಮ್ಮಷ್ಟಕ್ಕೆ ಉಳಿದುಬಿಡಬಾರದು. ನಾವು ಜೊತೆಯಲ್ಲಿ ಕಳೆದ ಸವಿನೆನಪುಗಳನ್ನು ನೆನಪು ಮಾಡಿಕೊಳ್ಳಬೇಕು. ಅಷ್ಟೆಲ್ಲ ಸಂತೋಷಗಳ ನಡುವೆ ಇದೊಂದಿಷ್ಟು ಕಸವೆನ್ನುವುದನ್ನು ಗಮನಿಸಿಕೊಳ್ಳಬೇಕು. ಅನರೀಕ್ಷಿತವಾಗಿ ಬಂದ ಕಸವನ್ನು ಮುಲಾಜಿಲ್ಲದೇ ಎತ್ತಿ ಬಿಸಾಕಬೇಕು. ಯಾಕೆಂದರೆ ನಾವು ಜೊತೆಯಾಗಿ ಎಷ್ಟೆಲ್ಲವನ್ನು ಎದುರಿಸಿದ್ದೇವೆ. ಸಂತೋಷವನ್ನು ಅನುಭವಿಸಿದ್ದೇವೆ. ಪರಸ್ಪರರ ಸಂತೋಷಕ್ಕೆ ಕಾರಣರಾಗಿದ್ದೇವೆ. ಯಶಸ್ಸನ್ನು ಕಂಡಿದ್ದೇವೆ. ನಮ್ಮಲ್ಲಿ ನಂಬಿಕೆ, ಪ್ರಾಮಾಣಿಕತೆ, ವಿಶ್ವಾಸ, ಅವಲಂಬನೆ ಇದೆ. ಎಲ್ಲಕ್ಕಿಂತಲೂ ಹೆಚ್ಚಾಗಿ **ನಮ್ಮನ್ನು ಪ್ರೀತಿಯು ಬಂಧಿಸಿದೆ.**

ನನ್ನ ಖುಷಿಗಾಗಿ ನಾನು ಹೀಗಿದ್ದೇನೆ ಎನ್ನುವುದರ ಅರಿವು ನಮಗಾಗಬೇಕು. ಆಗ ನಮ್ಮ ಆಲೋಚನಾ ಕ್ರಮ ಬದಲಾಗುತ್ತದೆ. ನಮ್ಮ ವ್ಯಕ್ತಿತ್ವದ ಘಮ ಬದಲಾಗುತ್ತದೆ. ಬೇರೆಯವರ ಸಂತೋಷಕ್ಕಾಗಿ ಬದುಕುವುದರಲ್ಲಿ ನಮ್ಮ ಸಂತೋಷವಿದೆ ಮತ್ತು ನಮ್ಮ ಬದುಕಿಗೊಂದು ಸಾರ್ಥಕತೆಯೂ ಇದೆ!

ನಮ್ಮ ಕಾಲಿಗೆ ಗಾಯವಾದರೆ ನಾಜೂಕಾಗಿ ನಡೆಯುತ್ತೇವೆ. ಬೇಗನೇ ಔಷಧಿ ಮಾಡುತ್ತೇವೆ. ಕೆಮ್ಮು ಶುರುವಾದರೆ ಕೂಡಲೇ ಸಿರಪ್ ಕುಡಿಯುತ್ತೇವೆ. ಅದೇ ಮನಸ್ಸಿಗೆ ನೋವಾದರೆ ತುರ್ತಾಗಿ ಸೂಕ್ತವಾದ ಕಾಳಜಿ ವಹಿಸುವುದಿಲ್ಲ. ಮತ್ತು ಅಂತದ್ದೇ ಸಮಯದಲ್ಲಿ ನಮ್ಮ ಸುತ್ತಲಿನ ಬೇರೆಯವರಿಗೂ ನೋವಾಗುವಂತೆ ಮಾಡುತ್ತೇವೆ! ನಮ್ಮೊಳಗಿನ ನೋವು ಇನ್ನೊಬ್ಬರೊಳಗೂ ನೋವನ್ನು ಸೃಜಿಸುವಷ್ಟು ಸಮರ್ಥವಾಗಿರುತ್ತದೆ. ಸಂತೋಷಕ್ಕೆ ಕೂಡ ಇಂತಹದೇ ಶಕ್ತಿ ಇದೆ. ನಮ್ಮ ಮನಸ್ಸಿನೊಳಗಿನ ಸಂತೋಷ ನಮ್ಮ ಮುಖದಲ್ಲಿ ವ್ಯಕ್ತವಾಗುತ್ತದೆ. ಅದರಿಂದ ಎದುರಿನವರಲ್ಲೂ

ಸಂತೋಷವು ಅಲೆಅಲೆಯಾಗಿ ಹೊಮ್ಮುತ್ತದೆ. ಹಾಗೆಯೇ ನಮ್ಮ ಮನಸ್ಸಿನ ನೋವು, ದು:ಖಗಳೂ ಸಹ ಎದುರಿನವರ ಮನಸ್ಸಿನಲ್ಲಿ ನೋವು, ದು:ಖಗಳನ್ನು ಹುಟ್ಟಿಸುತ್ತವೆ! ಹಾಗಾಗಿ ನಾವು ನಮ್ಮ ಜೊತೆಗೆ ಹೆಚ್ಚೆಚ್ಚು ಸಂತೋಷದಿಂದ ನೆಮ್ಮದಿಯಿಂದ ಇರುವುದನ್ನು ರೂಢಿಸಿಕೊಳ್ಳಬೇಕು.

ನಿನ್ನ ಪಾಡಿಗೆ ನೀನು ದು:ಖದಲ್ಲಿ ಇರಲಿಕ್ಕೆ ನಾನು ಬಿಡಬಾರದು. ನೀನು ಸೋತಾಗ ನಿನ್ನನ್ನು ಒಂಟಿಯಾಗಿ ಬಿಡಬಾರದು. ನೀನು ಸೋಲಿನಿಂದ, ದು:ಖದಿಂದ ಹೊರಬರಲಿಕ್ಕೆ ನಾನು ಕೈಲಾದಷ್ಟು ಸಹಾಯಮಾಡಬೇಕು. ಅದು ಸಹಾಯ ಅಂತೇನಲ್ಲ. ಅದು ನನ್ನ ಕರ್ತವ್ಯ. ನಾವು ಜೊತೆಯಲ್ಲಿ ಬದುಕುವ ಮೂಲಕ ಬದುಕಿನ ಸ್ವಾದವನ್ನು, ಸಂತೋಷವನ್ನು, ಸಾರ್ಥಕತೆಯನ್ನು ಹೆಚ್ಚಿಸಿಕೊಳ್ಳಬಹುದು. “ನಿದ್ದೆಗೊಮ್ಮೆ ನಿತ್ಯ ಮರಣ. ಎದ್ದ ಸಲ ನವೀನ ಜನನ” ಎನ್ನುವ ವರಕವಿ ದತ್ತಾತ್ರೇಯ ರಾಮಚಂದ್ರ ಬೇಂದ್ರೆಯವರ ಮಾತನ್ನು ಅರ್ಥಮಾಡಿಕೊಂಡು, ಪರಸ್ಪರರು, ಪರಸ್ಪರರಿಗಾಗಿ ಬದುಕುವುದರಲ್ಲಿ ನಿತ್ಯ ಸಂತೋಷವಿದೆ.

ಆಸೆಯೇ ಭಯದ ತಾಯಿ! 20

ಆಸೆ ಇಲ್ಲದವರು ಯಾರೂ ಇಲ್ಲ!

ಮಾಯೆಯು ಮನುಷ್ಯನ ಜೀವನದಲ್ಲಿ ಆಸೆಯನ್ನು ಇಟ್ಟಿದೆ. ಅದರಿಂದಾಗಿಯೇ ಮನುಷ್ಯ ಇಷ್ಟೆಲ್ಲ ಸಾಧನೆಗಳನ್ನು ಮಾಡಿದ್ದಾನೆ. ಆಧುನಿಕವಾದ ಸಮಾಜವನ್ನು ಕಟ್ಟಿದ್ದಾನೆ. ವೈಜ್ಞಾನಿಕವಾಗಿ, ಯಾಂತ್ರಿಕವಾಗಿ ಸಾಧನೆ ಮಾಡಿದ್ದಾನೆ. ಹಕ್ಕಿಯಂತೆ ಆಕಾಶದಲ್ಲಿ ಹಾರಿದ್ದಾನೆ. ಮೀನಿನಂತೆ ಸಮುದ್ರದಲ್ಲಿ ಈಜಿದ್ದಾನೆ. ಅದ್ಭುತಗಳನ್ನು ನಿರ್ಮಿಸಿದ್ದಾನೆ. ಎಲ್ಲವೂ ಹೆಮ್ಮೆ. ಎಲ್ಲವೂ ಸತ್ಯ.

ಇನ್ನು

ಭಯ ಇಲ್ಲದವರು ಯಾರೂ ಇಲ್ಲ!

ಪ್ರತಿಯೊಬ್ಬರಲ್ಲೂ ಭಯ ಇದ್ದೇ ಇರುತ್ತದೆ. ಆಸೆಯಂತೆ ಭಯವೂ ಮನುಷ್ಯನಲ್ಲಿ ಇದ್ದೇ ಇದೆ. ಎಂಥದ್ದೇ ಧೈರ್ಯದ ಮನುಷ್ಯನಾದರೂ

ಅವನಲ್ಲೂ ಒಂದಿಷ್ಟು ಭಯ ಇದ್ದೇ ಇರುತ್ತದೆ. ಆಸೆ ಮತ್ತು ಭಯ ಎರಡರದ್ದೂ ಅವಿನಾಭಾವ ಸಂಬಂಧ. ಒಂದಿಲ್ಲದಿದ್ದರೆ ಇನ್ನೊಂದಿಲ್ಲ. ಒಂದಿದ್ದರೆ ಇನ್ನೊಂದು ಇರುತ್ತದೆ. ಆಸೆಯು ಭಯದ ತಾಯಿಯ ಹಾಗೆ. ಆಸೆ ಇರುವಾಗ ಭಯವೂ ಇರುತ್ತದೆ.

ಎಲ್ಲರಿಗೂ ಗೆಲ್ಲುವ ಆಸೆ. ಸೋಲುವ ಭಯ. ಬದುಕುವ ಆಸೆ. ಸಾಯುವ ಭಯ. ಆರೋಗ್ಯದ ಆಸೆ. ಅನಾರೋಗ್ಯದ ಭಯ. ಹಣವನ್ನು ಗಳಿಸುವ ಆಸೆ. ಗಳಿಸಿರುವುದನ್ನು ಕಳೆದುಕೊಳ್ಳುವ ಭಯ. ಪ್ರೀತಿಸುವ ಆಸೆ. ತಿರಸ್ಕಾರಕ್ಕೊಳಗಾಗುವ ಭಯ. ಹೀಗೇ ಆಸೆಯ ನೆರಳಿನಂತೆ ಭಯವಿರುತ್ತದೆ. ಭಯದಿಂದ ಬದುಕು ಅಸಹನೀಯವಾಗುತ್ತದೆ. ಭಯವಿರುವಾಗ ಮನುಷ್ಯನಿಂದ ಯಾವ ಆಸೆಯನ್ನೂ ಈಡೇರಿಸಿಕೊಳ್ಳಲಿಕ್ಕಾಗುವುದಿಲ್ಲ. ಮನಸ್ಸಿನ ಬಹಳಷ್ಟು ಆಸೆಗಳನ್ನು ಈಡೇರಿಸಿಕೊಳ್ಳಲಿಕ್ಕೆ ಧೈರ್ಯ ಇರಬೇಕು. ಭಯ ಇರಬಾರದು. ಭಯವು ವ್ಯಕ್ತಿಯನ್ನು ಕುಗ್ಗಿಸುತ್ತದೆ. ಹಿಂಜರಿಯುವಂತೆ ಮಾಡುತ್ತದೆ. ಯಾವುದೇ ಸಾಧನೆಯನ್ನೂ ಮಾಡಲಿಕ್ಕೆ ಸಾಧ್ಯವಾಗದಂತೆ ಮಾಡುತ್ತದೆ. ಎಲ್ಲಕ್ಕಿಂತಲೂ ಹೆಚ್ಚಾಗಿ ವ್ಯಕ್ತಿಯ ಮನಸ್ಸಿನ ನೆಮ್ಮದಿಯನ್ನು ಹಾಳುಮಾಡುತ್ತದೆ.

ಆಸೆ ಇರುವುದು ತಪ್ಪಲ್ಲ. ಆಸೆ ಇರಬೇಕು. ಆಸೆ ಇದ್ದಾಗ ಮಾತ್ರ ಬದುಕಿನಲ್ಲಿ ಆಸಕ್ತಿ ಇರುತ್ತದೆ. ಆಸೆಯೇ ಇಲ್ಲದವನಿಗೆ ಬದುಕಿನ ಬಣ್ಣಗಳಲ್ಲಿ ಆಸಕ್ತಿ ಇರಲಾರದು. ಆಸೆಯನ್ನು ಬಿಡಬೇಕು ಎನ್ನುವುದು ಎಲ್ಲರಿಗೂ ಗೊತ್ತಿದೆ. ಆಸೆಯನ್ನು ಬಿಟ್ಟ ಕೂಡಲೇ ಭಯವೂ ಬಿಟ್ಟು ಹೋಗುತ್ತದೆ. ಆಸೆ ಇರಬೇಕು. ಅತಿಯಾಸೆ ಇರಬಾರದು. ಆಸೆಯನ್ನೂ, ಭಯವನ್ನೂ ಬಿಟ್ಟವನು ಬುದ್ಧನಾಗುತ್ತಾನೆ. ಬುದ್ಧನಿಗೆ ಭಯವೂ ಇರಲಿಲ್ಲ. ಆಸೆಯೂ ಇರಲಿಲ್ಲ. ತನ್ನ ಅರಿವನ್ನು ಹಂಚಲಿಕ್ಕಾಗಿ ಬುದ್ಧನು ಎದ್ದಿದ್ದ. ಆಸೆಯನ್ನು, ಭಯವನ್ನು ಗೆದ್ದ ಬುದ್ಧ ಭಗವಂತನಾದ.

ಆಸೆಯನ್ನಾಗಲೀ, ಭಯವನ್ನಾಗಲೀ ಬಿಡುವುದು ನಮ್ಮಂಥವರಿಗೆ ಸುಲಭವಲ್ಲ. ಭಯವನ್ನು ಗೆಲ್ಲಬೇಕು ಎನ್ನುವುದು ಎಲ್ಲರಿಗೂ ಗೊತ್ತಿದೆ. ಆದರೆ ಅದನ್ನು ಗೆಲ್ಲುವುದು ಸುಲಭವಲ್ಲ. ನಿಜಕ್ಕೂ ಭಯವನ್ನಾಗಲೀ, ಆಸೆಯನ್ನಾಗಲೀ ಹಾಗೆಲ್ಲ ಸುಲಭವಾಗಿ ಬಿಡುವುದಕ್ಕಾಗಲೀ, ಗೆಲ್ಲುವುದಕ್ಕಾಗಲೀ ಆಗುವುದಿಲ್ಲ. ಅದಕ್ಕೆ ಶ್ರದ್ಧೆ ಬೇಕು. ಬಹಳಷ್ಟು

ಪ್ರಯತ್ನವನ್ನು ಮಾಡಬೇಕು.

ಭಯವೆನ್ನುವುದು ಒಂದು ಭಾವನೆ. ಆಸೆಯೂ ಕೂಡ ಅಂತಹುದೇ ಇನ್ನೊಂದು ಭಾವನೆ. ಭಾವನೆಗೆ ಶಕ್ತಿ ಇದೆ. ವಿಶ್ವದಲ್ಲಿರುವ ಯಾವುದೇ ರೂಪದ ಶಕ್ತಿಯನ್ನು ಗೆಲ್ಲುವುದಾಗಲೀ, ನಾಶಮಾಡುವುದಾಗಲೀ ಸಾಧ್ಯವಿಲ್ಲ. ಬೇಕಾದರೆ ಯಾವುದೇ ಶಕ್ತಿಯನ್ನು ರೂಪಾಂತರಗೊಳಿಸಬಹುದು. ಉದಾಹರಣೆಗೆ: ನೀರಿಗೆ ಶಕ್ತಿ ಇದೆ. ನೀರನ್ನು ಇಲ್ಲವಾಗಿಸಲಿಕ್ಕಾಗುವುದಿಲ್ಲ. ಅದನ್ನು ಮಂಜುಗಡ್ಡೆಯನ್ನಾಗಿ ಪರಿವರ್ತಿಸಬಹುದು. ನೀರು ಬಿಸಿಲಿಗೆ ಕಾಯ್ದು ಆವಿಯಾಗುತ್ತದೆ. ಆವಿಯು ಮೋಡವಾಗಿ, ಮಳೆಯಾಗಿ, ಮತ್ತೆ ಭೂಮಿಗೆ ಇಳಿಯುತ್ತದೆ. ಯಾವಾಗಲೂ ಯಾರಿಂದಲೂ ನೀರಿನ ಶಕ್ತಿಯನ್ನು 'ಇಲ್ಲ'ವಾಗಿಸಲಿಕ್ಕಾಗುವುದಿಲ್ಲ.

> **ಆಸೆಯಿಂದ ಶುರುವಾದ ಬದುಕು ಭಯದಿಂದ ಕೊನೆಯಾಗುತ್ತದೆ.**

ಹಾಗೆಯೇ ಮನುಷ್ಯನ ಭಾವನೆಗಳಿಗೂ ಶಕ್ತಿ ಇದೆ. ಭಯವನ್ನಾಗಲೀ, ಆಸೆಯನ್ನಾಗಲೀ ಇಲ್ಲವಾಗಿಸಲಿಕ್ಕಾಗುವುದಿಲ್ಲ. ಪೂರ್ತಿಯಾಗಿ ಗೆಲ್ಲಲಿಕ್ಕಾಗುವುದಿಲ್ಲ. ಅವುಗಳನ್ನು ಧನಾತ್ಮಕವಾಗಿ ರೂಪಾಂತರಿಸಿಕೊಳ್ಳಬಹುದು. ಅವುಗಳ ಶಕ್ತಿಯನ್ನು ನಮ್ಮ ಜೀವನದ ಏಳ್ಗೆಗೆ ಬಳಸಿಕೊಳ್ಳುವುದಕ್ಕೆ ಖಂಡಿತವಾಗಿಯೂ ಸಾಧ್ಯವಿದೆ.

ಅದಕ್ಕೆ ಮನಸ್ಸು ಮಾಡಬೇಕು. ಸ್ವಲ್ಪ ಸಾಧನೆ ಮಾಡಬೇಕು. ನಮ್ಮೊಳಗಿನ ಅದೇ ಶಕ್ತಿಯನ್ನು ಧ್ಯಾನದ ಮೂಲಕ ರೂಪಾಂತರಿಸಿಕೊಳ್ಳಬಹುದು. ಧ್ಯಾನದ ಸಾಧನೆ ಮಾಡಬೇಕು. ಧ್ಯಾನ ಮಾಡುವ ಅವಕಾಶ ಜೀವ ಜಗತ್ತಿನಲ್ಲಿ ಮನುಷ್ಯನಿಗೆ ಮಾತ್ರ ಇದೆ. ಬಹಳಷ್ಟು ಜನರಿಗೆ ಧ್ಯಾನ ಮಾಡುವುದಕ್ಕೆ ಭಯ. ಇನ್ನು ಕೆಲವರಿಗೆ ಅದು ಅಸಾಧ್ಯವಾದ ಕೆಲಸ. ಮತ್ತೂ ಕೆಲವರಿಗೆ ಧ್ಯಾನ ಮಾಡುವುದೆಂದರೆ ನಿದ್ರೆ ಮಾಡುವುದು! ಇನ್ನೂ ಕೆಲವರಿಗೆ ಧ್ಯಾನ ಮಾಡುವುದೆಂದರೆ ಟೈಂ ವೇಸ್ಟ್!

ಇನ್ನು ಎಲ್ಲರಿಗೂ ಆಸೆಯನ್ನಾಗಲೀ, ಭಯವನ್ನಾಗಲೀ ಬಿಡಬೇಕೆಂದು ಅನ್ನಿಸುವುದಿಲ್ಲ. ಹೇಗಿದೆಯೋ ಹಾಗೇ ಬದುಕುವುದು ಎಂದುಕೊಳ್ಳುತ್ತಾ ಅವುಗಳ ಜೊತೆಗೆ ಬದುಕುತ್ತಾರೆ. ಬದುಕೆಂದರೆ ದುಡಿಯುತ್ತಾ, ಗಳಿಸುತ್ತಾ

ಜೀವಿಸುವುದೇ ಆಗಿದೆ. ಹಣವನ್ನೂ, ಹೆಸರನ್ನೂ, ಆಸ್ತಿಯನ್ನೂ, ಪ್ರೀತಿಯನ್ನೂ ಗಳಿಸುತ್ತಲೇ ಬದುಕುವುದಕ್ಕೆ ಪ್ರತಿನಿತ್ಯ ಪ್ರಯತ್ನಿಸುವುದೇ ಆಗಿದೆ. ಎಲ್ಲರೂ ಇವುಗಳ ಸುತ್ತಲೇ ಸುತ್ತುತ್ತ ಇರುತ್ತಾರೆ. ಯಾರಿಗೂ ಬೇರೆ ಥರ ಸುತ್ತುವುದಕ್ಕೆ ಮನಸ್ಸಿಲ್ಲ. ಎಲ್ಲರಿಗೂ ತಮ್ಮ ಸುತ್ತಲಿನವರಂತೆಯೇ ಬದುಕುವುದು ಸರಿ ಎಂದೆನ್ನಿಸುತ್ತದೆ. ತಮ್ಮ ಮನಸ್ಸಿಗೆ ತೋಚಿದ ಹಾಗೆ, ಬೇರೆ ಹೇಗೋ ಬದುಕುವುದೆಂದರೆ ಭಯವಾಗುತ್ತದೆ. ತನ್ನ ಮನಸ್ಸು ಹೇಗೆ ಬದುಕಬೇಕೆಂದು ಹೇಳುತ್ತದೆ ಎಂದು ತನ್ನದೇ ಮನಸ್ಸನ್ನು ಕೇಳುವ ಗೋಜಿಗೆ ಯಾರೂ ಹೋಗುವುದಿಲ್ಲ. ಹಾಗೆ ಮನಸ್ಸನ್ನು ಕೇಳುವುದು, ಮನಸ್ಸು ಹೇಳಿದಂತೆಯೇ ಬದುಕುವುದು ಸುಲಭವೂ ಅಲ್ಲ, ಸಾಧ್ಯವೂ ಅಲ್ಲ. ಅದಕ್ಕೆ ವಿಶೇಷವಾದ ಧೈರ್ಯ ಇರಬೇಕು. ನಮ್ಮ ಸುತ್ತಮುತ್ತಲಿನವರ ಹಾಗಯೇ, ಅವರಿವರಂತೆಯೇ ಬದುಕುವುದು ಸುಲಭ. ಅವರಿವರಿಗಿಂತಲೂ ಹೆಚ್ಚಿನದನ್ನು ಸಾಧಿಸಿಕೊಳ್ಳುತ್ತಾ, ಅವರಿವರೆಲ್ಲರಿಂದಲೂ ಹೊಗಳಿಸಿಕೊಳ್ಳುತ್ತ ಬದುಕುವುದರಲ್ಲಿ ಒಂದಿಷ್ಟು ಸಮಾಧಾನವಿದೆ. ಒಂದಿಷ್ಟು ಸಾರ್ಥಕತೆಯಿದೆ. ಅದು ಸಹಜ.

ಬಹಳಷ್ಟು ಕಾರಣಗಳಿಂದ ಮನಸ್ಸಿಗೆ ಭಯವಾಗುತ್ತದೆ. ಭಯದಿಂದ ಬದುಕು ಮುಗಿದು ಹೋಗುತ್ತದೆ. ಆಸೆಯಿಂದ ಶುರುವಾದ ಬದುಕು ಭಯದಿಂದ ಕೊನೆಯಾಗುತ್ತದೆ. ಆಸೆಯನ್ನೆಲ್ಲ ಈಡೇರಿಸಿಕೊಳ್ಳಲಿಕ್ಕೂ ಸಾಧ್ಯವಾಗಲಿಲ್ಲ ಎನ್ನುವ ಕೊರಗು ಹಾಗೆಯೇ ಉಳಿದಿರುತ್ತದೆ. ಆಸೆ ಎನ್ನುವುದು ಯಾವತ್ತಿಗೂ ಮುಗಿಯದ ನಿತ್ಯಧಾರೆ. ಒಂದರ ಹಿಂದೊಂದರಂತೆ ಆಸೆಯ ಮೆರವಣಿಗೆ ಬರುತ್ತಲೇ ಇರುತ್ತದೆ.

ನಾವು ನಮ್ಮ ಜೊತೆಗೆ ಸಮಾಧಾನದಿಂದ ಬದುಕಬೇಕಾದರೆ ಆಸೆಯನ್ನು ಗೆಲ್ಲಬೇಕು. ಭಯದಿಂದ ಹೊರಗೆ ಬರಬೇಕು. ಮೊದಲೇ ಹೇಳಿದಂತೆ ಇದು ಸುಲಭ ಸಾಧ್ಯವಲ್ಲ. ಧ್ಯಾನ ಮಾತ್ರವೇ ಇವುಗಳಿಂದ ಬಚಾವಾಗಲಿಕ್ಕೆ ಇರುವ ದಾರಿ. ಹಾಗಂತ ನಮ್ಮ ಪುರಾತನ ಋಷಿಗಳು ಸಾಧನೆ ಮಾಡಿಕೊಂಡು, ಸಿದ್ಧಿಮಾಡಿಕೊಂಡು ನಮಗಾಗಿ ಧ್ಯಾನದ ರಹಸ್ಯವನ್ನು ಹೇಳಿದ್ದಾರೆ. ಅದನ್ನು ಸಾಧಿಸಿಕೊಂಡು ಜೀವನ್ಮುಕ್ತಿಯನ್ನಾಗಲೀ, ನಿತ್ಯ ಸಂತೋಷವನ್ನಾಗಲೀ ಪಡೆದುಕೊಳ್ಳಬಹುದು.

ಅದಕ್ಕಿಂತ ಸ್ವಲ್ಪ ಸುಲಭದ ಮಾರ್ಗವೆಂದರೆ ಸ್ವಯಂಸಂಮ್ಮೋಹನದ

ಸಾಧನೆ. ಸುಪ್ತಮನಸ್ಸಿನಲ್ಲಿ ಸಂಗ್ರಹವಾಗಿರುವ ಭಯವನ್ನು ಖಂಡಿತವಾಗಿಯೂ ಸಂಮ್ಮೋಹನ ಚಿಕಿತ್ಸೆಯಿಂದ ತೆಗೆಯಬಹುದಾಗಿದೆ. ಬಹಳ ವರ್ಷಗಳಿಂದ ವ್ಯಕ್ತಿಯ ಮನಸ್ಸಿನಾಳದಲ್ಲಿ ಮನೆ ಮಾಡಿಕೊಂಡಿರುವ ಆಸೆ ಮತ್ತು ಭಯಗಳು ಕಾಲಾಂತರದಲ್ಲಿ ನೋವಾಗಿ, ರೋಗವಾಗಿ ವ್ಯಕ್ತಿಯ ದೇಹದ ಮೂಲಕ ವ್ಯಕ್ತವಾಗುತ್ತವೆ. ಇಂತಹ ಯಾತನೆಗಳಿಗೆ ಮಾತ್ರೆಗಳಿಂದಾಗಲೀ, ಯಾತ್ರೆಗಳಿಂದಾಗಲೀ ಪರಿಹಾರ ಸಿಗುವ ಸಾಧ್ಯತೆ ತೀರಾ ಕಡಿಮೆ. ದೇಹದ ಮೂಲಕ ವ್ಯಕ್ತವಾಗುತ್ತಿರುವ ಯಾವುದೇ ಸಮಸ್ಯೆಯ ಮೂಲ ಅವರ ಮನಸ್ಸಿನಾಳದಲ್ಲಿ ಇದೆಯಾ ಎನ್ನುವುದನ್ನು ಪತ್ತೆ ಹಚ್ಚಿಕೊಂಡರೆ ಅವುಗಳಿಗೆ ಪರಿಹಾರವೂ ಸುಲಭ ಸಾಧ್ಯವಾಗುತ್ತದೆ. ನಿಮ್ಮಲ್ಲಿ ಆಸೆಯ ಹೆಚ್ಚಾಗಿದೆಯಾ? ಭಯವು ಕಾಡುತ್ತಿದೆಯಾ ಎನ್ನುವುದನ್ನು ಗಮನಿಸಿ. ಅದರ ಅರಿವಾಗುತ್ತಿದ್ದಂತೆಯೇ ಸೂಕ್ತ ಸಂಮೋಹನ ತಜ್ಞರಿಂದ ಸರಿಯಾದ ಚಿಕಿತ್ಸೆಯನ್ನು ಪಡೆದುಕೊಳ್ಳಿ. ನಿಮ್ಮ ಬದುಕು ಸಹನೀಯವೂ, ಸಂತೋಷದಾಯಕವೂ ಆಗಲಿ.

ನಾನೂಂದ್ರೆ ನಂಗಿಷ್ಟ / ಡಿ. ಎಂ. ಹೆಗಡೆ

ಗೊತ್ತಿದ್ದರಷ್ಟೇ ಸಾಲದು! 21

ನಮಗೆ ಬಹಳಷ್ಟು ವಿಷಯಗಳು ಗೊತ್ತಿರುತ್ತವೆ. ಗೊತ್ತಿದ್ದ ಮಾತ್ರಕ್ಕೆ ಅವುಗಳಿಂದ ನಮಗೆ ಪ್ರಯೋಜನವಾಗಿದೆ ಎಂದೇನಿಲ್ಲ! ನಮ್ಮ ಬದುಕಿನ ಸಂತೋಷಕ್ಕೆ ಪ್ರಯೋಜನವಾಗದಿರುವ ವಿಷಯಗಳನ್ನು ತಿಳಿದುಕೊಂಡಿದ್ದರೂ ಏನು ಪ್ರಯೋಜನ? ಅಲ್ಲವೆ?

ನಮಗೆ ಪ್ರತಿದಿನ ಬೆಳಿಗ್ಗೆ ಅರುಣೋದಯಕ್ಕೆ ಏಳಬೇಕು ಎನ್ನುವುದು ಗೊತ್ತಿದೆ. ಆದರೆ ಏನೇನೋ ಕಾರಣಗಳಿಂದ ಎಚ್ಚರಾಗುವುದು ತಡವಾಗಿಬಿಡುತ್ತದೆ. ಅಲ್ಲಿಂದಲೇ ಮನಸ್ಸಿನಲ್ಲಿ ಒಂದಿಷ್ಟು ಕಿರಿಕಿರಿಯಾಗಲಿಕ್ಕೆ ಶುರುವಾಗಿಬಿಟ್ಟಿರುತ್ತದೆ. ಬೆಳಿಗ್ಗೆ ಬೇಗ ಏಳಬೇಕು. ಎದ್ದ ನಂತರ ನೀರು

ಕುಡಿಯಬೇಕು. ವಾಕಿಂಗ್ ಹೋಗಬೇಕು. ವ್ಯಾಯಾಮ ಮಾಡಬೇಕು. ಸ್ನಾನ ಮಾಡಬೇಕು. ಪೂಜೆ ಮಾಡಬೇಕು. ಒಳ್ಳೆಯ ಉಪಹಾರವನ್ನು ಸೇವಿಸಬೇಕು. ಪ್ರತಿದಿನ ತೊಳೆದು, ಸ್ವಚ್ಛವಾದ ಬಟ್ಟೆಯನ್ನು ಧರಿಸಬೇಕು. ಪ್ರತಿದಿನವೂ ಶೇವ್ ಮಾಡಬೇಕು. ಬಾಯಾರಿಕೆಯಾಗುವುದಕ್ಕೆ ಸ್ವಲ್ಪ ಮೊದಲೇ ನೀರು ಕುಡಿಯುತ್ತಿರಬೇಕು. ಸರಿಯಾದ ಸಮಯಕ್ಕೆ ಊಟ, ಉಪಹಾರ ಮಾಡಬೇಕು. ಕುಡಿತ, ಧೂಮ್ರಪಾನ, ತಂಬಾಕು ಮುಂತಾದ ಚಟಗಳಿಂದ ಗಾವುದ ದೂರವಿರಬೇಕು. ಯಾವುದನ್ನೇ ಆದರೂ ಕುತೂಹಲಕ್ಕಾಗಿ ಯಾವಾಗಲೋ ಒಮ್ಮೆ ನೋಡಿ, ಮಾಡಿದ ನಂತರವಾದರೂ ಬಿಟ್ಟುಬಿಡಬೇಕು. ಯಾವುದನ್ನೂ ಚಟವಾಗಿ ಅಂಟಿಸಿಕೊಳ್ಳಬಾರದು. ಸಾಧ್ಯವಾದಷ್ಟೂ ಮನೆಯಲ್ಲಿ ಮಾಡಿದ ಊಟ ತಿಂಡಿಗಳನ್ನು ತಿನ್ನಬೇಕು. ಬಿಸಿ ಬಿಸಿ, ತಾಜಾ ಆಹಾರವನ್ನು ಸೇವಿಸಬೇಕು. ರಾತ್ರಿ ಸಾಧ್ಯವಾದಷ್ಟು ಬೇಗನೆ ಮಲಗಬೇಕು. ಬೇಗ ಮಲಗಿ, ಬೇಗ ಏಳಬೇಕು. ಕೋಪವನ್ನು ಮಾಡಿಕೊಳ್ಳಬಾರದು. ದ್ವೇಷವನ್ನು ಸಾಧಿಸಬಾರದು. ಮನೆಯಲ್ಲಿ ಹೆಂಡತಿ ಮಕ್ಕಳನ್ನು ಹಣಿಯಬಾರದು. ನೆರೆಹೊರೆಯವರನ್ನು ಮನೆಯವರಂತೆಯೇ ನಡೆಸಿಕೊಳ್ಳಬೇಕು... ಸದಾ ನಗು ನಗುತ್ತ ಎಲ್ಲರೊಳಗೊಂದಾಗು ಮಂಕುತಿಮ್ಮ ಎನ್ನುವಂತಿರಬೇಕು.

> **" ನಮಗೆ ನಿಜಕ್ಕೂ ಏನು ಬೇಕು? ಎಷ್ಟು ಬೇಕು? ಏನಕ್ಕಾಗಿ ಬೇಕು ಎನ್ನುವುದನ್ನು ಆಲೋಚಿಸಲಿಕ್ಕೆ ಒಂದಿಷ್ಟು ಸಮಯವನ್ನು ಕೊಡಬೇಕು. "**

ಹೀಗೇ ಪಟ್ಟಿ ಮಾಡುತ್ತ ಹೋದರೆ ಹನುಮಂತನ ಬಾಲದಂತೆ ಬೆಳೆಯುತ್ತ ಹೋಗುತ್ತದೆ. ಇವೆಲ್ಲವೂ ನಮಗೆಲ್ಲರಿಗೂ ಗೊತ್ತಿರುವ ವಿಷಯಗಳೇ ಆಗಿವೆ. ಇವುಗಳಿಂದ ನಮ್ಮ ದೈಹಿಕ, ಮಾನಸಿಕ, ಸಾಮಾಜಿಕ ಆರೋಗ್ಯ ಸಿದ್ಧಿಸುತ್ತದೆ. ಎಲ್ಲರಿಗೂ ಎಲ್ಲರೂ ಒಳ್ಳೆಯವರಾಗಿ ಎಲ್ಲರೂ ಆರಾಮಗಿ ಬದುಕಬಹುದಾಗಿದೆ.

ಆದರೂ

ನಮ್ಮ ಇಂದಿನ ಬದುಕು ಆರೋಗ್ಯದಿಂದ ಇಲ್ಲ. ನಮ್ಮ ಮನಸ್ಸಿಗೆ

ಸುಖ ಶಾಂತಿ ನೆಮ್ಮದಿ ಇಲ್ಲ. ಎಷ್ಟೇ ಗಳಿಸಿದರೂ ಇನ್ನೂ ಬೇಕೆನ್ನುವ ಹಪಾಹಪಿ ತಣಿಯುವುದಿಲ್ಲ. ವಯಸ್ಸು ಹೆಚ್ಚಿದಂತೆಯೇ ಸೈಟುಗಳ ಸಂಖ್ಯೆಯನ್ನೂ ಹೆಚ್ಚಿಸಿಕೊಳ್ಳುವ ಆಸೆ. ಅವರ್ಯಾರೊಂದಿಗೋ ಸ್ಪರ್ಧೆಗಿಳಿದವರಂತೆ, ಅವರ್ಯಾರಿಗಿಂತಲೋ ಹೆಚ್ಚು ಗಳಿಸಬೇಕು ಎಂತಲೋ, ಅವರ್ಯಾರಿಗಿಂತಲೋ ಮುಂದಿರಬೇಕೆಂತಲೋ ಅವಸರಿಸುತ್ತಿರುತ್ತಾರೆ. ಹೆಚ್ಚೆಚ್ಚು ಹಣ ಗಳಿಸಬೇಕೆಂದು ಹೆಚ್ಚೆಚ್ಚು ಕೆಲಸ ಮಾಡುತ್ತಾರೆ. ಆರೋಗ್ಯವನ್ನು ಅಲಕ್ಷಿಸುತ್ತಾ, ಹಗಲಿರುಳೆನ್ನದೇ ದುಡಿಯುತ್ತಾರೆ. ಹೀಗೆ ದುಡಿಯುತ್ತಾ ದುಡಿಯುತ್ತಾ ಆರೋಗ್ಯವನ್ನು ಕಳೆದುಕೊಳ್ಳುತ್ತಾರೆ. ಕೊನೆಗೆ ಗಳಿಸಿದ ಹಣವನ್ನು ಕಳೆಯುತ್ತಾ ಆರೋಗ್ಯವನ್ನು ಪಡೆದುಕೊಳ್ಳಲಿಕ್ಕಾಗಿ ಆಸ್ಪತ್ರೆಗಳಿಗೆ ಅಲೆದಾಡುತ್ತಾರೆ. ಇದು ಆಧುನಿಕ ಮೆಟ್ರೋ ಸಮಾಜದಲ್ಲಿ ಬದುಕುತ್ತಿರುವ ಬಹಳಷ್ಟು ಜನರ ಪರಿಸ್ಥಿತಿಯಾಗಿದೆ. ಇಲ್ಲಿ ಯಾರಿಗೂ ಯಾವುದೇ ವಿಷಯದ ಬಗ್ಗೆ ಗೊತ್ತಿರಲಿಲ್ಲ ಎನ್ನುವಂತಿಲ್ಲ. ಎಲ್ಲರಿಗೂ ಬಹಳಷ್ಟು ವಿಷಯಗಳು ಗೊತ್ತಿದ್ದೇ ಇವೆ.

ಆದರೂ ಇಲ್ಲಿ ಎಲ್ಲರೂ ಏನೇನೂ ಗೊತ್ತಿಲ್ಲದವರಂತೆ ಬದುಕುತ್ತಿದ್ದಾರೆ. ಗೊತ್ತಿರುವದನ್ನು ರೂಢಿಸಿಕೊಳ್ಳಲಾಗದೇ ಒದ್ದಾಡುತ್ತಿದ್ದಾರೆ. ಬದುಕಿನಲ್ಲಿ ಅಶಾಂತರಾಗಿದ್ದಾರೆ. ಇಂಥ ಸಾಲಿನಲ್ಲಿ ನಾವೂ ಇದ್ದೀವಾ ಎನ್ನುವುದನ್ನು ನೋಡಿಕೊಳ್ಳಬೇಕು. ನಮಗೆ ನಿಜಕ್ಕೂ ಏನು ಬೇಕು? ಎಷ್ಟು ಬೇಕು? ಏನಕ್ಕಾಗಿ ಬೇಕು ಎನ್ನುವುದನ್ನು ಆಲೋಚಿಸಲಿಕ್ಕೆ ಒಂದಿಷ್ಟು ಸಮಯವನ್ನು ಕೊಡಬೇಕು. ನಮಗೆ ಗೊತ್ತಿರುವುದರಲ್ಲಿ ನಮ್ಮ ಬದುಕನ್ನು ಸುಂದರವಾಗಿ ಬದುಕಲಿಕ್ಕೆ ಎಷ್ಟು ಸಹಾಯವಾಗಿದೆ ಎನ್ನುವುದನ್ನು ಅವಲೋಕಿಸಬೇಕು. ಚೆನ್ನಾಗಿ ಬದುಕಲಿಕ್ಕಾಗಿ ನಾವು ಏನೇನನ್ನು ಗೊತ್ತುಮಾಡಿಕೊಂಡಿದ್ದೇವೆ ಎನ್ನುವುದನ್ನು ಗಮನಿಸಬೇಕು. ಗೊತ್ತಿರುವುದು ಬೇರೆ. ಗೊತ್ತಿರುವಂತೆಯೇ ನಡೆಯುವುದು ಬೇರೆ. ನಮಗೆ ಗೊತ್ತಿರುವಂತೆ ನಡೆಯಲಾಗದೇ, ನಾವು ನರಳುವ ಪರಿಸ್ಥಿತಿ ಬಂದಾಗ, ನಮ್ಮನ್ನು ನಾವೇ ಹಳಿದುಕೊಳ್ಳುತ್ತೇವೆ. ನಿಜಕ್ಕೂ ಆಗ ಕಾಲ ಮಿಂಚಿಹೋಗಿರುತ್ತದೆ. ಹಿಂತಿರುಗಿ ಹೋಗಲಿಕ್ಕಾಗದಷ್ಟು ದೂರ ಬಂದಿರುತ್ತೇವೆ. ಬದುಕಿನಲ್ಲಿ ಯಾರಿಗೂ ಯಾವುದೇ ಯೂ ಟರ್ನ್ ಸಿಗುವುದಿಲ್ಲ. ಇದು ಬದುಕಿನ ಕಹಿ ಸತ್ಯ. ಅದಕ್ಕಾಗಿಯೇ, ನಮ್ಮ ಹಿರಿಯರು, ಹಣ ಕಳೆದುಹೋದರೆ ಏನ್ನೂ ಕಳೆದುಕೊಂಡಂತಾಗಲಿಲ್ಲ. ಆರೋಗ್ಯವನ್ನು

ಕಳೆದುಕೊಂಡರೆ ಸ್ವಲ್ಪವನ್ನು ಕಳೆದುಕೊಂಡಂತೆ. ಗುಣವನ್ನು ಕಳೆದುಕೊಂಡರೆ ಎಲ್ಲವನ್ನೂ ಕಳೆದುಕೊಂಡಂತೆ ಎಂದು ಎಚ್ಚರಿಸಿದ್ದಾರೆ. ಆದರೇನಂತೆ, ಜಗತ್ತು ಹೆಚ್ಚೆಚ್ಚು ಆಧುನಿಕವಾದಂತೆಯೇ ಜನರು ಹೆಚ್ಚೆಚ್ಚು ಹಣದ ಹಿಂದೆ ಹೊರಟಿದ್ದಾರೆ. ಹಣದ ಮುಂದೆ ವ್ಯಕ್ತಿಯ ಗುಣ ಗೌಣವಾಗುತ್ತಿದೆ. ಇದು ಸರಿಯಲ್ಲ ಎನ್ನುವುದೂ ಸಹ ಎಲ್ಲರಿಗೂ ಗೊತ್ತಿದೆ!

ವಿವೇಕಿಗಳು Knowing is knowing. Doing is doing ಎಂದಿದ್ದಾರೆ. ನಮಗೆ ಏನನ್ನು ಮಾಡಬೇಕು ಎಂದು ಅನ್ನಿಸುತ್ತದೆಯೋ, ಅದನ್ನು ಮಾಡುವುದರಿಂದ ನಮಗೆಷ್ಟು ಪ್ರಯೋಜನವಾಗುತ್ತದೆ ಎನ್ನುವುದನ್ನು ಆಲೋಚಿಸಬೇಕು ಮತ್ತು ಆ ಕೆಲಸವನ್ನು ಮಾಡಬೇಕು. ಮನಸ್ಸಿನಲ್ಲಿಯೇ ಮಂಡಿಗೆ ತಿನ್ನುತ್ತ ಕಾಲಹರಣ ಮಾಡಬಾರದು. ಮನಸ್ಸಿಗೆ ಹೊಸ ಹೊಸ ಆಲೋಚನೆಗಳು ಬರುತ್ತಲೇ ಇರುತ್ತವೆ. ನಾವು ಮಾಡಲಿಕ್ಕೆ ಪ್ರಾರಂಭಿಸಿರುವ ಕೆಲಸವನ್ನು ಯಶಸ್ವಿಯಾಗಿ ಮಾಡುವುದಕ್ಕೆ ನಮ್ಮ ಸಮಯ ಮತ್ತು ಶ್ರಮವನ್ನು ಉಪಯೋಗಿಸಬೇಕು. ಆ ಕೆಲಸದಲ್ಲಿ ಯಶಸ್ಸನ್ನು ಗಳಿಸಿದ ನಂತರ ಇನ್ನೊಂದು ಅಲೋಚನೆಯನ್ನು ಕಾರ್ಯಗತ ಮಾಡಲಿಕ್ಕೆ ಮುನ್ನುಗ್ಗಬಹುದು. ಕೆಲವರು ಹೊಸ ಹೊಸ ಆಲೋಚನೆ, ಐಡಿಯಾಗಳನ್ನು ಹೇಳುತ್ತ ಇರುತ್ತಾರೆ. ಇವತ್ತಿನ ಐಡಿಯಾವನ್ನು ಮುಂದೆ ಕಾರ್ಯರೂಪಕ್ಕಿಳಿಸಬಹುದೂಂತಲೂ ಅಂದುಕೊಂಡಿರುತ್ತಾರೆ. ಅದಕ್ಕಿಂತಲೂ ಲಾಭದಾಯಕವಾದ ಮತ್ತೊಂದು ಐಡಿಯಾದ ನಿರೀಕ್ಷೆಯಲ್ಲಿರುತ್ತಾರೆ. ಅವರ ನಿರೀಕ್ಷೆ ಮುಗಿಯುದಿಲ್ಲ. ಅವರು ಯಾವುದೇ ಕೆಲಸವನ್ನಾದರೂ ಪ್ರಾರಂಬಿಸಿರುದೇ ಇಲ್ಲ. ಹಾಗಾಗಿ ಅಂಥವರ ತಲೆಯಲ್ಲಿ ವಿಚಿತ್ರವಾದ ಐಡಿಯಾಗಳು ಬರುತ್ತ ಇರುತ್ತವೆಯೇ ಹೊರತೂ ಯಾವುದೇ ಆಲೋಚನೆಯೂ ಕೂಡ ಕಾರ್ಯಗತವಾಗುವುದೇ ಇಲ್ಲ! ಆದರೂ ಅವರು ಕನಸು ಕಾಣುತ್ತಲೇ ಇರುತ್ತಾರೆ. ಮುಂದೊಂದು ದಿನ ತಾನು ಬಹಳ ಯಶಸ್ವಿಯೂ, ಶ್ರೀಮಂತನೂ ಆಗುತ್ತೇನೆಂದು ಕನಸು ಕಾಣುತ್ತಲೇ ಕಾಲ ಕಳೆಯುತ್ತ ಇರುತ್ತಾರೆ. ಏನು ಮಾಡಿದರೆ ಏನಾಗುತ್ತದೆ ಎನ್ನುವುದು ಅವರಿಗೆ ಗೊತ್ತಿರುತ್ತದೆ. ಆದರೆ ಅವರು ಏನನ್ನೂ ಮಾಡದೇ ಉಳಿದುಬಿಡುತ್ತಾರೆ.

ಇದರಿಂದ ಕಾಲಕ್ರಮೇಣ ಮಾನಸಿಕವಾಗಿ ಅವರು ಕುಗ್ಗುತ್ತಾರೆ. ಒಳಗೊಳಗೇ ಕೀಳರಿಮೆ ಬೆಳೆಯುತ್ತದೆ. ಭವಿಷ್ಯತ್ತಿನ ಭಯ

ಕಾಡತೊಡಗುತ್ತದೆ. ಮನಸ್ಸು ದ್ವಂದ್ವದ ಗೂಡಾಗುತ್ತದೆ. ವಿನಾಕಾರಣ ಕೋಪ ಬರುತ್ತದೆ. ಹೀಗೇಯೇ ದಿನಮಾನ ಅಸ್ತವ್ಯಸ್ತವಾಗುತ್ತದೆ. ಹಾಗಾಗಿ, ನಮಗೆ ಗೊತ್ತಿರುವುದನ್ನು ಮಾಡಲಿಕ್ಕೆ ಏನೇನು ಸಮಸ್ಯೆ ಬರುತ್ತಿವೆ ಎನ್ನುವುದನ್ನು ಮೊದಲು ಗುರುತಿಸಿಕೊಳ್ಳಬೇಕು. ಅವುಗಳಿಂದ ಹೊರಗೆ ಬರಲಿಕ್ಕೆ ಪ್ರಾಮಾಣಿಕವಾಗಿ ಪ್ರಯತ್ನಿಸಬೇಕು. ಸಾಧ್ಯವಾಗದಿರುವಾಗ ಆದಷ್ಟು ಬೇಗ ಸೂಕ್ತ ಮಾನಸಿಕ ವೈದ್ಯರನ್ನಾಗಲೀ, ಸಂಮೋಹನ ತಜ್ಞರನ್ನಾಗಲೀ ಕಾಣಬೇಕು. ಸೂಕ್ತ ಚಿಕಿತ್ಸೆ ಮತ್ತು ಮಾರ್ಗದರ್ಶನದಿಂದ ಇಂತಹ ವೈಪರೀತ್ಯಗಳಿಂದ ಖಂಡಿತವಾಗಿಯೂ ಮುಕ್ತರಾಗಬಹುದು. ನೆಮ್ಮದಿಯ ಬದುಕನ್ನು ರೂಪಿಸಿಕೊಳ್ಳಬಹುದು.

ನಾನೂಂದ್ರೆ ನಂಗಿಷ್ಟ / ಡಿ. ಎಂ. ಹೆಗಡೆ

ದಿನಾಂಕ: _____

ರಿಂದ,

ರಿಗೆ,
ಡಿ.ಎಂ.ಹೆಗಡೆ
ವಿವೇಕಯುಗ ಪ್ರಕಾಶನ
ನಂ.740, 60 ಅಡಿ ರಸ್ತೆ, ನಾರಾಯಣ ನಗರ 1ನೇ ಬ್ಲಾಕ್,
ದೊಡ್ಡಕಲ್ಲಸಂದ್ರ, ಕನಕಪುರ ಮುಖ್ಯ ರಸ್ತೆ,
ಬೆಂಗಳೂರು – 560062

ವಿಷಯ: 'ನಾನೂಂದ್ರೆ ನಂಗಿಷ್ಟ!' ಪುಸ್ತಕದ ಬಗ್ಗೆ ನನ್ನ ಅಭಿಪ್ರಾಯ/ಅನಿಸಿಕೆ.

ಆತ್ಮೀಯರೇ,

ಇತಿ ವಿಶ್ವಾಸಗಳೊಂದಿಗೆ,

ವಿವೇಕಯುಗ ಪ್ರಕಾಶನದ ಪುಸ್ತಕಗಳು

25,000 ಪ್ರತಿಗಳು ಖರ್ಚಾಗಿವೆ!

30,000 ಪ್ರತಿಗಳು ಖರ್ಚಾಗಿವೆ!

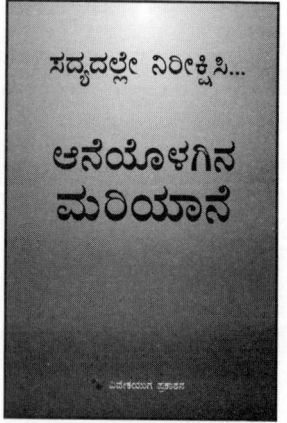

ಪ್ರತಿಗಳಿಗಾಗಿ ಸಂಪರ್ಕಿಸಿರಿ:

ವಿವೇಕಯುಗ ಪ್ರಕಾಶನ

ನಂ.740, 60 ಅಡಿ ರಸ್ತೆ, ನಾರಾಯಣ ನಗರ 1ನೇ ಬ್ಲಾಕ್,
ದೊಡ್ಡಕಲ್ಲಸಂದ್ರ, ಕನಕಪುರ ಮುಖ್ಯ ರಸ್ತೆ, ಬೆಂಗಳೂರು – 560062

9481405184 / 9480797559

“ ದಶ ದಿಕ್ಕುಗಳಿಂದ ಸದ್ವಿಚಾರಗಳು

ನಮ್ಮತ್ತ ಹರಿದು ಬರಲಿ

- ಋಗ್ವೇದ

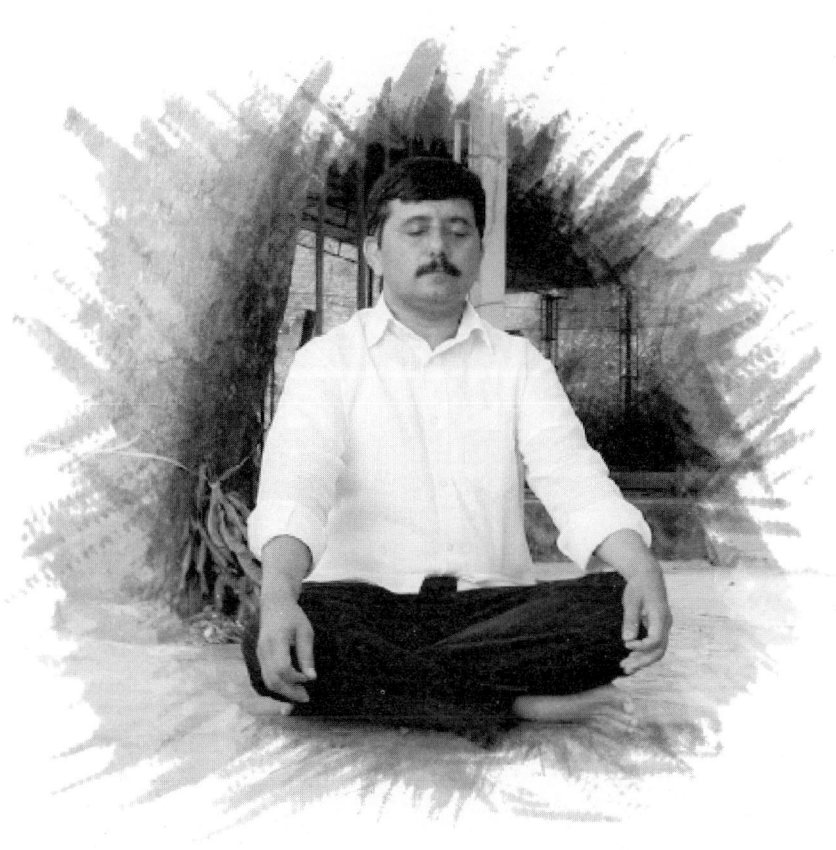